अभिप्राय

क्रांतिवीर नाना पाटील यांच्या जीवनावर विश्वास पाटील यांनी लिहिलेली ही कादंबरी उत्कंठावर्धक तर झाली आहेच; परंतु नाना पाटलांच्या धाडसाचे आणि देशप्रेमाचे जाज्वल्य दर्शन देणारी ही ठरली आहे. विश्वास पाटील यांनी क्रांतिसिंह नाना पाटलांच्या बरोबर काम केलेल्या स्वातंत्र्यसैनिकांच्या मुलाखती तसेच त्या वेळचे अनुभव ऐकून कादंबरी लिहिल्यामुळे केवळ कल्पनेचा पाया कादंबरीत नसून वास्तवाचे भानही या लेखनास प्राप्त झाले आहे.

समाचार मैफिल, २८-२-२०१०

क्रांतिवीर नाना पाटील यांच्या जीवनावर विश्वास पाटील यांनी लिहिलेल्या चरित्रात्मक कादंबरीच्या सुधारित आवृत्तीच्या वाचकांना पुन्हा एकदा इतिहासाच्या तेजस्वी घटनांचे दर्शन घडवून दिले आहे. तुरुंग आणि स्वातंत्र्याची चळवळ या दोन वाटांनी निघालेल्या नाना पाटलांच्या केवळ आगमनाने चैतन्य उभे राहत असे. त्यांच्या जीवनातील अनेक धाडसी प्रसंग या चरित्रात्मक कादंबरीत येतात. नाना पाटलांच्या धाडसाचे आणि देशप्रेमाचे जाज्वल्य दर्शन देणारी ही ठरली आहे.

दैनिक देशदूत, ११ एप्रिल २०१०

नाना पाटील हे नाव घेतलं की, साताऱ्याचं 'पत्रीसरकार' डोळ्यापुढे उभं राहतं फर्डा वक्ता, डाव्या चळवळीचा सेनानी, पुढे स्वातंत्र्य मिळाल्यानंतर संयुक्त महाराष्ट्रासाठी लढणारा झुंजार नेता, मार्क्सवादी आणि तरीही माळकरी... अशी नाना पाटलांची अनेक वैशिष्ट्ये आहेत. एखाद्या कादंबरीपेक्षाही अद्भुत असे त्यांचे जीवन. त्यातून 'क्रांतिसूर्य' ही कादंबरी उभी राहिली.

महाराष्ट्र टाइम्स, २१-३-२०१०

क्रांतिवीर नाना पाटील यांच्या जीवनावर विश्वास पाटील यांनी लिहिलेल्या चरित्रात्मक कादंबरीच्या सुधारित आवृत्तीत इतिहासाच्या तेजस्वी घटनांचे दर्शन घडवून दिले आहे.

सांजवार्ता, ११-३-२०१०

एक फर्डा वक्ता, द्रष्टा समाजसेवक, डाव्या चळवळींचा सेनानी, संयुक्त महाराष्ट्राचा लढवय्या, महाराष्ट्राचा माळकरी मार्क्सवादी अशा अनेक अंगांनी महाराष्ट्र नानांना ओळखतो. त्यांचे रांगडे व्यक्तिमत्त्व याला मराठी मातीचा अस्सल गंध होता. या चरित्राच्या निमित्ताने पाटील यांच्या लेखनाचा नवा परिचय वाचकाला होतो.

रविवार गांवकरी, २७ जून २०१०

आपल्या स्नेहीजनांना पुस्तके भेट द्या

क्रांतिसूर्य

विश्वास पाटील

मेहता पब्लिशिंग हाऊस

Please contact us at **Mehta Publishing House Pvt. Ltd.,** Pune 411030.
✆ +91 020-24476924 / 24460313 / Mob. No. 9545000513
Email : production@mehtapublishinghouse.com
Website : www.mehtapublishinghouse.com

- *या पुस्तकातील लेखकाची मते, घटना, वर्णने ही त्या लेखकाची असून त्याच्याशी प्रकाशक सहमत असतीलच असे नाही.*

KRANTISURYA by VISHWAS PATIL

क्रांतिसूर्य : विश्वास पाटील / चरित्र

Email : author@mehtapublishinghouse.com

संस्थापक : सुनील अनिल मेहता

प्रकाशक : मेहता पब्लिशिंग हाऊस प्रा. लि.,
१९४१ सदाशिव पेठ, माडीवाले कॉलनी, पुणे – ४११०३०.

मुद्रक : ट्रिनिटी अ‍ॅकॅडमी फॉर कॉर्पोरेट ट्रेनिंग लिमिटेड

मुखपृष्ठ : चंद्रमोहन कुलकर्णी

प्रकाशनकाल : मे, १९८४ / जुलै, १९८८ /
मेहता पब्लिशिंग हाऊसची तिसरी आवृत्ती : नोव्हेंबर, २००९ / जुलै, २०१० / जानेवारी, २०१२ / फेब्रुवारी, २०१४ / ऑक्टोबर, २०१७ / पुनर्मुद्रण : जानेवारी, २०२३

किंमत : ₹ २३०

P Book ISBN 9788184980837
E Book ISBN 9789386888266
E Books available on : amazonkindle Apple Books Google Play Books

मा. ना. शिवाजीराव देशमुख
मा. त्र्यं. सी. कारखानीस
मा. जे. के. तथा नाना जरग
यांना प्रेमपूर्वक अर्पण

– विश्वास पाटील

सह्याद्रीचा क्रांतिसिंह तू शिवबांचे देणे।
जागृत केला महाराष्ट्र तू सिंहगर्जनेने।।

– आचार्य अत्रे

श्रद्धेने लिहिलेली उत्तम कादंबरी

क्रांतिवीर नाना पाटील यांच्यावर श्री. विश्वास पाटील यांनी लिहिलेल्या चरित्रात्मक कादंबरीची सुधारित आवृत्ती निघत आहे, हे ऐकून मला अतिशय आनंद झाला. श्री. विश्वास पाटील हे नव्या पिढीतील लेखक आहेत व त्यांनी अतिशय तळमळीने ही चरित्रात्मक कादंबरी नव्या पिढीसाठी लिहिली. कै. नाना पाटील यांची भाषणे मी अनेकदा ऐकलेली आहेत. गोष्टीवेल्हाळ वक्तृत्वाची फार मोठी देणगी त्यांच्याकडे होती आणि त्या वेळी ग्रामीण भागातीलच नव्हे तर शहरातील श्रोत्यांनाही ते गुंगवून टाकीत असत. त्याचा अनुभव मी प्रत्यक्ष घेतला आहे. लोकसभेत ते निवडून आले आणि त्यांनी तेथे मराठीत भाषण केले, तो दिवसही मला आज आठवतो. भारतीय लोकसभेला त्यांनी महाराष्ट्राचा मराठी आवाज प्रथम ऐकविला आणि दणकट शरीराचा, अमोघ वाणीचा, जबरदस्त आत्मविश्वास असलेला नेता महाराष्ट्रात 'चले जाव' आंदोलनात कसा निर्माण झाला, त्याचे चित्र उभे केले. अशा या बुलंद व्यक्तिमत्त्वावर कादंबरी लिहिणे तसे सोपे नाही; परंतु, श्री. विश्वास पाटील यांनी श्रद्धेने ते काम केल्याने उत्तम उतरले आहे. चरित्रात्मक कादंबरीत त्यांनी संवादांचा उपयोग केल्याने व नाना पाटील आणि यांच्याशी संबंधित सर्व व्यक्ती या आपल्याशी बोलत आहेत असे चित्र रेखाटल्याने तिला कादंबरीचे स्वरूप प्राप्त झाले आहे. हे त्यांनी केले नसते तर ते केवळ एक चरित्र ठरले असते.

कै. नाना पाटील हे बालपणापासून खट्याळ प्रवृत्तीचे होते. पंढरपूर जत्रेत स्वारी हरवली, तेव्हा त्यांनी हवालदाराला सांगितले, माझी आजी हरवली आहे. आजी शोधत पोलीस स्टेशनमध्ये आली तेव्हा स्वारीने 'तू कुठे हरवली होतीस?' हे तिला विचारले. कै. नाना पाटील हे बालपणापासून तसे बंडखोर प्रवृत्तीचे होते, ते लेखकाने या चरित्रग्रंथात फार चांगल्या तऱ्हेने दिले आहे. 'देव काय त्येच्या बाचा हाय का?' असा प्रश्न बालपणी विचारणारे नाना पाटील पुढे सत्यशोधक चळवळीत जातात आणि समाजसुधारणेचे व्रत घेतात, ही हकिगत फार चांगली आहे. अंगात येणाऱ्या स्त्रीला ते धडा शिकवितात, कमी खर्चात लग्न लावतात आणि शेवटी

स्वातंत्र्य आंदोलनाकडे वळतात. ही वाटचाल ज्योतिबा फुले यांच्या जीवनयात्रेचा वारसा सांगणारी आहे. नाना पाटील यांनी विवाहानंतर आपल्या पत्नीला शिकविले. तलाठी म्हणून काम करताना नाहक आलेला दोष अंगावर घेऊन गाव सोडले आणि मग ते प्रगटले ते आंदोलनाचे नेते म्हणूनच. 'आलाऽऽ आला नाना पाटील आलाऽऽ' ही त्या कुंडलपासूनच्या सर्व परिसराची गर्जना ठरली. नाना पाटील यांना पाहण्यासाठी प्रचंड गर्दी जमू लागली आणि जत्रेत शड्डू ठोकून नाना पाटील येऊ लागले. तेव्हा 'वाऽ रं वा माझ्या ढाण्या वाघा!' असे लोक बोलू लागले. खऱ्या अर्थाने एक मर्द वाघ अशीच त्यांची प्रतिमा उभी राहिली. त्यांच्या रांगड्या भाषणाने लोकांना मोहित केले आणि एक दिवस हा ढाण्या वाघ मुंबईत येऊन स.का. पाटील यांच्या सभेत सलग पाऊण तास बोलला. तेव्हा ते कुणीही नव्हते; परंतु, त्यांनी मुंबईची ही सभा जिंकली.

तुरुंग, स्वातंत्र्याची चळवळ या दोन वाटांनी निघालेल्या क्रांतिसूर्य नाना पाटलांच्या जीवनाची उत्तरकहाणी अतिशय रोमहर्षक आहे. वडिलांच्या मृत्यूनंतर पोलीस पहारा बसलेला असताना नाना पाटील आपल्या वडिलांचे उत्तरकार्य करून जातात आणि पोलिसांच्या बाचंही उत्तरकार्य करून गेले असे लोक सांगतात, तेव्हा ब्रिटिश साम्राज्यशाहीला या मर्द माणसाने किती खिळखिळे करून टाकले आहे, याची लोकांना कल्पना येते. पहाटे कोंबड्याने बांग दिल्यावर जात्यावर म्हटल्या जाणाऱ्या ओव्या बदलतात आणि स्त्रिया 'ओवी तेची मी गाईन, तुरुंगामंदी जाऊन स्वराज्य मी मिळवीन' असे गाऊ लागतात. सातारा जिल्ह्यामध्ये झालेले हे परिवर्तन इतके अजब आहे की, ती हकिगत वाचून कादंबरीपेक्षा सुरम्य असे आपण वाचतो आहोत हे जाणवते. एकदा त्यांना पोलीस पकडण्यास येतात तेव्हा एक बाळंत झालेली स्त्री त्यांना साडी नेसवून आपले लहान बाळ देऊन आपल्या बाजेवर झोपविते व स्वत: दरवाज्यात उभी राहून पोलिसांना परतवून लावते. ही हकिगत तर जबरदस्त आहे. चळवळीसाठी पैशांची गरज होती, त्यासाठी त्यांनी ज्या गाड्या लुटल्या आहेत, त्यांचीही हकिगत या कादंबरीत आली आहे. त्यांचे सहकारी जी.डी. लाड प्रत्येक ठिकाणी येतात. त्यांनी आपले आत्मचरित्र लिहून ठेवले आहे, असा उल्लेख लेखकाच्या प्रस्तावनेत आहे, तरी ते प्रसिद्ध व्हावयास हवे. प्रतिसरकारचा संपूर्ण इतिहास लोकांपुढे यावयास हवा. काहींनी तो लिहिलाही आहे; परंतु एकत्रित स्वरूपात तो वाचकांसमोर जर आला नाही तर कालांतराने त्यामधील गैर कोणते व अतिशयोक्त कोणते असा प्रश्न उभा राहील. लेखकाने परिश्रमपूर्वक व अनेकांच्या मुलाखती घेऊन हा चरित्रग्रंथ लिहिला आहे, त्याबद्दल त्यांचे मनःपूर्वक अभिनंदन आणि सुधारित आवृत्तीस माझ्या शुभेच्छा!

– माधव गडकरी

क्रांतिसिंहाच्या गुहेत

माझे कोल्हापूरच्या न्यू कॉलेजातील दिवस अनेक सुखदुःखांच्या धाग्यांनी विणलेले. भावी आयुष्यावर गडद छाया उमटविणारे. याच काळात मी आणि प्रिय बंधू विलास पाटील, दोघांनी इंग्रजी आणि मराठी वाङ्मयातील उत्तमोत्तम पुस्तकांचा फडशा पाडला. आचार्य अत्रेंची नाटकेच्या नाटके तोंडपाठ होती तेव्हा! आचार्यांचेच 'आषाढस्य प्रथम दिवसे' हे पुस्तक एकदा सहज वाचनात आलं, त्यातील 'महाराष्ट्राचा माळकरी मार्क्सवादी' हा लेख वाचला आणि खडबडून जागा झालो. सातारचे सेनानी नाना पाटील यांच्या जीवनावरील तो एक अप्रतिम लेख होता. लहानपणी ऐकलेल्या क्रांतिसिंहाच्या अनेक कथा डोळ्यांसमोर उभ्या राहिल्या. महात्मा गांधीजींच्या १९३० च्या 'जंगल सत्याग्रहा'ने पावन झालेल्या सातारा जिल्ह्यातील बिळाशी हे क्रांतिकारक गाव. बिळाशी हे माझे आजोळ आणि जन्मगावही. त्या गावचे थोर क्रांतिकारक गणपतराव पाटील हे कौटुंबिक स्नेही. त्यांच्याकडूनही सातारा क्रांतीच्या अनेक गोष्टी ऐकलेल्या. तात्पर्य, क्रांतिसिंह घर नव्हे, तर अगदी देवघरातले वाटले. मी त्यांच्यावर अभ्यास सुरू केला.

तेव्हा बी.ए.च्या शेवटच्या वर्गात शिकत होतो; पण कॉलेजला बऱ्याच वेळा दांड्या देऊन सातारा जिल्ह्यातून कधी एस.टी. तर कधी पायी दौरे सुरू केले. बाबूराव चरणकर, पांडू मास्तर, नाथाजी लाड, किसन वीर यांच्याबरोबरच कुंडलचे महान क्रांतिकारक या सर्वांच्या भेटीने मी अक्षरशः बहरून गेलो. माझ्या अभ्यासाच्या काळजीपोटी माजी कुलगुरू बॅ.पी.जी. पाटलांनी दम भरला; पण प्रस्तुत विषयाबाबतचा माझा ध्यास पाहून त्यांनीही मार्गदर्शन सुरू केले. त्यातच क्रांतिसिंहांचे नातू प्रा. विलासराव पाटील यांनी अनेक जुन्या वृत्तपत्रांची कात्रणे पुरवली; अंक दिले. डॉ. मोरे यांनी मुंबई मराठी ग्रंथसंग्रहालयाचे ग्रंथपाल श्री. अच्युत तारींची भेट घालून दिली. या ग्रंथालयात अनेक जुनी वृत्तपत्रे चाळता आली. विशेषतः 'मराठा' आणि

'नवयुग'ने क्रांतिसिंहांची उत्तरार्धातील एक प्रकारे दैनंदिनीच पुरविली. या प्रकल्पात झालेला शेकडो मैलांचा प्रवास, भेटलेली अगणित माणसे, पाहिलेली नानाविध गावे साऱ्याच काही अभूतपूर्व गोष्टी!

क्रांतिसिंहांनंतरचा त्यांचा मुलूख मी प्रत्यक्ष पायांखाली घातला. साऱ्या दशदिशाच बदललेल्या दिसल्या. या भूमीतच एकेकाळी क्रांतीचे पीक आले होते का? हा प्रश्न मनाला भिडावा एवढा हा बदल होता. क्रांतिसिंह नाना पाटलांना महाराष्ट्र एवढ्या लवकर विसरला का? हा प्रश्न मनात उभा राहतो. त्यांच्यावर अशी किती शब्दफुलं वाहिली गेली? किती स्मृतिमंदिरे उभारली गेली? वाचकांना धक्का बसेल कदाचित – मी क्रांतिसिंहांच्या घरी जेव्हा प्रत्यक्ष भेट दिली; तेव्हा त्यांचे सख्खे म्हातारे भाऊ श्री. दादा पाटील भारावून गेले. ठिगळ जोडलेल्या पैरणीने ते काठीचा आधार घेत उभे होते. त्यांच्या पाठीमागे त्यांचं जुनाट घर; जुन्यातला फाटकातुटका पत्रा, त्यावर उसाचा पाला, असं कसंबसं अंग धरून उभं राहिलेलं घर. ज्या समाजक्रांतिकारकाने राष्ट्रासाठी आयुष्याचा होम केला, त्याला ही मधुर फळं यावीत का?

कदाचित तुम्ही-आम्ही दीडवितीच्या पोटाची काळजी असणारी माणसं नानांना विसरू; मात्र शिवप्रभूंच्या ज्या सच्च्या मातीने त्यांना जन्म दिला, ती ते कसं विसरेल? चर्चिलसारख्या साम्राज्यवाद्यांच्या निळ्या डोळ्यांत धूळ फेकणारे नाना, सत्यशोधकांसाठी, देशासाठी घरावर निखारे ओतणारे नाना, कर्मवीर दादासाहेब गायकवाडांच्या खांद्याला खांदा लावून दलितांसाठी खराटा उचलणारे नाना, संयुक्त महाराष्ट्राच्या बुलंद आवाजाची बेधडक तोफ नाना, लोकसभेत मराठी मायबोलीचा उच्चार करून फड जिंकणारे नाना – ही एका साध्या शेतकऱ्याच्या पोराची अनंत रूपे विसरायला महाराष्ट्रमाती बेइमान निश्चितच नाही. स्वातंत्र्यानंतर क्रांतिसिंह डाव्या चळवळीकडे झुकले; त्यामुळे त्यांच्या कार्यावर पडदा टाकण्याचा अयशस्वी प्रयत्न झाला. पण त्याला आताशी वाचा फुटते आहे. त्याचा अल्पस्वल्पसा प्रयत्न म्हणून जरी माझी ही चार पाने उपयोगी पडली, तरी मी स्वतःला धन्य समजतो.

दुसरी एक गोष्ट स्पष्टच करायला हवी. १९४२ च्या सातारा क्रांतीचा इतिहास तसा विस्तृतच आहे. या क्रांतिकार्यात किसन वीरांचा सातारा, वसंतदादांचा पद्माळे, बाबूराव चरणकरांचा आणि गणपतराव पाटलांचा बिळाशी, बर्डेगुरुजींचा वाटेगाव असे अनेक भूमिगत क्रांतिकारकांचे संघ होते. या सर्वांना मिळून 'सातारी चळवळ' म्हणता येईल. तथापि, प्रतिसरकारचा कुंडल संघ हा सर्वांत जोरकस होता. क्रांतिसिंह आणि अप्पा लाड यांनी कुंडल ही या सरकारची राजधानीच बनविलेली. कादंबरी लिहिताना जी.डी. लाडांचे आत्मचरित्र *(अप्रकाशित)* वाचनात आले. त्याचा मला चांगलाच उपयोग झाला. या चरित्रात्मक कादंबरीची मुख्य उभारणी क्रांतिसिंहांच्या जीवनचरित्रावरच असल्याने कुंडल संघ प्रभावी दिसणे हे

सहज शक्य आहे. त्या काळातील नानांबद्दलच्या लोककथा, पोवाडे, ओव्या आदी गोष्टींचा उपयोगही मला चांगला झाला.

पुस्तक प्रकाशनाबाबत प्रा. मधुकर वेदांते यांनी दाखविलेला उत्साह भावी लिखाणाच्या दृष्टीने उत्तेजित करणारा आहे. निळूभाऊंनी *(निळू फुले)* कादंबरीचे आत्मीयतेने केलेले वाचन हे त्यांच्या मोठेपणाचे प्रतीक! कादंबरीचे लेखन चालू असता ताजी प्रकरणे वाचावयास मिळावीत, म्हणून माझ्याबरोबर रात्ररात्र जागणारा माझा मित्र कै.प्रा. अरुण चव्हाण डोळ्यांसमोर उभा राहतो. छापील प्रतीचा पहिला वाचक होण्याची त्याची इच्छा अपुरी राहावी, या कल्पनेने मन गलबलून येते. प्रा.डी.यू. पवारांनी माझ्या लेखनापाठीमागील प्रेरणा अखंड जितीजागती ठेवली. शिवाय प्रिय बंधू सुरेश, ज्ञानेश्वर मुळे – आयएफएस, बाळ घेवारे, बाळासाहेब घोडेस्वार, प्रभाकर चव्हाण आणि शिवाजी पेठेतील तमाम सहकारी, ॲड. प्रकाश आंबेकर, अशोकचंद्र क्षीरसागर असे माझ्या प्रगतीसाठी स्वत:ला अनेकदा संकटात टाकणारे, माझ्या जिवाला जीव देणारे असंख्य सहकारी पाहिले म्हणजे जगण्यात मौज वाटू लागते. सर्वांची नोंद पानाअभावी घेणे शक्य नाही; पण त्या सर्वांच्या प्रेमखुणा हृदयपटलावरून पुसणं केवळ अशक्य आहे.

विश्वास पाटील

कोल्हापूर, १ जानेवारी, १९८४

सुधारित आवृत्तीची प्रस्तावना

'क्रांतिसूर्य' ह्या कादंबरीचे उदंड वाचकांनी जे अपार कौतुक केले, त्यांचा मी मनापासून ऋणी आहे. १९८४ साली इस्लामपूर येथे भरलेल्या दक्षिण महाराष्ट्र साहित्य संमेलनाच्या निमित्ताने घेतलेल्या कादंबरी स्पर्धेत 'क्रांतिसूर्य' कादंबरी सर्वोत्कृष्ट ठरली. रणजित देसाई यांच्या हस्ते इस्लामपूरकरांनी हा पुरस्कार देऊन माझा गौरव केला. आता सुधारित आवृत्तीची जोखीम 'मेहता पब्लिशिंग हाऊस'च्या श्री. सुनील मेहता यांनी उचलल्याबद्दल मी त्यांचा ऋणी आहे. मराठमोळ्या क्रांतिसिंहाची ही कहाणी डॉ. अक्षय महंती या समर्थ साहित्यसेवकाने नुकतीच उडिया *(ओरिसा)* भाषेत भाषांतरित केली आहे. त्यांचेही मनापासून आभार मानतो. सौ. चंद्रसेना आणि कु. प्रियदर्शिनी यांच्या सहकार्यामुळेच माझी साहित्यसेवा अखंड राहिली आहे.

विश्वास पाटील

शिवाजी पार्कचं मैदान लोकांनी तुडुंब भरलं होतं. अरबी सागरासारखा जनसागर एकवटलेला होता. मुंबई महानगरपालिका आज क्रांतिसिंह नाना पाटलांना मानपत्र अर्पण करणार होती. गांधीजींच्या आवाहनानुसार सर्व भूमिगत क्रांतिकारक प्रगट झाले होते. प्रतिसरकारचे नायक नाना आणि त्यांचे शूर सहकारी महाराष्ट्र-प्रेमाचा पाहुणचार घेत होते. सातारा, कोल्हापूर, विदर्भ, मराठवाडा सगळीकडे लोकांनी प्रतिसरकारला अक्षरश: डोक्यावर घेतले होते.

मुंबईचा हा सोहळा पाहण्यासाठी कष्टकरी वर्ग मोठ्या प्रमाणावर जमला होता. परेल, लालबाग आणि गावखातेवाले तर सर्वांत पुढची जागा धरून बसले होते. दहा बाय दहाच्या खोलीत आयुष्यभर चपाती भाजून पाठीचं धिरडं करणाऱ्या सातारकरणी आज प्रथमच बाहेर पडल्या होत्या. आपला बेचाळीसच्या क्रांतीचा झुंजार नायक पाहायला मिळणार म्हणून घाटीमामा तर चेकाळूनच गेले होते.

मास्टर विनायकांनी स्वत: लक्ष घालून व्यासपीठ सुशोभित केलं होतं. व्यासपीठाच्या आजूबाजूला बरेच खादीवाले इकडेतिकडे करीत होते. लोकांच्या उत्साहाला उधाण आलं होतं. बऱ्याच जणांनी नानांना अजून पाहिलं नव्हतं. त्यांच्या पराक्रमाची गाथा ऐकली होती. नंदुरबारजवळचा पाच लाखांचा खजिना कसा लुटला, बिचूदजवळ खजिन्याची रेल्वे घाटात कशी अडवली, वारणेकाठच्या समाजकंटक गुंड-मवाल्यांना कसं ठोकून सुतासारखं मऊ केलं, एक ना हजार, आपापसांत या गोष्टी चाललेल्या. एवढ्यात माईकवाला पोऱ्या ओरडला, "आलेऽऽ, क्रांतिसिंह नाना पाटील आले! आचार्य अत्रे आले! सातारी क्रांतिकारक आलेऽऽ!"

व्यासपीठाच्या बाजूने शे-दोनशे कार्यकर्त्यांचा घोळका आत घुसला. लोक उठले. यातले नाना कुठले, याचा शोध घेऊ लागले. पाठीमागचे पुढच्यांना, 'अगा येऽ बसा, बसा,' म्हणून ओरडू लागले. सभेभोवतालचे गोरे शिपाई बावरले. आपल्या हातातल्या लाठ्या सावरून पवित्र्यात उभे राहिले. 'बसाऽ बसाऽ' माईकवाला पोऱ्या जोरात ओरडला. दोन-तीन पुढारी खाली बसण्याची खूण करू लागले, तेव्हा कुठे निम्म्या-अर्ध्यात उभे राहिलेले काही लोक खाली बसले. एकाने माईक आपल्या हाती हिसकावून घेतला आणि ओरडू लागला,

"महात्मा गांधी की–"

“जय!” सारा शिवाजी पार्क प्रतिध्वनीने गरजला.

“बाबू सुभाषचंद्र बोसांचा– ”

“विजय असो!”

“क्रांतिसिंह नाना पाटलांचा– ”

“विजय असो!”

बगळ्याच्या पंखासारखी पांढरीखड पुढारी मंडळी व्यासपीठावर स्थानापन्न झाली. एक खादीवाला प्रास्ताविकाचं बोलू लागला. सारी सभा चित्रागत चिडीचूप झाली. शांतपणे बसून राहिली. मानपत्र अर्पण करण्याचा मुख्य कार्यक्रम संपला. जवळजवळ गाडीभर हार व्यासपीठावर जमा झालेले. त्या हारतुऱ्यांत नाना हरवून गेले. कुठले नाना हे ओळखूच येईना. एवढ्यात नाव पुकारलं – “आचार्य अत्रे.”

अत्रेंचा तो ताडमाड सहा फूट देह माइकपुढे उभा ठाकला. सगळीकडे खसखस पिकली. लोकांनी टाळ्यांचा प्रचंड कडकडाट केला. एक हात कमरेवर आणि दुसरा उंच, अशा दिमाखात अत्रे बोलू लागले, “मित्रहो, मर्दाचे पोवाडे मर्दांनीच गायचे असतात आणि त्याच कामासाठी तर मी इथे उभा आहे. मित्रहो, इंग्रजांच्या राज्यावर कधीही सूर्य मावळत नाही, हे गेल्या अनेक वर्षांपासून आपण ऐकत आलो आहोत; पण ही धादांत खोटी गोष्ट आहे; कारण साताऱ्यात प्रतिसरकार स्थापन करून या इंग्रजांच्या सूर्याला नेस्तनाबूत करणारा आणि साम्राज्यवादी चर्चिलच्या निळ्या डोळ्यांना भुरळ पाडणारा या महाराष्ट्रात एकच एक सिद्ध पुरुष जन्मला. ज्याचं नाव आहे – नाना पाटीलऽऽ...”

आचार्यांच्या या वाक्याबरोबर परत टाळ्यांचा कडकडाट झाला. आचार्य सांगू लागले, “गांधीजींच्या ‘चले जाव’ आदेशानंतर नाना पाटलांनी साताऱ्यात इंग्रजांची डाळ शिजू दिली नाही. सर्व साताराच इंग्रजांविरोधी पेटून उठला. नानांनी जनतेचं प्रतिसरकार स्थापन केलं आणि इंग्रजांची होतीनव्हती ती सारी अब्रू घालवली. नाना पाटलांसारख्या एका खेड्यात जन्मलेल्या, अगदी बेतास बेत शिक्षण घेतलेल्या या माणसानं...”

आचार्य आवाज चढवून बोलत होते. सातारी क्रांतिकारकांच्या शौर्यकथा ऐकवीत होते. ते अफाट पराक्रम ऐकून मुंबईकर अवाक होत होते. आचार्यांनी नानांच्या बऱ्याच गोष्टी सांगितल्या. टाळ्यांच्या गजरात ते खाली बसले. नाना पाटलांचं नाव पुकारण्यात आलं. सारी सभा निःस्तब्ध झाली. एवढ्यात एक पैलवान गडी पाण्यातून उसळी मारून वर यावा, अशी उसळी मारून वर आला. कुस्त्यांच्या जंगी मैदानात जसा शड्डू ठोकावा, तसाच शड्डू त्यानं उभ्या व्यासपीठावर ठोकला. लगेच त्वेषानं घोषणा दिली – “छत्रपती शिवाजी महाराज की–”

“जयऽऽ” सर्वांनी प्रतिसाद दिला.

'हेच ते नाना, हेच ते नाना.' लोक आपापसांत कुजबुजले. नानांना पाहून बरेचजण आश्चर्यचकित झाले. न पटल्यासारखा चेहरा करून 'हेच होय ते?' अशा अर्थी एकमेकांकडे पाहू लागले. क्रांतिसिंह नाना पाटील म्हटल्यावर काखेला एखाददुसरी बंदूक हवी होती. गळ्यात काडतुसांची माळ पाहिजे होती आणि हा माणूस तर चक्क खादी पेहरावात. अंगावर खादीचा जाडाभरडा कुडता, कमरेला पैलवानी लुंगी आणि पायांत जाडजूड कोल्हापुरी पायताण. या सर्वांवर कळस म्हणून की काय, खांद्यावर धनगरी घोंगडं. नानांनी खड्या आवाजात बोलायला सुरुवात केली. सारेजण कानांत जीव आणून ऐकायला लागले. नाना सांगू लागले,

"हे आमा सातारी माणसांचं पीक आसंच बघा. आमी खाण्यात हयगय न्हाई करणार. वली मक्याची कणसं न्हाईतर हुरडा, आनि त्येच्यावर नदीचं झकास निवळशंख पानी एवढं मिळालं की भागली भूक. न्हाईतर ही गोरी माकडं हाईतच की, पांढऱ्या बिड्या ओढत्यात, त्येना शिगरीट का काय ते म्हनत्यात. काट्या-चमच्यानं जेवत्यात एकुंदा घास. आमी सातारी माणसं खातू रग्गड आणि देतू ताणून. सकाळी उठल्या उठल्या तांब्या घाऊंदे, न्हाईतर एकुंद्या वेळा न्हाई घाऊंदे! आनि ही गोरी माकडं, सकाळी नुसती कुतत्यात. लेको आडात न्हाई तर पोऱ्यात कसं येणार? नानांच्या या रोखठोक आणि अस्सल गावरान भाषेवर सारी सभा बेहद्द खूष झाली. हशा आणि टाळ्यांचा पाऊस पडू लागला. लालबागवाले तर टोप्या आणि फेटे हवेत उडवू लागले.

नाना पुढं बोलू लागले, "अशा या आमच्या सातारा मुलखात धनाजी-संताजीनं पराक्रमाची 'पोळी' पिकवली. त्यातच गांधीमहाराजांनी इंग्रजी साहेबाची 'होळी' करायला सांगितली. मग 'गोळी' लागली तरी आमी मागं बघतु का काय? तुमास्नी ती तुकोबा महाराजांची गोष्ट म्हाईत असंलच. लै मोटा माणूस. आपलं शिवाजी महाराज त्येंचं अभंग ऐकायला येणार. एकदा सुगावा लागला की मोंगलास्ना. तुकोबाच्या कीर्तनाला बसलेलं आपलं महाराज. मोंगल आलं धरायला आणि काय आक्रित झालं – परतेक माणसात मोंगलास्नी शिवाजी दिसायला लागला. पकडा लेकानू कुणाला पकडताय ते. तसंच स्वराज्याचं कीर्तन आमच्या गांधीमहाराजांनी चालू केलंय. इंग्रजाला पकड म्हणावं कुणालाबी, परतेक माणसाचा गांधी झालाय – या स्वराज्यासाठी!"

हे उदाहरण श्रोत्यांच्या डोक्यात जसंच्या तसं बसलं. एकाएकी नाना भारावून गेले, त्यांना गदगदून आलं. पापणीच्या ओल्या कडा पुशीत ते म्हणाले, "बांधवानू, स्वराज्य आता लवकरच यील. काँग्रेस ही आमची आय. ह्या आयचं हे अमृतागत ग्वॉड दूध स्वराज्यात सगळ्यास्नी चाखायला मिळू दे. ते जसंच्या तसं गोरगरिबाला दिवूया. ह्या दुधात कुणी मीठ टाकलं, माती कालीवली तर त्येला भारतमातंच्या

रक्ताची आण हाय रंऽऽ''

भारावलेले नाना खाली बसले. सभा संपली. शिवाजी पार्कवर एकवटलेला अरबी समुद्र फुटला. मुंबईच्या गल्लीबोळांत भरून वाहू लागला. घाटी लोकांनी नानांना गराडा घातला. हारावर हार अर्पण केले जाऊ लागले. नाना जनसामान्यांच्या शुभेच्छांनी भारावून गेले. बरीच ओळखीची माणसं भेटू लागली. नाना प्रत्येकाची काळजीनं विचारपूस करू लागले. त्यांच्या भोवतालची गर्दी काही कमी होत नव्हती. दोघा कार्यकर्त्यांनी नाइलाजानं नानांना आवरलं.

हातातले थोडे हार सावरीत नाना इतर कार्यकर्त्यांबरोबर मोटारीत बसले. हारांकडं पाहत असतानाच त्यांच्या मनाची चाकं भूतकाळात धावू लागली. गेल्या चाळीस-अठ्ठेचाळीस वर्षांच्या प्रवासाचा वेध घेऊ लागली. आपण आलो कुठून – जाणार कुठे? त्यांची नजर मच्छिंद्रगडाच्या माथ्यावर खिळली. तेथून त्यांनी पूर्वेकडं पाहिलं. त्यांचा येडेगाव त्यांना दिसू लागला. कुठलं 'येड' घेऊन आपण 'येडे' झालो, याचा ते विचार करू लागले.

* * *

उनाचा रट चाललेला. अंगावरून घामाच्या धारा वाहत होत्या. बाराबंदी आणि पैरणी घामानं डबडबलेल्या. पायाच्या पापुद्र्यांना चटके बसायला लागलेले; पण पंढरीची वाट चालणारी पावलं अडखळत नव्हती. मृदंग आणि टाळ पायांच्या ठेक्यावर आवाज देत होते. सारी दिंडी जयघोष करीत होती –

''विठ्ठल विठ्ठल जय हरी विठ्ठल!''

गावातले प्रसिद्ध वारकरी पुढच्या अंगाला होते. बायकापोरं पाठ धरून चालली होती. गोजराबाईचा नातू मात्र पाठीमागं थांबला नव्हता. हातात पताका घेऊन तो थोरामोठ्यांबरोबर चालला होता. एवढासा नऊ-दहा वर्षांचा पोर; पण पंढरीच्या वाटेवर काळ्याचे पांढरे झालेल्या वारकऱ्यांबरोबर चालत होता. डोईला फाटकातुटका पटका, चांगली गुडघाभर लांब पैरण आणि कमरेला गुंडाळलेलं धोतर. त्याच्या पायांत नेहमीगत पायताण नव्हतं. रस्त्यावरचा फुफाटा निम्म्या पायांवर पसरलेला. गेले पंधरा दिवस चालून-चालून फुफाट्याची आणि पायांची दोस्ती जमलेली. एवढ्यात एक वारकरी बोलला,

''अगा ये नाना वारकरी, पंडरी जवळ आली बघ. घे देवाचं नाव.''

कमरेचं धोतर वर ओढत नाना बेंबीच्या देठापासून ओरडला, ''बोला पुंडलिक वरदा हऽरी विठ्ठल, पंढरीनाथ महाराज कीऽऽ''

सारी दिंडी नानाकडं कौतुकानं पाहू लागली. पाटलीण बायकांच्या घोळक्यातून चाललेली. डोईवरचं गठुळं सावरीत ती नातवाकडं अभिमानानं बघायला लागली.

शेजारच्या बायका म्हणाल्या, "पाटलिणी, घरच्या लोकांची वहिवाट चालवणार बरं का तुझा नातू. मोठा वारकरी हुईल." समोरची वळणाची वाट पार करून दिंडी पुढं झाली. पंढरपूर दिसू लागलं. नानाचं मन आनंदानं भरलं. उड्या मारीत तो आजीला सांगू लागला,

"आजे, पंढरी आली पंढरी. आये, आपुन आजच्या आज देवाला भेटायचं नव्हं का?"

"व्हय."

दिंडी एकदाची पंढरपुरात आली. सारी पंढरी विठ्ठलनामानं भारून गेलेली; दिंड्यापताका, अबीरबुक्का, टाळमृदंग यांनी पंढरी नुसती पिकून गेलेली. नाना आजीच्या पदराला धरून गर्दीतून वाट चालू लागला. गर्दीमुळं माणसं एकमेकांच्या अंगावर पडत होती. चेंगराचेंगरीत जीव बेजार होत होता. येड्याची दिंडी वास्करबुवांच्या मठात उतरली. वारकऱ्यांनी आपापलं साहित्य लावून घेतलं. आजीनं नानाला वास्करबुवांच्या पायांवर घातलं. बुवा चिमण्या नानाला कौतुकानं न्याहाळू लागले. बुवांचं दर्शन झालं. आजीला बरं वाटलं. घरातल्या थोरल्या मुलाला वास्करबुवांची माळ घालायची रीतच घराण्यात होती. गोजराईनं ती नानाच्या गळ्यात अडकविली. वारकऱ्यांनी शिळ्या दशम्या सोडल्या. दशम्यांवर माठातलं गार पाणी मारून नाना उठला. वारकरी मठातून बाहेर पडले.

आयाबायांच्या घोळक्यातून गोजराई चालू लागली. सोबत नाना होताच. बत्ताशे, चिरमुरे, कांड्या यांवर नानानं जोर दिला. गर्दीतून तो चेंगरला जात होता. आजी वर उचलून घ्यायला लागली, तेव्हा नाना येईना. एवढ्यात एक माणूस त्यांच्या अंगावर रेलला. नाना ओरडला, "अगा येऽ तुला कुठं काय दिसतं का न्हाई? बारक्या पोराच्या अंगावर येतूस ते." आजीनं हाताला हिसडा मारून त्याला पुढं ओढला. देवदेवता करीत इकडंतिकडं फिरणं सुरू झालं. नाना सगळीकडं आ वासून पाहू लागला. जत्रेतले नाना खेळ, रागरंग न्याहाळू लागला. गमतीजमती पाहू लागला.

अख्खी तलवार तोंडात घालून एक माणूस नाचत होता. त्याच्याभोवती गर्दी झालेली. नाना ती गंमत मोठ्यानं हसत पाहू लागला. त्यानं बाजूला एकदम भर्रकन पाहिलं. आजी कुठेही दिसेना आणि गाववाले नाहीत. नानाची पाचावर धारण बसली. तो मोठमोठ्याने "आजेऽऽ आजेऽऽ" करून ओरडायला लागला. पोरगा कुणाचा चुकला म्हणून काही माणसे त्याच्याभोवती जमली. 'काय झालं?' म्हणून विचारू लागली. नाना सर्वांना सांगू लागला, "माजी आजी कुठं चुकली वो. तुमाला दिसली का ती?" आजीच्या शोधात नाना इकडेतिकडे सैरावैरा धावू लागला. आजीचा शोध घेऊ लागला; पण कुठंही दूम लागंना. एका हवालदाराचं नानाच्या रडण्याकडं लक्ष गेलं. पुढे होऊन तो त्याला दरडावू लागला,

"का रे पोरा, काय झालं रडायला?"

"माजी आजी चुकली."

"आं, आजी चुकलीऽऽ" हवालदार खो खो हसत विचारू लागला, "आजी चुकली का तू चुकलास?"

"मी कशानं चुकतोय? मी इथंच हुतो. आजीच कुठं गेली."

"चल ठाण्यात."

"मग आजीला कोण शोधणार माज्या?"

"चल रं, आमी शोधतो." हवालदारानं दरडावलं.

नाना ठाण्यात खुळ्यासारखा बसून राहिला. बाहेर रस्त्यावरच्या गर्दीकडं आशेनं पाहू लागला. तास दोन तास झाले. आजी नानाच्या मागावर आली. आजी समोर दिसताच तो तिच्याकडं धावला. गोजराईनं त्याला पोटाशी धरलं आणि पटापट मुके घेतले.

"सापडली का रे तुझी आजी?" हवालदार.

"व्हय. ही काय हाय." नाना.

आजीनं नानाला उचलून घेतला. त्याच्या चेहऱ्यावरून हात फिरवीत ती बोलली, "आरं गुलामा, आज घावला नसतास तर मी कुणाच्या तोंडाकडं बघणार हुते रं?"

विठोबाचं दर्शन घ्यायचं होतं. देवाच्या दर्शनाला कोसभर पाळी लागलेली. उभा राहून राहून पायांत रक्त आटायची वेळ आली. एकदाची आजीची पाळी आली. त्या तोबा गर्दीत नानाची चिरड होत होती. म्हणून आजी त्याला सावरीत होती. आजी दर्शन घेऊन झटकन बाजूला झाली. नानानं विठोबाकडं हर्षभरित नजरेनं पाहिलं. दोन हात कमरेवर ठेवून उभ्या राहिलेल्या देवाची त्याला गंमत वाटली. तोही कमरेवर हात ठेवून ऐटीत उभा राहिला. इतक्यात बडव्यानं त्याला पुढं ढकलून दिलं. नाना तोंडावर पुढं पडायचाच. एवढ्यात आजीनं सावरला. नानाने गर्रकन मागे वळून चिडक्या चेहऱ्यानं बडव्याकडं पाहिलं. जाता जाता तो आजीला विचारू लागला,

"आये, त्येनं मला का ढकललं ग?"

"आरं, दुसऱ्या माणसांना दर्शन नगं का?"

"पण मी नुसता देवाला बघीत हुतो. तोवर या बडव्यानं का भडव्यानं, का ढकललं ग?"

"आरं बाळा, त्यो देवाचा भगत हाय."

"भगत म्हणजी?"

"त्यो देवाची आनि आपली गाठ घालून देतो."

"आसु दे आसु दे..." नाना फणफणत बोलला, "त्यो देवाचा माणूस

असायला देव का त्येच्या 'बा'चा हाय का? आमी आमच्या देवाला भेटू, न्हाई तर न्हाई भेटू, हेला मधी दलाली कराय कुणी सांगितलं गा?''

*　　　　　　*　　　　　　*

हातामध्ये गलोऱ्या आणि गोफणी घेऊन वानरांची फौज बाहेर पडली होती. आता सुट्टीचे दिवस होते. घरात फारसं कामधाम नव्हतं. रातीचा भाकरतुकडा घशाखाली करून सारीजण डोंगराच्या वाटेला लागलेली. पाटलाचा नाना आणि मोहित्याचा बाबू सर्वांपुढे धावत होते. नाना अंगापिंडानं पीळदार आणि गुबगुबीत; त्यामुळं सारी पोरं त्याला वचकून असायची. एखाद्याचं काय चुकलं तर नाना ठोसा लगावायला मागंम्होरं पाहायचा नाही. त्यात तो अलीकडं तालमीत जात होता. आजी तांब्यानं दूध पाजीत होती. नानाला अधिकच बाळसं चढत होतं.

वानरसेना एकदाची ओढ्याच्या काठी आलो. उन्हाळ्यानं ओढा बोंबिलासारखा सुकलेला. गलोऱ्या घेऊन पोरं पाखरं टिपायला लागली. बाबू आणि नाना झाडांच्या शेंड्यावर चढू लागले. लाव्हरीची अंडी शोधू लागले. कुसपातल्या जाळ्या उदसू लागले. एवढ्यात एक पोरगं ओरडलं, ''अरं मव्हू मव्हूऽऽ'' सारीजणं त्याच्याकडं धावली. नानानं सर्वांना हालचाल न करण्याची खूण केली. भुईला पालथं पडून समोरच्या जाळीतला मधाचा पोळा अजमावला. कशाचीही पर्वा न करता तो जाळीत घुसला. जाळीच्या बुडाशी बसून त्यानं पोळा न्याहाळला. कमरेचं धोतर फेडलं आणि डोईवर बचावासाठी पांघरलं. एकदम हात घालून खालून पोळा ओढला. मधमाशा रँव रँव करीत वरच्या वर उडून गेल्या. लढाई जिंकल्यागत नाना नाचत धावत बाहेर आला. साऱ्या पोरांनी त्याच्याभोवती मढंमिठ्ठी टाकली. नाना पोळा बाजूला करून ओरडला, ''लेको, देवाला निवद दावल्याशिवाय कसं खायचं?''

नानाचा विचार सर्वांना पटला. सारी पोरं मच्छिंद्रगडावर चढली. मधाचा पोळा मच्छिंद्राच्या पुढ्यात ठेवून नानाने देवाला साष्टांग नमस्कार घातला. पोरं भोवती गोल करून बसली. एवढ्यात पोळ्यात बसलेल्या दोन दडग्या माशा धावून बाहेर आल्या. नानाच्या गालाला कडाडून चावल्या. त्यानं हात मारून माशा तिथल्या तिथं चिरडल्या; पण माशा चावल्याजागी टरारून दोन पुरळ उठलेच. सर्वांच्या हातावर नानाने मध पिळला. तळहात चाटीत पोरं डोंगरावरून कोकरागत उड्या मारीत खाली उतरली.

आता उन्हं उतरली होती. दिवस पश्चिमेकडं बराचसा कलला होता. उड्या मारीत पोरं चाललेली. एवढ्यात वाटेवरून एक साप वळवळत गेला. एक पोरगं ओरडलं, ''अरं, सापऽ सापऽऽ'' सारी पोरं 'साप साप' करून मागे लागली. पोरांच्या गलक्यानं ते किरडू जीव घेऊन धावू लागलं. पोरं मागं धावू लागली. समोरच्या पिंपळाच्या बुंध्यात साप घुसू लागला. एवढ्यात नानानं झडप घातली. सापाची शेपटी जाम

धरली. पोरं चटकन दोन पावलं पाठीमागं झाली. सापानं आपलं बहुतेक अंग बिळात घुसवलं होतं. शेपटी तेवढी बाहेर होती. नाना ओढत होता; पण साप बाहेर येईना. काही पोरं धिटाईनं पुढं झाली. दुसरा एकजण पुढं झाला. नानाला मदत करू लागला. तरीही साप बाहेर येईना. नानानं जरा डोकं खाजवलं आणि तो ओरडला, "ए बबन्या, जरा लंगोट फेड रं." बबन्यानं लंगोटा फेडून दिला. नानानं लंगोटाचा दोरीसारखा वापर करून जाम गाठ सापाच्या शेपटीला बांधली. सारी पोरं टाळ्या वाजवू लागली. नाना ओरडला, "लेकानू, बघता काय? ओढा की." तिघं-चौघंजण लंगोट ओढू लागली. एवढ्यात तटकन आवाज झाला. काय होतंय हे कळायच्या आत ओढणारी पोरं जमिनीवर धाडकन आदळली. नानाचं नाक फुटलं. साप गेला, पण शेपूट राहिली. नानानं पैरणीनं नाकाचं रक्त पुसलं. शेपटीचा तुकडा घेऊन तो नाचू लागला. उरलेली पोरं 'डांग टिंग टिंगा की, टिंगऽ टिंगाऽऽ' करीत पुढं नाचत चालली.

दिवस मावळायला गेलेला. पोरं नाचत चाललेली. एवढ्यात, 'नानाऽ नानाऽ नाऽऽ ना' अशा दोन-चार हाका ऐकू आल्या. पोरं ओरडली, 'अरं रामजीबाबाऽ रामजीबाबाऽऽ' रामजीबाबा आल्याचं कळताच सारी पोरं सुसाट पळाली. नानानं शेपूट झटकन बाजूला फेकलं. रामजीबाबा जवळ आले. नानाची मान मोडल्यागत झाली. त्याच्या नाकाजवळ रक्त पाहून रामजीबाबा चरकले.

"काय रं, काय झालं हे?"

"काय न्हाई, पडलू."

रामजीबाबांनी नानाच्या हाताला धरून ओढलं. काही न बोलता ते झपाझप पावलं टाकीत शेताकडं निघाले. दिवस मावळला होता. गोजराईनं रानातलं काम आटोपलं होतं. रामजीबाबा नानाला घेऊन आल्याचं पाहिल्यावर तिला हायसं वाटलं.

"बाळा, दुपारी जेवायला आला न्हाईस?"

"…. ….. …"

"रानातनं हुदूड्या कुणी मारायच्या?" रामजीबाबा म्हणाले, "बघ की, नाक कसं फोडून घेतलंय."

गोजराईनं नानाला जवळ ओढलं. पदरानं त्याचं नाक पुसलं. गालावरचा मधमाशांचा चावा पाहून तिला एकदम भरून आलं. ती स्फुंदून स्फुंदून रडू लागली. रामजीबाबा बाजूच्या बांधावर खाली मान घालून बसले. अश्रू आवरीत गोजराई बोलली,

"आरं, तू असा तुरुळ्यासारखा हिंडायला लागलास तर आमी कुणाकडं बघायचं रं? असंच तुला नाचायचं हाय तर गरिबाच्या पोटाला का आलास? का आमच्या नावाला काळं फासतुयास रं?"

"एक दिवस कधी बुकं घिऊन न्हाई बसला. कसा ह्यो फास हुयाचा? कसा शिकून तलाठी हुयाचा? आमचं नशीबच खोटं. आमी डोळ्यांतनं टिपं गाळून

असंच मरणार. अशीच हाडं जायाची आमची मसणात.'' रामजीबाबांचा कंठ फुटला.

''अरं, हे पाताळ तरी बघ.'' कुजक्या पत्रावळीसारखं लुगडं दाखवून गोजराई म्हणाली, ''अशी फाटकी दाळकांडं घालून मी किती दिस काढू?''

मातापित्यांची ती अवस्था बघून नाना गर्भगळीत झाला. रामजीबाबाचं रडू पाहून तो घाबरला. स्वत:ही रडू लागला. गोजराईनं त्याला जवळ ओढलं. रामजीबाबांची ती समजूत काढायला लागली.

''आपलंच प्वार हाय ते. गाय आनि आय प्वार कधी टाकायची न्हाई. नानाबी लाजलज्या असंल तर शिकंल साळा.''

''त्येनं सात बुकं शिकलं पायजे.'' बाबा म्हणाले, ''सात बुकं शिकला की त्यो तलाठी हुईल. तलाठी म्हणजी सरकारचा जावाई. मग आमास्नी कायबी कमी पडायचं न्हाई. पानी पिऊन झोपाय न्हाई लागणार. ठिगळांच्या पैरणी न्हाई घालाय लागणार. काय रं नाना, हुणार का न्हाई तलाठी?''

नानाने निश्चयाने मान डोलविली.

''आता नरसिंगपुरातली शाळा संपली. इस्लामपूरला जाया पायजी. आपला पावणा हाय तिथं. लागंल तितकं धनधान्य देतू. मी भीक मागतू. मी चाकरीला ऱ्हातू. इनामदाराचं शॅण काढतू; पर माज्या नान्या, तू शिकला पायजीस. तलाठी झाला पायजीस.''

* * *

डोळ्यांत बोट घातलं तरी काही दिसत नव्हतं. नाना पटकुरावर माशासारखा तळमळत होता. या कुशीवरून त्या कुशीवर वळत होता. गेले दोन दिवस असेच उपाशी काढले होते; पण आता पोट अगदी पाठीला लागले होते. भूक सहन होत नव्हती. पडल्या पडल्या तो अंथरुणावर बुक्क्या मारीत होता; पण या रागानं पोट भरत नव्हतं. नानाचे पाहुणे – बापू – घरात नव्हते. दुपारी कुठंतरी बाहेर गेले होते. बापूची बायको उपाशी पोटाशी तापलेल्या पोराला घेऊन बसली होती. डोळ्यांतील आसवांचा झराही आटून गेला होता. हुंदक्यांनी छातीतच कुठंतरी दडी मारली होती. दोन तान्ह्या पोरी मांडीवर अंग टाकून उपाशीपोटी झोपल्या होत्या. उठावं आणि बापूच्या बायकोकडे भाकरी मागावी असा विचार नानाच्या मनात आला. पण ती तरी भाकरी कुठून देणार? जमिनीला हात टेकीत नाना उठला, मातीच्या गाडग्यातलं पाणी घटाघट घोटलं आणि पुन्हा पटकुरावर जाऊन पडला.

आपण शिक्षणासाठी इस्लामपुरात येऊन आगीतच पाय ठेवला म्हणायचा. नानाचं एक मन रामजीबाबांना, शिक्षणाला दोष देऊ लागलं. रामजीबाबांची तरी काय चूक होती? महिन्याच्या महिन्याला ते नानाला लागणारं धान्य आणून बापूच्या घरी टाकीत होते. शेराला पायली; पण धान्यात कमी नाही. रामजीबाबा परतल्यावर

बापूची चूल चार दिवस चंगळ असल्यागत ढणाढणा पेटत होती. पुन्हा नेहमीगत सुतकी चेहरा करून तशीच उदास बसत होती. एकट्याचं धान्य कुटुंबाला किती दिवस पुरणार?

नानाचं घर काही बक्कळ तालेवाराचं नव्हतं. त्याच्यातही कपड्यांची आणि घरखर्चाची नेहमी वानवा असायची. मात्र टोपल्यात पुरेसं धान्य असल्यानं चूल कधीही बंद नसायची. इस्लामपुरात आल्यावर उपास कसा असतो, न जेवता पाणी पिऊन रात्र कशी काढायची हे गेल्या चार महिन्यांत तो चांगलाच अनुभवत होता.

'कायबी कर आनि तलाठी हू.' रामजीबाबांचे शब्द त्याच्या कानांत घर करून होते. इस्लामपूरची शाळा त्याला खूप आवडायची. शिंगटेगुरुजी लोकमान्य टिळकांच्या बऱ्याच गोष्टी सांगायचे. देशमाता, बहिष्कार आदी शब्द त्यांच्या तोंडात बसलेलेच असायचे. त्यांच्या गोष्टी नाना जीव लावून ऐकायचा. शिवाय इस्लामपुरात सत्यशोधकी मेळे व्हायचे. जुन्या रूढींवर, चालीरीतींवर कडाडून हल्ला असायचा. नाना हे मेळे न चुकवता पाहायचा. त्यातल्या गोष्टी त्याच्या जिवाला लागून राहायच्या. याशिवाय कॅडबॅड बोलणारे इंग्रजी साहेब लोकही नानाने इथेच पाहिले. इथं राहावं, शिकावं आणि एक दिवस तलाठी व्हावं ही त्याची इच्छा त्याच्या हृदयात फेर धरत होती; पण उपाशीपोटी राहिल्यावर तो जगावर वैतागत होता. असं किती दिवस उपाशी राहायचं?

दारात पावलं वाजली. बापूची बायको पोटाजवळचा गोळा घेऊन उभी राहिली. बापू आले. दोन्ही पोरी उठल्या. 'बाबाऽ बाबाऽ'' करून बापूच्या पायाला बिलगल्या. ''बाबा भाकरी आणली का?'' केविलवाण्या सुरानं धाकटीनं विचारलं. बापूने तिला पटकन उचलून घेतलं. तिच्या गालाचे पटापट मुके घेतले. धोतराच्या सोग्यातून आणलेल्या दोन भाकरी काढल्या. दोघींना जवळ घेतलं. एक भाकरी दोघींना वाटून दिली. बापूने नानालाही हाक मारली. उरलेल्या तिघांनी एक भाकरी खाल्ली. पाणी प्यायला तेवढाच आधार झाला.

''पोराच्या अंगात दुखतंया. ताप लै हाय, काड्याचा कायबी उपेग न्हाई.''

''विंग्लीस डागदाराकडं जाऊ या.''

''आनि त्येला पैसं?''

''आणल्यात चार आणं मागून.''

बापू आणि बापूची बायको लहानग्या पोराला घेऊन इंग्रजी डॉक्टरकडे गेले. नाना दोन पोरींना घेऊन झोपला. झोप कोणालाही लागेना. बराच वेळ तिघंही तळमळत होती. धाकटी पोर बोलली,

''दादा, खायाला काय तरी दी की.''

''काय दिऊ?''

''सुताराच्या परड्यात रताळं हायत बघ.''

मागचापुढचा विचार न करता नाना उठला. अंधारातच काट्याकुट्यांतून घुसला. गपागपा वेलासह रताळं उपटली. येता येता अंधारात वेल टाकले. तिघांनी चार-चार रताळी खाल्ली. पाणी मारलं. एकमेकांच्या अंगावर हात टाकून तिघंही पाखरासारखी झोपी गेली.

दुसऱ्या दिवशी नाना लवकरच जागा झाला. दसऱ्याचा दिवस होता. शाळेला सुट्टी होती. तो घरात न सांगता बाहेर पडला. इस्लामपूरच्या गल्ल्यांतून ढेपाळल्यासारखा चालू लागला. दिवस डोक्यावर आला तरी त्याचं भटकणं चालू होतं. देवळाजवळ विशेष गडबड दिसत होती. आज दसऱ्याची पालखी निघणार होती. अंगावर नव्या झुली चढवून मानमानकरी इकडेतिकडे फिरत होते. नवी धडुतं एकमेकांना दाखवीत पोरं उड्या मारीत होती. दारादारांपुढे रांगोळ्यांचा सडा दिमाखात अंग टाकून पडला होता. घराघरांतून पंचपक्वान्नांचा चविष्ट वास बाहेर येत होता. तो वास नानाच्या नाकात शिरून त्याला खिजवीत होता. एवढ्यात त्याला शाळेतली कविता आठवली,

'दसरा सण मोठा
नाही आनंदा तोटा'

नाना खिन्नपणे हसला. दातात काडी फिरवीत बसून राहिला. समोर त्यानं चमकून पाहिलं, तर खालच्या आळीने रामजीबाबा झपाझप चालत येत होते. नाना चटकन उभा राहिला. रामजीबाबांनी त्याच्या खांद्यावर हात ठेवून विचारलं,

"नाना, बरा हाईस नव्हं?"

"हां."

"इस्लामपुरात देवीची लागण झाल्याचं कळलं. तवा आलू जीव घीवून धावत."

"साथ गावाबाहीर हाय. अजून न्हाय आली गावात."

"बरं झालं. तू जेवलायंस नव्हं का?"

नानाने खाली मान करून नखाने जमीन टोकरायला सुरुवात केली. रामजीबाबाचं काळीज हललं. त्यांनी काळजीनं विचारलं,

"किती दिस जेवल्याला न्हाईस?"

"दोन दिवस."

रामजीबाबा बापूच्या घराकडे झपाट्याने निघाले. पायताण कराकरा वाजू लागलं. धोतर सावरीत नाना पाठीमागून पळू लागला. बाबांचा राग अनावर झालेला. डोकं भणाणायला लागलेलं. एवढं धान्य देऊनसुद्धा माझा पोरगा उपाशीच राहणार? रामजीबाबा दारात आले. बापू घरात नव्हते. बापूची बायको बाबांना अचानक आलेलं पाहून चमकली. बाबा पटकुरावर बसले. ते काही बोलणार एवढ्यात धाकटी पोर पळत येऊन तिच्या पायांना चिकटली. रडत सांगू लागली,

“आये, सगळी पोरं पोळ्या खात्यात. आपल्यात न्हाईत पोळ्या?”

“पोळ्या न्हाव देगं आये;” थोरली बोलली, “भुका लै लागल्यात, आये भाकरी तरी दी!”

रामजीबाबा मान खाली करून बसले. थोड्या वेळानं कसल्याशा निश्चयानं ते उठले. बापूच्या बायकोला म्हणाले, “मी नानाला शाळेतनं काढतुया,”

बापूची बायको चमकली; पण काही बोलू शकली नाही. बाबांनी नानाची तीन बुकं, एक धोतर आणि पैरण थैलीत घेतलं. बापलेक इस्लामपुरातून बाहेर पडू लागले. रामजीबाबांनी वाण्याच्या दुकानात शेरभर चिरमुरे घेतले. आडाशेजारी दोघं बसले. नानाने चिरमुऱ्यांचे बोकण्यावर बोकणे मारले. जवळचं पाणी घेतलं. घटाघटा घोटलं.

बापलेक येड्याचा रस्ता कापू लागले. रामजीबाबा नानाला म्हणाले, “नाना, साळंचा ह्यो येडा इचार मी कशाला केला? साळा गरिबांसाठी नसतीच. अपुण नुसतं उगवत्या दिसाबर जन्माला यावं. उघड्यावाघड्या अंगानं. रगात ओकीत दुपार घालवायची आनि बुडत्या दिसावर ढगात जायाचं! गरिबांचं हे असंच असतं.”

* * *

तालमीतल्या मातीनं साऱ्या पैलवानांची अंगे लालेलाल झालेली. काहीजणं जोरावर जोर मारीत होती, तर काहीजणांनी बैठकांचा सपाटा लावलेला. नानानं सर्वांच्या आधी येऊन जोरबैठका आटोपल्या. घामानं डबडबलेला नाना हौद्यात उतरला. लाल मातीवर झकास पकडी सुरू झाल्या. तालमीतली माती आढ्याला चिकटू लागली. तो आपल्या शिणंच्या सात-आठ पोरांशी खेळला. वस्तादाला कष्टाळू नानाबद्दल फार आदर होता. त्याने त्याला एक नवा डाव शिकवला. पुरेपूर मेहनत झाली. हौद्यातील माती पोटाशी धरून दमला-भागलेला नाना विसावा खात बराच वेळ तसाच पडून राहिला. मोहित्याचा बाबू लगबगीनं आत आला. दाराजवळूनच नानाला खुणवू लागला. नानानं बाहेर येऊन विचारलं,

“का रं बाबू, काय भानगड?”

“अरं, गावात बुवा आलाय.”

“आलाय तर येऊ दे. यील, भीक मागंल आनि जाईल की.” नाना बेपर्वाईनं बोलला.

“आरं, ह्यो बुवा न्याराच दिसतुया.”

नानानं कापडं घातली. तालमीशेजारी नानाचं घर. आजीला सांगून जावं म्हणून तो घरात आला. नातवाला बघून आजी धावली. त्याचे दोन-चार मुके पटापटा घेतले. अलीकडं तालमीत जाऊन नानाच्या भरलेल्या अंगाकडं पाहत ती बोलली, “बाळा, एक दिवस लै मोठा पैलवान झाला पायजीस. देवराष्ट्र्याचा फड जितला पायजीस. त्यो फड जितल्यावर रीण काढून साऱ्या गावाला खारीक-खोबरं वाटीन मी. चांगला जोर धर. या सरावणात माज्या हिऱ्यासाठी नवी दुभती म्हस घेती. खा

कितीबी, पर तू बडा पैलवान झाला पायजीस.'' आजीच्या पाया पडून नाना बाबूबरोबर बाहेर पडला.

महादेवाच्या मंदिराबाहेर पोरासोरांची गर्दी झालेली. त्या गर्दीतून नानानं डोकावून पाहिलं. महादेवापुढं बुवांनी आपला बिछाना टाकलेला. बुवा तसे काही नेहमीसारखे बुवा दिसत नव्हते. भगव्या कपड्यांचा जादा थाटमाट नव्हता. स्वयंपाकाची चार भांडी दिसत होती. बाजूला ग्रंथांचा मात्र ढीगच होता. बुवांची कमालीची स्वच्छता उठून दिसत होती. त्यांनी विठ्ठल-रखुमाईच्या फोटोला जाईची फुलं वाहिली. मनोभावे नमस्कार घातला. समोर जमलेली पोरांची गर्दी पाहून त्यांचा चेहरा खुलला. मधुरवाणीत ते म्हणाले, ''या रे, बाळांनो आत याऽऽ.'' सर्व मुलं थोडी मागं सरली. नाना आपल्या मित्रांना म्हणाला, ''चला रं पोरानू, आपूण जाऊ या. बघू या काय म्हनत्यात महाराज.'' तो सर्वांत पुढे जाऊन धिटाईनं बसला. बाकीची पोरंही हळूहळू बसली. बुवांनी शिऱ्याचा घास घास सर्वांच्या हातावर ठेवला. टाळ हातात घेतले व मुलांना टाळ्या वाजवण्याची खूण केली. महाराज गाऊ लागले,

''आला गुलामगिरीचा घाला हो
पोरंबाळं शाळंमधी घालाऽऽ''

बुवा तल्लीन होऊन गाऊ लागले. मुलांनी टाळ्या वाजवीत सूर धरला. बुवा असेच काहीतरी नवे अभंग, गाणी ऐकवू लागले. त्यांमध्ये शिक्षण, सुधारणा असे बरेच काही नवे शब्द होते. थोड्या वेळानं त्यांनी तुकोबांची 'अभंगगाथा' काढली. बुवा एक अभंग शिकवू लागले –

''मुलांनो, तुम्ही रानात जाता. तुम्हाला काटा टोचतो, त्या वेळीच कळ येते. असेच काटे जगाच्या व्यवहारात अनेकांना टोचतात. ते आपण उपसले पाहिजेत. गोरगरीब, दीनदुबळ्याला दया दाखविली पाहिजे.

जे का रंजले गांजले
त्यांसी म्हणे जो आपुले
तोचि साधू ओळखावा
देव तेथेचि जाणावा!

''बाळांनो, जगामध्ये अनेक उपाशी लोक आहेत. त्यांना आपण पोटाशी धरू या. अन्न नाही, बोटभर चिंधी नाही, दवा नाही म्हणून मरतात. पिचतात. हाडे झिजवतात. अशा सर्वांना आपण पोटाशी धरलं पाहिजे. म्हणूनच तुकोबा म्हणतात–

ज्यासि अपंगिता नाही
त्यासि धरी जो हृदयी
दया करणे जे पुत्रासी
तोचि दासा आणि दासी

तुका म्हणे सांगू किती
तोचि भगवंताची मूर्तीऽऽ

बराच वेळ बुवा सांगत होते. नाना ते मन लावून ऐकत होता. बुवा थांबले. सारी मुले केव्हाच कंटाळून निघून गेलेली. एकटा नाना उरलेला. बुवांना समाधान वाटलं. कुतूहलानं त्यांनी विचारलं,

"बाळ, तुझं नाव काय?"

"मी रामचंद्र पाटलांचा नाना."

"शाळेत जातोस की नाही?"

"सहावी झालूय."

"पुढे का नाही शिकला?"

"आमच्या गावात शाळाच न्हाई."

बुवा थोडा वेळ चिंतातुर दिसले. त्यांनी पिशवीतील बचाकभर शेंगदाणे आणि गुळाचा खडा नानाच्या हातावर ठेवला. त्याला समजावीत ते म्हणाले,

"बाळ, जा आता. रात्र झाली; पण रोज येत जा बरं का. मी इथेच आहे."

खेडपुंदीच्या रामपुरीबुवांचे नानाला जणू काही वेडच लागले. शेतात काही असेल ते काम आटोपून तो महादेवाच्या मंदिरात जाऊ लागला. बुवांची त्याच्यावर अपार मर्जी बसली. ते त्याच्याकडून नवे नवे ग्रंथ वाचून घेऊ लागले. 'पंचरत्नगीता,' 'शिवलीलामृत', 'पांडवप्रताप', 'वाल्मिकी रामायण' हे ग्रंथ त्याने अवघ्या सहा महिन्यांत झपाटून वाचले. तो तालावर तुकोबाचे अभंग गाऊ लागला. त्यांची उकल करून गावच्या आयाबायांना सांगू लागला. पाटलाचा नाना आता बुवा होणार, असं साऱ्या गावाला वाटू लागलं. पाण्याच्या वाटेवर बायका गोजराईला पोरगं बुवाच होणार म्हणून चिडवू लागल्या. आजीनं तर धीरच सोडला. आपला नातू बडा पैलवान व्हावा ही तिची इच्छा तिला सतावू लागली. अनेक वेळा नाना देवळात ग्रंथवाचनात गुंगलेला असायचा. आजी तिथं जायची. त्याला तालमीत जाण्याची आठवण करायची.

नानाला बुवांचा लळा लागण्याचं दुसरं एक कारण होतं. बुवा खूप नवनव्या गोष्टी सांगायचे. कोल्हापूरच्या शाहू महाराजांच्या गोष्टी ऐकवायचे. शिवाजीच्या गोष्टी सांगायचे. एक दिवस त्यांनी एक जुनंपानं मासिक काढलं. त्यातील एका फेटेवाल्याचा फोटो दाखवून बुवांनी विचारलं,

"ओळखलंस कोण हे?"

"कोण वो?"

"अरे बाबा, हे महात्मा फुले महाराज."

"हां हां, हेच होय ते?"

बुवांच्या हातचं मासिक हातात घेऊन नाना फुले यांचा फोटो कौतुकाने निरखू लागला. बुवा गंभीर होऊन म्हणाले,

"बघितलास तो देवमाणूस? रंजल्यागांजल्यांसाठी रातदिवस झिजला. महार-पोरांनाही शिक्षण दिलं. त्यांची पत्नी सावित्रीआई काय राबली ती! पोरींना शिकविण्यासाठी ती स्वत: शिकली. शाळेत जाताना पावसातल्या गारांसारखी दगडं पडली माऊलीच्या अंगावर. रक्तबंबाळ झाली, पण हटली नाही. नाना, तूही असा शिकला पायजीस. दीनदुबळ्यांसाठी खपला पायजीस!"

चार दिवस बुवांचे शब्द नानाच्या कानांत घुमत होते. काही तरी करून दाखविण्याची ऊर्मी त्याच्या अंगाअंगात फुलत होती.

एक दिवस गोजराई भाकरीला बसलेली. आजी अंधूक डोळ्यानं सुपात काहीसं पाहत होती. एवढ्यात बाजूच्या खोलीतून एकदम किंकाळी आली, "अगं-गं-गं विंचू चावला. विंचू चावलाऽ" नानाचा तो आवाज ऐकताच पिठाच्या हातासह गोजराई उठली. आजीनं सूप बाजूला फेकून दिलं. दोघीजणी खोलीच्या दाराजवळ धावल्या. एवढ्यात पुन्हा आवाज– "ग-ग-ग विंचू चावला, विंचू चावला," आजीनं धाडधाड दार वाजवलं. ती ओरडून विचारू लागली,

"अरं नाना, नाना काय झालं?"

"विंचू चावलाऽ विंचू चावलाऽऽ गऽऽ गऽऽ!"

"अरं, माझ्या सोन्या, दार उघड." आजीनं आकांत सुरू केला. नानानं दार उघडताच दोघींनी त्याला मिठी मारली. दोन्ही हात ओढून आजीनं विचारलं,

"लेकरा, कुठं इच्चू चावला रंऽऽ"

"हांऽऽ हांऽऽ" नाना खो खो हसायला लागला.

"का रं? हसाया काय झालं ?" आजी आणि गोजराई घाबरल्या.

"अग, खरा इच्चू नव्हं!"

"मग?"

"एकनाथ महाराजांचं भारूड हाय ते. बुवांनी कालच शिकविलं." नाना हसत बोलला.

आजीचा घाबराघुबरा जीव भांड्यात पडला. ती नानाच्या अंगावरून हात फिरवीत म्हणाली,

"बाळा, त्या बुवाचा वंगाळ नाद सोड."

"का?"

"त्यो करील कसली तरी भानामती तुज्यावर. तू आपला मोठा पैलवान हो."

"पण आजे, बुवा देवमाणूस हाय."

“देव ऱ्हावंदे देवाऱ्यात त्यो. तू कुठं तरी गेलास तर आमी कुणाकडं बघायचं? लहान तीन भावंडं हायत तुज्या पाठीवर. लेकरा, तूच आमचा देव हायस!”

एके दिवशी बुवाच स्वत: रामजीबाबांच्या वाड्यात आले. रामजीबाबा दारालगत बसलेले. बुवांना पाहताच बिगीद्यानं उठले. त्यांना बसायला घोंगडं टाकलं. पाण्याचा तांब्या चूळ भरण्यासाठी दिला. बावरून रामजीबाबांनी विचारलं,

“महाराज, गरिबाच्या घरला पाय कसं लागलं?”

“कोण गरीब? तुम्ही?”

“व्हय, आमी गरीबच.”

“तुमचा मुलगा एवढा बुद्धीने श्रीमंत असताना तुम्ही गरीब कसे?”

नानाच्या बुद्धीचा प्रश्न निघताच रामजीबाबा चपापले. घोंगड्याची धशी धरून गप्प बसले. बुवा स्वत: नानाचे गुणगान गाऊ लागले. रामजीबाबांचे डोळे भरून आले. रुंद आवाजात ते म्हणाले,

“महाराज, तुमी सांगताय ते बरोबर हाय; पर मी पडलू गरीब माणूस. गरीब माणसांसाठी कुठलं आलंय शिक्शान?”

“आता थोडी कळ सोसली तर–”

“अवो, कळ यायलासुदीक जागा न्हाई.”

“मग मी शिकवतो नानाला.”

“तुम्ही – आनि ते कसं?”

“मी माझ्या पैशानं शिकवितो त्याला. दुधोंडीला ठेवतो. हुशार आहे. चीज होऊ द्या. सोन्याची कौलं घालील तुमच्या घरावर तो.”

रामजीबाबांना काय बोलावं हेच सुधरेना. ते तसेच मुकाट्याने बसून राहिले.

“मग काय करणार?” महाराजांचा प्रश्न.

“आमची हा हाय; पर–”

“पण काय?”

“पोराच्या आजीला इचाराय पायजे.”

“विचारा.”

आजी बाहेर आली. बुवांना नमस्कार करून म्हणाली,

“महाराज, कसं काय आला?”

“तुमचा नाना पायजी मला.”

“कशाला? कशालाऽऽ?” आजी घाबरून म्हणाली, “त्येला बुवा करणार काय? माजा गोळा असा मी कुनाच्या झोळीत टाकणार न्हाय. माजं बाळ माझ्या वट्यातच असू दे.”

“आजी, घाबरू नको. तुझ्या नातवाला बुवा नाही करणार मी. मी त्याला

शिकविणार, मोठा करणार.''

''ते काय जमायचं न्हाईऽऽ'' आजी फणकाऱ्याने म्हणाली, ''माज्या पोराला कुठं धाडायची न्हाई. त्येला मला पैलवान करायचा हाय. गावात कुणाचंच पोरगं दुसऱ्या गावाला साळंला न्हाई जात. मग साळा शिकायचा आमी मक्ता घेतलाय काय? घाला चुलीत शिक्शान!''

बुवा आजीला परोपरीनं समजावू लागले; पण ती काहीच मात्रा चालू देईना. बुवा गप्प झाले. मघापासून रामजीबाबा न बोलता बसून होते. त्यांना एकाएकी भरून आलं. रुंद आवाजात ते आजीला म्हणाले,

''आये, आपलं प्वार शिकणारच नव्हतं. ह्यो देवमाणूस भाग्य घिऊन दारात आलाय. इचार कर. पोरगं हु दे तलाठी, किती दिस या घाणीत काढायचं?''

''नानाच्या आजी, तुझ्यापुढं मी माझा पदर पसरतो. पोराच्या कल्याणासाठीच ही भीक मला घाल.'' बुवा अजिजीनं म्हणाले.

''महाराज, हे... हे काय करता?'' रामजीबाबा गडबडले.

आजीच्या डोळ्यांत आसू तरारले. पदरानं डोळं पुशीत ती म्हणाली,

''तुझ्या मनात असंल तर ने बाबा; पर माजं वासरू माज्या दावणीला सुखरूप मागं येऊ दे!''

बुवा समाधानानं उठले. महादेवाच्या देवळाकडे निघाले. त्यांना सोडण्यासाठी रामजीबाबा चालले. इस्लामपूरच्या भरल्या आडाजवळ आटलेलं मन फुललं, डोळ्यांत आसू आणि गालांत हसू खुललं. देवळात गेल्या गेल्या त्यांनी बुवांचे पाय धरले. ते भारावून बोलले,

''महाराज, आज तुमी देवासारकं भेटला. फाटका कपडा बघून सगळीजण हळहळत्यात वो; पर उघडं अंग ऱ्हातंय म्हणून अब्रू झाकणारी तुमच्यासारखी लाखात थोडीच असत्यात.''

*   *   *

''पाटलाच्या नान्याचं डोसकंच फिरलंयाऽ!''

सारा गाव बोलत होता. लोकांच्या तशा नानांकडून किती चांगल्या अपेक्षा होत्या. सात बुकांची परीक्षा देऊन येणारा चार गावांतला तो एकमेव पोरगा होता. परीक्षेचा निकाल अजून लागला नव्हता. परीक्षा पास झाल्यावर नाना तलाठी होणार होता. रामजी पाटलाच्या आढ्यातून सोन्याचा धूर निघणार होता. सारीजणं मोठ्या आदरानं नानाकडं पाहत होती; पण गावात आल्यापासून तो भलतं-सलतं बोलत होता. यल्लाम्मा देवीच्या भक्तांची 'हिजडे' म्हणून चेष्टा करत होता.

येड्यात नुकतीच मरीआईची साथ सुरू झाली होती. कोंबडीपिल्ली लागण व्हावी

तशी गावाला लागण लागली होती. माणसं पटाटा उचलून जात होती. एका सरणावर एका वेळी दोन-दोन जळत होती. देवीचा कोप नष्ट व्हावा म्हणून गावकरी हर प्रयत्न करीत होते. कोणी देवीला साकडं घालीत होता, कोनी अभिषेक चालविला होता. बकऱ्या, कोंबडी यांची कापाकापी सुरू होती. हे सारं पाहून नाना संतापत होता. दुधोंडीच्या शाळेत असताना त्याने इस्लामपूरला जाऊन भास्करराव जाधवांचं भाषण ऐकलं होतं. अनेक सत्यशोधकी मेळे पाहिले होते. पुस्तिका वाचल्या होत्या. आपल्या आजूबाजूचा अडाणीपणा, जुन्या चालीरीती पाहून तो संतापून जात होता. त्याचं उत्साही, बंडखोर मन गप्प बसू देत नव्हतं. जुन्या दोस्तांना नाना जमवू लागला. महादेवाच्या देवळात बैठका होऊ लागल्या. नाना अंधश्रद्धांवर कडाडून तुटू लागला. हळूहळू मित्रांच्या डोक्यातसुद्धा त्याचे विचार उतरू लागले. पोरं रोज नवनवे मनसुबे रचू लागली. गावातल्या कर्त्या-जाणत्यांना या गोष्टीचा सुगावा लागला. जाणती माणसं जागी झाली. नानाची थेरं चालू द्यायची नाहीत, असा निश्चय झाला.

एक दिवस नुकत्याच मिसरूड फुटलेल्या आपल्या सवंगड्यांना घेऊन नाना बाहेर पडला. गावातल्या लोकांना समजावू लागला,

“का फुकट मरताय? डॉक्टर बोलवा आनि घ्या टोचून.”

“ये बाबा, टोचून टोचून तू तुझ्या अंगाची चाळण कर. आमाला ही इगत शिकवू नको.” गावकरी सांगू लागले.

नाना तसाच पुट्टा घेऊन मोहित्यांच्या गल्लीला पुढं झाला. भागूबाईची दोन पोरं मरीआईत गुदरली होती. स्वत: भागूबाईही निपचित होऊन पडलेली. नाना पोरं घेऊन अंथरुणाजवळ गेला. भागूबाईला म्हणाला, “तुला बरं वाटायचं असंल तर विंग्लिस डागदाराचं औषध घेतलंच पायजे.” डॉक्टराचं नाव कानांवर पडताच म्हतारी पडत्या अंथरुणावर उठती झाली. हातवारे करून नानाला म्हणाली, “आरं, जा रंऽ जा. मला बरमविद्या शिकीवतोय. मरीआईचा फेरा चुकंल कसा? माजी दोन लेकरं मेली. आयच्या मनात असंल तर मी सुदीक मरंन. माजा गेल्याला जीव, तुजा डागदर काय सर्गातनं वढून आणणार हाई? दोन बुकं शिकून अक्कल येत न्हाय. अरं, तू मरीआयच्या आधी जन्माला आला काय? आयनं अशी लै बुकं वाचली असत्याल.”

साऱ्या गावानं नानाच्या पुट्ट्याला खुळ्यात काढलं. महादेवाच्या देवळात दुसरी एक बैठक झाली. नाना रागाच्या भरात म्हणाला, “मी उद्या जातू इस्लामपूरला. घिऊन येतू विंग्लिस डागदर. साऱ्या गावाला टोचल्याशिवाय मरीआई पळून न्हाई जाणार.”

“नाना, तसं काय नगो;” बङ्ग्या घाबरून बोलला.

“का रं?”

“कालच मी बाजारात ऐकलं, सांगलीजवळच्या गावात एक डागदार सुया टोचायला गेला, तर तिथल्या लोकांनी लांबनं दगडं फेकून त्येला टिपून मारलं.

आपलं येडं लै वंगाळ. डागदराला ठोकून मारत्याल.''

प्रस्ताव स्वत: नानानं पाठीमागं घेतला. इस्लामपूरला जाऊन नुसतं औषध आणायचा तोडगा निघाला. दुसरा दिवस नानानं इस्लामपुरात घालविला. सर्व्हिस मोटारीला पैसा नव्हता. वीस-बावीस मैलांची चाल झाली; पण नाना औषध घेऊनच आला. कॉलऱ्याचं औषध गावच्या विहिरीत-तळ्यात टाकायचं ठरलं. सकाळी नाना गडबडीनं उठला. रात्री दडवून ठेवलेलं औषध शोधू लागला. काही थांगपत्ता लागेना. शोधाशोध करून घर उलथंपालथं झालं. आजी आणि गोजराई दोघीही गपचूप होत्या. शेवटी नानानं आजीला खडसावून विचारलं,

''आजे, खरं सांग, औषध कुठाय?''

''राती परड्यात मातीखाली गाडलं.''

''कुठाय, जागा दाखव चल.''

''आरं, सापडायचं न्हाय ते. मी आनि तुज्या आयनं गुडघाभर खड्डा काढून त्यात गाडलं.'' आजी बोलली.

''आं? पण तुम्ही असं का केलं?'' नानानं चिडून विचारलं.

''का केलं?'' आजी हसून बोलली, ''आरं लेकरा, ती पावडर तू तळ्यात टाकणार हुतास. तळ्यात पावडर टाकून सारं गाव ख्रिस्ताव करून टाकतूस का काय?''

आजीच्या उत्तरावर नानाला शब्दच फुटला नाही.

गावातली मरीआई थांबली नाही. दहा-पंधरा म्हातारी देवळावर जमली. नवी शक्कल काढली. मंगळवार आणि शुक्रवार गावात चाकं फिरू द्यायची नाहीत. दळणाच्या जात्याची चाकं बंद. मोटेची चाकं बंद. बैलगाडीची चाकंही बंद. चाकं बंद झाली तर मरीआई आपला कोप टाकून निघून जाईल. म्हाताऱ्यांनी ठराव केला. ठरावावर चिलमी पेटल्या. स्वत:वर खूष होऊन म्हातारे धूर काढू लागले. देवळाच्या बाहेर आपले दोस्त घेऊन नाना उभा होता. त्यानं हाक दिली,

''अगा येऽ मी एक विचारू?''

''इचार, इचार, काय इचारतुयास ते?'' दोन म्हातारी खेकसली.

''सगळ्या वाहनांची चाकं बंद करणार तुमी?''

''व्हय व्हय. सोडतोय काय?''

''गावाच्या बाहीरनं काय जातं?''

''काय जातं?''

''आगीनगाडी गा,'' नाना बोलला. ''असंल हिंमत तर आगीनगाडीची चाकं बंद करून दावा फाकड्यानू.''

नानाच्या आव्हानावर सारी निरुत्तर झाली. थोड्या वेळानं चार म्हाताऱ्यांनी

पहिलाच सूर धरला. कोणाला पटो न पटो; चाकं बंद करायचीच. नाना संतापून बोलला,

"अगा, ही मरीआई देवी का नाही?"

"व्हय."

"व्हय तर ती स्वतःच्या लेकरांचा बळी कशी घेती? खाटकी बकरं कापायच्या आदी त्येला पाणी पाजतू. मरीआई तेवढंबी करीत न्हाई." नाना बोलला.

"नाना, तुज्या घरात जावून ही बरमविद्या शिकीव जा बघू." म्हातारी खेकसली.

नानाच्या दोस्तांचा पराभव झाला. सारा गाव मात्र म्हाताऱ्यांच्या बाजूला झाला. रामजीबाबासुद्धा त्याच्यावर टरकले; "चार बुकं शिकून कोण शहाणं हुईत न्हाई. देवाम्होरं जावूने." त्यांनी नानाला सरळ सुनावलं.

एके दिवशी भल्या सकाळी जानू देवऋषी घुमायला लागला. देवी अंगात आली. "चाकं बंद करून जमायचं न्हाय. मला गाडा काढा. माजी वटी भरा. गावाच्या बाहीर सोडा. मला दुसऱ्या गावाला घालवा." गावकऱ्यांनी देवीचं मानलं. सुतारानं गाडा जोडायला सुरुवात केली. नानानं एका म्हाताऱ्याला हसून विचारलं,

"आयला गाडा द्यायला, आय काय ल्हान हाय व्हय?"

"नान्या, तू गप बस रं." म्हाताऱ्यांनी दम दिला.

देवीला घालवायचा दिवस उजाडला. देवी सजली. सजलेल्या गाड्यातच तिची मूर्ती नटून बसली. दिवस उजडायच्या आधीपासून जानू देवऋषी घुमायला लागला. देवीला आलेलं पोतंभर नारळ त्याच्या बायकोनं घरी नेऊन ठेवलं. ढोलताशानं देवी वाजतगाजत निघाली. सारे मानमानकरी जमले. जानू देवऋषी ताल धरून नाचू लागला. अंगात पीर आल्यागत झालं. गावाबाहेर पूर्वेला देवी थांबली. देवीचं विसर्जन चाललं. एवढ्यात आपले दोस्त घेऊन नाना पुढं झाला.

"थांबाऽ थांबाऽऽ"

"का रं?"

"ये नान्या, तू इथं कशाला मराय आलाय?"

"सांगतू, सांगतू;" नाना सर्वांना शांत करून म्हणाला, "देवीच्या मी आडवा येत न्हाई; पर ही देवी कुठल्या बाजूला जाणार?"

"सांगलीकडच्या बाजूला."

"अस्सं?" नाना बोलला. "अगा ये धाकू पाटील, तुजा सगळा गोतावळा सांगलीकडं हाय न्हवं? गेल्या वैशाखातच मिरजंत पोरगी दिलीस. पोरीचं कुंकू पुसतोस का काय?"

धाकू पाटील धावत पुढं आला. सर्वांना ओरडून म्हणाला, "आय कुठंबी जाऊ दे; पर हिकडं नगं." सारा गाव पश्चिमेकडं वळला. ढोलताशांच्या तालावर आई

निघाली. जानू देवऋषी पूर्वीपेक्षा अधिक घुमू लागला. पश्चिमेला देवी थांबली.

"थांबाऽऽ" नाना ओरडला.

"का रं? आनि काय?" लोक बावरले.

"काय न्हाय. देवी हिकडं जाणार. इकडची माणसं पटाटा मरणार. दुसरं काय न्हाई. दगडू शिंद्याची एकुलती एक लेक आनि तिची सात पोरं कराडात हाईती. मला ती काळजी वाटतीय." नाना बोलला.

"व्हय, व्हय, चांगली आठवण केलीस रं नाना." दगडू बोलला, "आयला दुसरी कुठंबी जाऊ दे; पर हिकडं जाऊ देणार न्हाई."

आई वाजतगाजत निघाली. जानू देवऋषी परत घुमू लागला. आई थोडी पुढं झाली. भोसल्यांच्या माणसांची कुजबूज सुरू झाली. भोसल्यांचा गोतावळा कोल्हापुराकडं होता. एकदम तिघेचौघेजण पुढे झाले आणि ओरडू लागले,

"आईनं कुठंबी झक मारावी; पर आईला इकडं जाऊ देणार न्हाई."

जानू देवऋषी बावरला. सारी म्हातारी मंडळी गोंधळली, गर्भगळीत होऊन आई कशीबशी उत्तरेला निघाली. इतक्यात दोन-चार गावकरी कुऱ्हाडीचे दांडे सरळ करीत आडवे झाले.

"आमची पावणी या बाजूला हाईत. आय हिकडं यील तर तिचं पेकाट मोडीन."

"आयनं जायचं तरी कुठं?" दोन-तीन म्हातारी गोंधळून विचारू लागली.

"आयनं कुठंबी झक मारावी; पर हिकडं यील तर तिचा पायच गुडघ्यातनं काढीन!"

मरीआईचा गाडा गोंधळला. सगळ्या बेताचा इस्कोट झाला. म्हातारी पांगली. जानू देवऋषीच्या तोंडाला फेस सुटला. तो जीव घेऊन पळू लागला. नानाने त्याला हिसका देऊन मागे ओढला. तो जानूच्या उरावर बसून बुक्क्या मारू लागला.

"बोल आये, काय म्हणतीस?"

"सोड रं सोड नाना," जानू कळवळून बोलला, "आयशपथ, आजपासनं कधीबी अंगात येणार न्हाई माज्या. सोड, तुज्या पाया पडतूऽऽ"

* * *

अजगरासारखी सुस्त झोप घेणाऱ्या गावांना करामती नानानं जाग आणली होती. तारवटलेल्या डोळ्यांनी गावं त्याच्या नव्या लीला पाहत होती. नव्या तांब्यातल्या नव्या पाण्यानं तोंड धूत होती. सत्यशोधकाच्या प्रचारासाठी तो सैरभैर झाला होता. पायांना भिंगरी बांधलेली. रोज नवा गाव, नवे मित्र.

नानानं सत्यशोधकी लग्नाचा झपाटा लावला होता. आज सामुदायिक लग्नाचा

कार्यक्रम मोहित्यांच्या वडगावात होता. लग्न म्हणजे थाटमाट, जेवणावळी, पै-पाहुणे सारं पाहिजे. पण नाना सत्यशोधकी लग्नाची नवी इगत घेऊन आला होता. गरिबांची लग्नं साध्या पद्धतीनंच झाली पाहिजेत. भटजी नको, दक्षिणाही नको. मोहित्यांच्या वडगावात नानाचे थोडे कार्यकर्ते जमा झाले होते. गावच्या देवळापुढं लग्नं होती. नऊ जोडपी तयार झाली होती. गावातल्या म्हाताऱ्यांना हा प्रकार पसंत नव्हता. गावाची लग्नं लावण्यात आणि खाण्यात त्यांची हयात गेली होती. असा अजब प्रकार त्यांनी पाहिला नव्हता. तालेवारांनी तर या भानगडीला विरोधच केला होता. गोरगरिबांनी विचार केला, फुकटात लग्नं होत असली तर होऊ दे; नाही तर आज्यानं लग्नासाठी काढलेलं कर्ज नातवाच्या बोकांडी बसायचं.

लग्नाची सारी तयारी झाली. गंमत पाहण्यासाठी उभा गाव लोटला. नऊ जोडपी उभी राहिली. इतक्यात काही माणसांचा घोळका पूर्वेकडून आला. लोक ओरडले,

"काय रं, काय पायजी?"

"आमालाबी आमची दोन लग्नं करायचीत."

"दोन का, आनि धा आणा." नाना उत्साहानं बोलला.

"अवो नानासाब, थांबाऽ थांबाऽऽ" पाटील गरजला.

"का वो?"

"ह्यांना कशाला घेता? ही म्हारं हायत नव्हं का?" पाटील त्या घोळक्याला मागं हटवीत बोलला, "व्हा रं चालतं. कुरवाड्यांच्या लग्नात येताय. तुमाला लाजलज्जा?"

"व्हय जी;" एक महार मुजरा करीत म्हणाला, "आमी ते पाप कशाला करू? पर ही लगनाची इगत लै चांगली हाय. आमालाबी शिकवा ही. डुईवरचा मणबर भार कमी हुईल."

"व्हय, व्हय. आमची लगनं आमी तक्क्याम्होरं करू; पर आमाला शिकवा जी ही तऱ्हा." आणखी चार महार बोलले.

हा प्रकार पाहून नाना गोंधळला. ओरडून सर्वांना सांगू लागला,

"ही म्हारांची लग्नं ह्यातच उरकून घ्या."

"असं कसं? असं कसं?"

सर्व पाहुणे-पै, जोडपी बावरली.

"महाराज, हे काय करता?" गावचा पाटील भांबावून बोलला.

"बरोबरच हाय;" नाना ठामपणे बोलला, "लेकानू, ही लगनं कुणी शिकविली? आपला बा, म्हणजी महात्मा फुले महाराज. त्यांनीबी म्हारापोराला खांद्यावर घेतलं. घरातलं पानी पाजलं. आनि तुमीच लै शाणी झाला काय? ते काय न्हाय. मी सांगतुया तशीच लगनं झाली पायजेत."

इरेला पेटलेला नाना कोणाला ऐकेना. शेवटी गावकऱ्यांनी नाइलाजानं मान्य केलं. अकरा जोडपी उभी राहिली. नवरानवरींनी एकमेकाला फुलांच्या माळा घातल्या. नाना स्वतःच भटजी झालेला. एका कानावर हात ठेवून तो नवी मंगलाष्टका गाऊ लागला,

"आभार बहु मानिजे आपुलिया,
मातापित्यांचे सदा ।।
मित्रांचे तुमच्या तसेच असती,
जे इष्ट त्यांचे सदा ।।
वृद्धाऽपंगु सहाय द्या मुलीमुला,
विद्या तया शिकवा ।।
हर्षे वृष्टी करा फुलांची अवघे,
टाळी आता वाजवा ।।
बोला शुभमंगल सावधानऽऽ"

सर्वांनी वधूवरांवर चाफ्याची फुलं उधळली. "वाजलं रंऽ लगीन वाजलंऽऽ" नानानं सर्वांना ओरडून सांगितलं. वाजंत्र्याची भूमिका स्वतःच वठविली.

कार्यक्रम संपवून नाना कार्यकर्ते घेऊन गावाबाहेर पडला. गाव मारील म्हणून महारांची दोन जोडपी नाना जाताच महारवाड्याकडे धूम पळाली.

रात्री विजयी मुद्रेनं नाना घरी परतला. रामजीबाबा घोंगडं पांघरून पुढच्या सोप्याला बसून होते. नानाची नवी तऱ्हा त्यांच्या आकलनात येत नव्हती. नोकरी लागल्यावर तरी तो शहाणा होईल, अशी त्यांची अपेक्षा; पण तोही बार वाया गेलेला. नाना आता सुरळीसजाला तलाठी म्हणून लागलेला. तो जेव्हा तलाठी झाला, तेव्हा साऱ्या परिसरानं रामजीबाबाला डोक्यावर घेतलं. दहा-पंधरा गावांत एवढी भारी नोकरी कुणाला लागली नव्हती. तो आता सरकारचा जावई होणार होता. गोऱ्या साहेबांच्या मांडीला मांडी लावून जेवणार होता. बक्कळ पैसा कमावणार होता. नाना तलाठी झाल्यापासून रामजीबाबांच्या घरापुढं सारा गाव झुकला होता. भावकीत कोंबड्या-खुराड्यांवरून भांडणं निघत नव्हती. गावात सगळीकडे ऊठबस होत होती. गाव कांबीसारखा वाकत होता. लांबलांबचे पाहुणे येत होते, जुन्या ओळखी काढत होते. आपले एवढे पाहुणे आहेत, हे रामजीबाबाला प्रथमच कळत होतं.

चार दिवसांमागे इस्लामपूरचे पाहुणे येऊन गेले होते. जुन्या पाहुण्यापैंचा पदर त्यांनी लावला होता. मागाल तो लग्नखर्च करतो म्हणून ते सुनावून गेले होते. पाहुणे खूप श्रीमंत होते. इस्लामपुरात शेंगांची आणि गुळाची वखार होती. एवढा श्रीमंत पाहुणा चार गावांत कोणालाही मिळाला नव्हता. साऱ्या घराची बैठक झाली. मुलाचे दोनाचे चार व्हावेत असं गोजराईला तर केव्हापासूनच वाटत होतं. आजीही थकत

चालली होती. मरण्याआधी नातसून डोळं भरून पाहावी असं तिलाही वाटत होतं.

रात्रीची जेवणं झाली. हात धुवून नाना बाहेर पडू लागला. रामजीबाबांनी त्याला थांबवला. घरातल्या बायका दाराआड येऊन बसल्या. आजी रामजीबाबाशेजारी बसली. नानाच्या लहानग्या भावंडांनाही वास लागलेला. तीही उत्सुकतेनं जमा झाली. दात टोकरीत नाना बोलला,

"काय म्हणता, दादा?"

"अरं, इस्लामपूरचं पावणं येऊन गेलं."

"बरं, मग?"

"मग काय इचारतोस? लगीन करायचं का न्हाई रं तुजं?" रामजीबाबा.

"हूंऽ" नानानं लाजून खाली मान घातली.

नाना गालात हसल्याबरोबर बारकी पोरंही हसू लागली. बायकांनी तोंडाला पदर लावला. आजीचा चेहरा खुलला. नाना एवढ्या लवकर तयार होईल असं वाटलं नव्हतं.

"मोठा पावणा हाय. गुळाची वखार हाय, पोरगीबी देखणी हाय म्हणत हुता. बक्कळ खर्च करील. गाडीभर भांडी देतू म्हनला. इस्लामपुरात वाजतगाजत बार उडवू या म्हनला."

"मग त्येचं आनि आमचं जमायचं न्हाई म्हणून सांगा त्येलाऽऽ" नाना झटकन उठला.

"का-का-का जमनार न्हाई?" आजी फणफणत उठली, "एवढी सोन्यासारखी जागा सोडतूस. एवढा खर्च करणार हाय त्यो."

"म्हणूनच नगं मला त्यो. असं लगीन मी होऊ देणार न्हाय."

"मग कसं पायजी तुला?" रामजीबाबा.

"ताशा नको, जेवणावळ नगो, खर्च नगो, भटजी नगो. नुसता नवरानवरीनं एकमेकाला हार घालायचा. सत्यशोधकी लगीन."

"ते काय जमू द्याची न्हाई मीऽऽ" आजी डोक्यावर घर घेऊन म्हणाली, "अरं, असं गरिबागत लगीन करायला तू काय बिनआयबाचा हाईस? मी तळ्यात जीव दीन, पर नान्या, तुजं हे थेर चालू द्याची न्हाईऽ! अरं, बिनभटाच्या गाठी पडत्यालच कशा?"

"पावण्याला मी म्हनतोय ते पसंत हाय का इचारा. मग त्यो कोणबी असू दे." नाना ठामपणे म्हणाला.

"तुज्यासारखी सगळ्यांनी लाज न्हाई सोडली अजून. जा, शाणा हाईस." रामजीबाबा चिडीनं उठले.

साऱ्या बेताचा इस्कोट झाला. नाना घरातून बाहेर पडला. सारं घर रडू लागलं.

आजीनं भुईवर डोकं आपटून घेतलं. पोराला हे कुठलं वेड लागलं कळेना. गोजराई रात्रभर झोपली नाही. रामजीबाबाच्या डोळ्यांचं पाणी तुटलं नाही.

चार दिवसांनी रामजीबाबांनी पुन्हा आशेनं प्रयत्न सुरू केला. गावातली चार शहाणी जाणती माणसं बोलाविली. सर्वांनी नानाला परोपरीनं समजावून सांगितलं. तो निश्चयापासून तसूभरही ढळला नाही. "मी सत्यशोधकी म्हणून गावाची लगनं लावली. मी सोता थाटामाटात लगीन कसं करू? सगळीजणं माझ्या तोंडात शेण घालतील. ज्यानं जी वाट धरली, त्या वाटंवर वाट लागली तरी त्येनं मागं फिरायचं नसतंऽऽ!"

रामजीबाबाच्या घराला अवकळा आली. साऱ्यांच्या कमरा मोडल्या. आजीनं मनाला लावून घेतलं. अन्नपाणी सोडलं. चहाच्या टाकावर दिवस मोजू लागली. खंगू लागली. म्हातारीची अवस्था पाहून सारी भावकी बावरली. म्हातारीचं जास्त होऊ लागलं. घर घाबरलं. एक दिवस गावचा म्हातारा पाटील आला. आजीला समजावू लागला,

"जिवाला बरं वाटू दे. असा येडा इचार करू नको."

"आमच्या सात कुळीत असं कुणाचं लगीन झालं न्हाई. सर्गात वाडवडील काय म्हणतील?"

"काय म्हणायचं ते म्हणू देत..." पाटील हळू आवाजात म्हणाला, "पर एक ध्यानात ठेव, अशी माणसं येडी असत्यात. त्येना सुदबूद नसती. त्येच्या कलानं घे. नाहीतर त्यो ब्रह्मचारी हुण्याची शपथ घील. नान्याचा आपुआप वंशखंड हुईल. काय मिळवशील तू यात?"

'ब्रह्मचारी' हा शब्द कानांवर पडताच म्हातारी घाबरली. तिनं पाटलाचा विचार मानला. पूर्वीसारखी जेवू लागली. हिंडू-फिरू लागली.

नानाचे वेडे विचार मुलींच्या आईबापांना पटणारे नव्हते. घोड्यावर बसून आलेले मुलीचे बाप पसार झाले. शेवटी दुधोंडीची मुलगी ठरविली. लग्नाचा दिवस सुतकी चेहऱ्यानं उगवला. घर तर गार होतंच; पण गावही गार झाला. 'तलाठ्याचं लग्न' या गोष्टीबद्दल त्यांना कोण अपेक्षा होत्या! किती जेवणं मिळाली असती? सारं काही मातीत गेलं. पाहुण्यांनाही हा प्रकार पसंत नव्हता; पण थोड्या पैशांत एवढा नोकरदार मिळतोय; लग्न झाल्यावर आपोआप होईल सरळ.

देवळात लग्नाची गडबड सुरू झाली, नाराज झालेली मंडळी नाइलाजानं जमलेली. पाहुण्यांनी आधीच माना खाली घातलेल्या. आपल्या लग्नात स्वत: नानाच भटजी झाला. निलाजऱ्यासारखा मंगलाक्षता गाऊ लागला,

"आभार मानिजे...
हर्षे वृष्टी फुलांची करावी अवघे,

टाळी आता वाजवा,

बोला शुभ मंगल सावधानऽऽ!"

फुलं उधळून लोकांनी उत्स्फूर्तपणे टाळ्या वाजेविल्या. सारी लाजून हसू लागली. आजीला आभाळ फाटलं. तिनं गोजराईला मिठी मारली. दाटलेल्या गळ्यानं बोलली,

"अग, माज्या नान्याचं लगीन वनवासी पोरागत हुईल, असं तुला तरी वाटलं हुतं का गऽ गोजूऽऽ"

*　　　　*　　　　*

अलीकडे देवदेवतांशी नानांचं चांगलंच वाकडं आलं होतं. घराण्यात चालत आलेली माळ त्यांच्या गळ्यात अजूनही तशीच होती; पण देवांवर पूर्वीसारखा विश्वास राहिला नव्हता. त्यांच्या डोक्यातील देवदेवतांची पाळंमुळं सत्यशोधकी विचारानं उपटून-निपटून काढली होती. सुरळीसजाला तलाठी म्हणून काम पाहावं लागत होतं; पण पायांची भिंगरी थांबली नव्हती. गावच्या पैलवानांना मैदानावर न्यावे, चांगल्या कुस्त्या घडवाव्या. बेंदरात सामुदायिक रंग आणावा, सर्वांची शिंगं रंगवावी. झुली चढवून मिरवणुका काढाव्या. बैलगाड्यांच्या शर्यती भरवाव्या, असे अविरत उद्योग चालू होते.

अंकलखोपच्या म्हसोबाची आगळी गंमत नानांना कळली. ते खो खो हसू लागले. अंकलखोपचा म्हसोबा मोठा लागीर होता. त्याची कोणी कळ काढली तर त्याला अजिबात सहन होत नसे. कळ काढणाऱ्या माणसाला लगेच जुलाब होऊ लागत. म्हसोबाला भेटण्याचा नानांनी निश्चय केला. यशवंता पुंदीकर आणि अण्णा परीट या आपल्या साथीदारांना घेऊन नाना अंकलखोपला निघाले. वाटेत लोकांनी म्हसोबाच्या नादाला लागू नका, असे नानांना सुनावले. "बघू या की काय होतंय?" अशा निश्चयाने ते पुढे झाले.

माळावर म्हसोबा होता. गुरव निवदावर टपून बसला होता. देवाला बरीच रीघ लागली होती. गर्दी कमी झाल्यावर नाना पुढे झाले.

"देव लै लागीर हाय म्हणत्यात?"

"हायच." गुरव.

"जराबी आगळीक सोसत न्हाई म्हणत्यात."

"अवो, आगळीक कशाला?" गुरव बोलला, "तुमी जरी मनातून शिवी दिली तरी जुलाब चालू. दुसऱ्या दिवशी तुमचं धोतर पिवळं झालं म्हणून समजा."

"अस्सं?"

"मग?"

दुपारचे बारा वाजले. गर्दी कमी झाली. गुरवानं निवदाचं गाठोडं बांधलं आणि तो गावात परतला. माळावर कोणी माणूसकाणूस नव्हते. इकडेतिकडे पाहत नाना लगबगीने पुढे झाले. देवाचे चांदीचे डोळे काढले. दोन्ही खिशांत घातले. सुरळीसजाला निघून गेले.

दोन महिने झाले, चार महिने झाले, सहा झाले. नानांवर काहीच परिणाम झाला नाही. त्यांना अधूनमधून देवाची आठवण होई; पण जुलाबांचा पत्ता नाही. देवाला बरीच कामे असतात. सवड मिळाल्यावर पाहील आपल्याकडे म्हणून त्यांनी खूप वाट पाहिली. शेवटी कंटाळून अंकलखोपचा रस्ता धरला.

"देवाची आगळीक केलेली खपत नाही नव्हं देवाला?" नानांनी विचारले.

"करून तरी बघा." गुरवाने उत्तर दिले.

"काय बघा?" नाना उत्तरले, "अवो, तुमच्या देवाची आगळीक करून सा महिनं झालं; पण लागीर झाला न्हाई अजून."

"तुम्ही काय केलं तरी काय?" गुरवाने विचारले.

"काय केलं?" नाना विजयी मुद्रेनं सांगू लागले, "अवो, तुमच्या देवाचं चांदीचं दोन डोळंच काढून नेलं मी."

"तुमाला लागीर होणारच कशी?"

"का?"

"अवो, तुमी देवाचं दोनी डोळं जर काढून नेलं तर तुमी कुठल्या दिशेला गेला, हे आमच्या देवाला कळणारच कसं?" गुरव हसून बोलला.

*   *   *

वाठार गावात नानांना चांगलं घर मिळालं होतं. गावच्या पाटलाची विशेष मर्जी नानांवर होती. त्यांचा भाकरतुकडा पाहण्यासाठी आजी येऊन राहिली होती. त्यांच्या लग्नाला दहा महिने लोटले होते; पण आकूला आणायचं धाडस आजीला झालं नाही. नानांनी लग्नाचा केलेला तमाशा आजीला बिलकूल पसंत नव्हता. त्याचं लग्न हा गावकऱ्यांच्या आणि पाहुण्यांच्या चेष्टेचा विषय झाला होता. नानांची सासुरवाडीही उखडली होती. गावकऱ्यांनी पाहुण्यांना वेड्यात काढलं होतं. असल्या खुळ्याच्या गळ्यात पोरगी कशाला बांधली? दहा महिने संपले. गढूळ पाणी निवळलं. दुधोंडीकरांनी आजीला निरोप धाडला. दगडासारखी घट्ट आजीही आता लोण्यासारखी मऊ होऊ लागली होती. एके दिवशी नाना जेवायला बसलेले. आजी बोलली,

"बाळा, जेवणात मीठबीठ काय कमी-जास्त?"

"ठीक हाय."

"माज्या डोळ्यानं दिसंना."

"हूं."
"मला आता इसावा घ्याला होवा."
"हूं."
"पाण्याची पंचाईत हुती."
"हूं."
"तांदळातला खडा दिसत नाही."
"हूं."
"अरं, काय हूंऽ हूंऽऽ" म्हातारी खेकसली. "काय हूं करतोस? येड्याचं सोंग घिऊन पेढ्याला नगो जाऊ. लगीन झालंय, बायकूला आण म्हटलास का?"
"कशाला म्हणू?"
"का?"
"मंगलाष्टका म्हटल्या तर तुमची पितरं सर्गात गेली. बायकूला आणाय गेलू तर जगू द्याल का?" नाना हसून बोलला.
"येडाच हाईस."
म्हाताऱ्या आजीनं दुधोंडीला मुराळी धाडले. अंगावरून भाकरतुकडा ओवाळून नातसून आत घेतली. घर भरल्यासारखं झालं. ते आरशासारखं स्वच्छ होऊ लागलं. पितळी घागरी चकचकीत दिसू लागल्या. आमटीच्या फोडणीचा ताजा वास खुशीत आड्यातून बाहेर पडू लागला. हिरवी काकणं घरात घुंगरांचा आवाज देऊ लागली. दारात रांगोळीचा सडा नटू लागला.
नाना सारा दिवस चावडीत घालवीत होते. कुठे सभा असेल तिथे जात होते. सत्यशोधकांबरोबर काँग्रेस हे नवं नाव ओठांवर घेत होते. एक मास्तर आठवड्यातून दोन वेळा कराडहून 'ज्ञानप्रकाश' आणीत होते. नाना तो मन लावून वाचीत होते.
घरात बायको आल्याचं त्यांनी फारसं काही मनावर घेतलं नव्हतं. आजूबाजूची परिस्थिती वेगळी होती. मराठ्याची सून म्हटल्यावर त्या रीतीनं वागायला हवं. बायका आपल्या नवऱ्याशी पाच-सहा पाच-सहा वर्षे बोलत नव्हत्या. पापणीला पापणी देत नव्हत्या. रीतच तशी होती. तरीही आजी नानांना भीत होती. उफराटं डोकं असल्यानं तो काहीतरी नवं सोंग करायचा. अलीकडे त्याला ऐकू जाईल अशा भाषेत बोलत होती, "बरं का बाळा, बायकाच्या जातीनं बाईगत वागावं. आरं, मला चार पोरं झाली तरी मी आमच्या म्हाताऱ्याबर बोललू न्हाईऽ!" आकू तर लाजाळूच्या पानापेक्षाही अधिक लाजाळू होती. घराचा मधला उंबरा सोडून ती बाहेर येत नव्हती. स्वयंपाक तीच करायची; पण आजी वाढायची. पाण्याच्या घागरी घेऊन बाहेर जाताना ती पदराचा असा काही बुरखा घ्यायची की सारा चेहरा पदराआड झाकून जायचा.
अलीकडे नाना दिवसेंदिवस अधिक गंभीर दिसत होते. अबोल राहत होते.

त्यांच्या अबोलपणाचं रहस्य गावकामगार पाटलालासुद्धा उलगडत नव्हतं. रोज रात्री झोपताना ते महात्मा फुले यांचं 'सार्वजनिक सत्यधर्म' हे पुस्तक घेत होते. त्यातील खुणेचं पान उघडीत होते. ओळखीच्या ओळी पुन:पुन्हा वाचीत होते; 'स्त्री अथवा पुरुष, जे एकंदर गावाचे, प्रांताचे, देशाचे वा खंडाचे संबंधात, अथवा कोणत्याही धर्मातील स्वतःच्या संबंधात, स्त्री अथवा पुरुषांनी, एकमेकांत एकमेकांची कोणत्याही प्रकारची आवडनिवड न करता या भूतलावर आपले एक कुटुंब समजून एकमताने, एकजुटीने, एकमेकांशी सत्य वर्तन करून राहावे...' मध्येच ते मान वर काढून आपलं सारं घर न्याहाळत होते. घर राक्षसाच्या जबड्यासारखा जबडा करून काळ्या डोळ्यांनी नानांना भिवविण्याचा प्रयत्न करीत होते. परत नाना पुस्तकात डोकं खुपसीत होते. '...आपणा सर्वांच्या निर्माणकर्त्याने एकंदर सर्व स्त्रियांस अथवा पुरुषांस एकंदर सर्व मानवी हक्कांविषयी आपल्यास पाहिजे तशी मते बोलून दाखविण्यास, लिहिण्यास आणि प्रसिद्ध करण्यास स्वतंत्रता दिली आहे!'

या ओळी पुन:पुन्हा वाचून नाना वाळूवरच्या माशासारखे तडफडत होते. येड्याच्या देवळात रामपुरीबुवांच्या तोंडून त्यांनी प्रथम ज्योतिबा आणि सावित्रीची गोष्ट ऐकली होती. त्या वेळेपासून त्यांच्या काळजाच्या कोपऱ्यात एक सावित्री घर करून राहिलेली. ती सारखी बोचत होती, टोचत होती, डोळ्यांपुढे उभी राहत होती. अलीकडे मोहनदास गांधींचं नाव दैनिकात नेहमी वाचायला मिळायचं. एके दिवशी मोहनदासांचा फोटो पहिल्या पानावर छापून आला होता. त्यांच्या शेजारी त्यांच्या पत्नीचा फोटो होता. कस्तुरबा का काहीसं नाव होतं तिचं. नानांनी त्याचं कात्रण काढलं. शेरेबुकात ठेवून दिलं. ते पुन:पुन्हा तो फोटो पाहत होते, उगाचच लाजत होते. विद्वानांचे शब्द घंटेसारखे त्यांच्या कानांत घुमत होते. 'खरा सत्यशोधकी तोच, जो आचरणास स्वतःपासून सुरुवात करतो. जो स्वत: शिकतो; मग सर्वांना शिकवतो!'

एके सकाळी नाना चावडीतून बाहेर पडले. सरळ वाण्याच्या दुकानात घुसले.

"एक पाटी, दोन पेन्सिली द्या."

"काय वो भावसाब," वाणी विचारू लागला, "तुमच्या घरात शाळंत जाणारं कोण हाय? कुणा पावण्याचं प्वार आणून ठेवलंय काय घरात?"

"व्हय."

नाना धिमी पावलं टाकीत घरी आले. पुढच्या सोप्याला काहीसं करणारी आकू त्यांना पाहताच आत पळाली. आजीनं ताट-तांब्या बाहेर आणला. नानांनी चार घास घशाखाली केले. आजी शेजारच्या घरी निघून गेली. नाना दु:खित होऊन बसून राहिले. बराच वेळ गेला. कसल्याशा निर्धारानं ते उठले. उंबऱ्याशेजारी जाऊन एक-दोनदा खाकरले, "अवो, ऐकलं का?" आतून फक्त काकणांची किणकिण ऐकू

आली. नाना पुन्हा बोलले,

"बाहेर या. पाटी आनि पेन्सिल आणलीया. श्रीगणेशा शिकवायचं हाय,"

"कुणाला रं पाटी-पेन्सूलऽऽ?" बाहेरून आलेली आजी विजेसारखी कडाडली.

"कुणाला म्हणजी? माज्या बायकूला." नाना.

"बायकूलाऽऽ" पांढरे डोळे करीत आजीने गजर घातला; "आरं, तुला काय लाजलज्जा, आब्रू, शरमबिरम? आरं, आख्ख्या दुनियेत मराठ्याची पोरगी कोण साळा शिकती का? चांडाळाऽऽ काय करतूस हेऽऽ"

"कोण शिकत न्हाई म्हणूनच मला शिकवायची." नाना निश्चयानं म्हणाले.

"नानाऽ नान्याऽऽ तुजी लै थेरं बघितली, पर आता जादा शाणपणा करशील तर भितीवर डोसकं आपटून जीव दीन, तुजाबी जीव घीनऽ!" आजी आगीसारखी पेटू लागली.

"मी सत्यशोधकी हाय."

"तू रक्ताडा आस, मला काय करायचं?"

आजीनं नानांच्या हातची पाटी हिसकावून घेतली. उंबऱ्यावर आपटून तिच्या ठिकऱ्या केल्या. ठिकऱ्या गारीवर फेकून दिल्या. रागानं आजीचं सर्वांग कापू लागलं. तिनं हाणून बडवून घ्यायला सुरुवात केली.

खाली मान घालून नाना बाहेर निघून गेले.

रात्री घरी नवी पाटी आली, पेन्सिल आली. उंबऱ्याजवळ उभं राहून नाना बोलले,

"अग, बाहीर ये. नवी पाटी आणलीया."

"आरं, तुजी पाटी गेली चुलीतऽऽ" आजी गरजत बाहेर आली.

आजीनं मोठ्यानं गळा काढला. शेजारपाजारची बायामाणसं धावली. नानांकडे हातवारे करून आजी सर्वांना म्हणाली,

"ह्यो-ह्यो धरमबुडव्या बगा. आपल्या बायकूला साळा शिकवितोय. पाटीदप्तर आणलंया बगाऽ बगाऽ माज्या घराला आग लागलीऽऽ"

जमलेली माणसे भुताकडे पाहावं तशी नानांना पाहू लागली. त्यांचा डोळ्यांवर विश्वास बसेना. दोन समजूतदार पुढं होऊन म्हणाले, "भाऊसाब, तुमच्यासारखी शाणी माणसं आसं करायला लागली तर येड्या गावानं कुणाकडं बघायचं वो?" आज नाना गुत्त्यावरून शेर-पावशेर मारून तर आले नाहीत ना, अशा संशयानं काहीजण त्यांना न्याहाळू लागले.

"अख्ख्या महाराष्ट्रात मराठ्याची कोनी पोरगी साळंला जात न्हाई, आनि लगीन झाल्याल्या बाईला तुमी शाळा शिकविणार?"

"व्हय शिकविणारच मी;" नाना आजीला आव्हान देऊन म्हणाले, "आजे,

सांग तुज्या सुनंला, ती जेव्हा शाळा शिकंल, फडाडा बामणावाणी पुस्तकं वाचील, सोताच्या अक्षरांत माहेराला पत्र लिवील, तवाच तिला मी बायकू म्हणून जवळ करीनऽऽ!''

सर्व लोक नानांची समजूत काढू लागले. ते सर्वांना उसळून म्हणाले,

''जग लै बदललंया, इंग्लंडातल्या बायका झगं घालून साळंला जात्यात.''

''इंग्लंडातल्या बायांनी लाज सोडलीया. त्येनी कमरंचं सोडून डोसक्याला गुंडाळलंया. पर मराठ्याच्या पोरी कुलवंताच्या हाईत. नान्या, त्येंच्या डोईवरचा पदुरबी कवा ढळायचा न्हाईऽऽ'' आजी ओरडली.

भांडणतंटा तुटावा म्हणून लोक नानाला घेऊन चावडीत गेले. आकूबाई अंगात वारं भरल्यागत थडथड कापू लागली. आजीनं तिला जवळ झोपविलं. तिच्या पाठीवरून हात फिरवीत ती म्हणाली,

''तू कुलवंताची पोरगी आता सून हाईस. त्या नान्याचं फिरलंय डोस्कं; पर तू आपला धरम नगो सोडूऽऽ''

आकूबाईचा कंठ दाटून आला. स्वत: अक्षता गायल्यावर तो वेडा आहे असं तिच्या पाहुण्यांनी निक्षून सांगितलं होतं. गेल्या दहा महिन्यांत वेड कमी झालं असंल अशी तिची समजूत; पण ती खोटी ठरली. नाना ठार वेडे झाले होते. गाईसारखा हंबरडा फोडून ती आजीच्या कुशीत ओक्साबोक्शी रडू लागली.

नानाचं वेड उतरेपर्यंत आकूला माहेरी धाडण्याचं आजीनं ठरवलं. दुधोंडीला निरोप धाडला. आकूचा बाप धावत आला. आकू त्याला बिलगून धाय मोकलून रडू लागली. डोळ्यांतली आसवं आवरीत बाप म्हणाला,

''पोरी, गेल्या जन्माचं पाप हे. काय करायचं?''

लेकीला घेऊन बाप निघाला. वाटेवरच्या आंब्यापर्यंत आजी सोडायला गेली. आकू आजीच्या पाया पडली. तिला पोटाशी धरून आजी म्हणाली,

''लेकी, काळजी नगं करू. नान्याच्या टाळक्यातलं हे याड कमी हुईल एक दिवस. तसा त्यो वंगाळ न्हाई ग. सुधरंल हळूहळू. मधावाणी ग्वाड हाय ग माजा नातू. तू भिऊ नगं.''

*   *   *

आठ-दहा महिने पालापाचोळ्यासारखे उडून गेले. आकूने अनेक वेळा सासरच्या वाटेकडे पाहून डोळे पुसले; पण पदरात काहीच पडलं नाही. तिच्या बापाची समजूत साऱ्या गावानं घातली. नवरा असा असला म्हणून काय झालं? नवरा तो नवराच. आकूची आई बोलली, ''लेकी, आंधळ्या-पांगळ्या नवऱ्याची पूजा बायका करत्यात. नवरा लंगडा हाय म्हणून वटसावित्रीला कोणा बायचा

वडाला दोरा बांधायला पाय अडत न्हाई. नवरा त्यो देव. मग त्यो कसा बी असू दे.''

आकूच्या वडिलानं सरळ सांगून टाकलं, ''ज्या घरात तुला दिली तिथंच तू मेलीस. माह्यार साडीचोळीला हाय; पण सारा जलूम नवऱ्याच्या घरात गेला पायजी.''

आकू जास्त वेळ घरी थांबली नाही. बुट्टीत असेल तो भाकरतुकडा फडक्यात गुंडाळला. वाठारची वाट धरली. आईबापाला हायसं वाटलं.

आकू नांदू लागली.

नाना अहोरात्र पूर्वीच्या उद्योगात गढले होते.

आजी मुकी होऊन आला दिवस न्याहाळीत होती.

दिवस आठवड्यामागे धावू लागले.

आठवड्यांनी महिन्यामागे धूम ठोकली.

महिन्यांनी, वर्षांची एकदा पाठशिवणी केली.

पूर्वीचा जोम आजीमध्ये राहिला नाही. घरात सुख नव्हतं. नानाही घरी फार वेळ थांबायला तयार नसायचे. त्यांच्या पाठीमागून ज्यांची लग्नं झाली, त्यांची पोरं अंगाखांद्यावर खेळू लागली. आजीला पूर्वीसारखं कामही झेपत नव्हतं. नानांना जेवण वाढायला ती आकूलाच सांगू लागली. नानांसमोरून ती आतबाहेर कुठे वावरू लागली तर तिच्या कपाळाची शीर उठली नाही.

आकूला नानांचा स्वभावच उमगत नव्हता. लग्नानंतर नवरा मुलगा मंगलाष्टकं कसा म्हणतो, याची चेष्टा सर्वांनी केली होती. ती लाजेने अनेक वेळा शरमिंदी झाली होती. तिच्यासाठी पाटीदप्तर आणून तर नानांनी कळस केला होता; पण त्यानंतर त्यांनी एक चकार शब्द काढला नव्हता. इतर नवऱ्यांसारखं भांडण नाही, की आदळआपट नाही. लग्नातला हुंडा वसूल झाला नाही म्हणून कैक नवऱ्यांनी आपल्या बायका वसुलीला धाडल्या होत्या. कित्येक जावयांनी आपल्या सासऱ्यांना पद्धतशीर कात्र्या लावल्या होत्या. सोन्याचं बदाम हवं, जरीचा फेटा हवा, चांदीचा कडदोरा हवा, हे हवं आणि तेही. याउलट नानांनी कशाचीही अपेक्षा केली नाही. लग्नात पाहुण्याला आण्यालाही महाग पडू दिलं नाही.

नानांचं खपणं सुरूच होतं. दिवसा तलाठकी आणि रात्री सत्यशोधकी. आज भाषण, उद्या मेळावा. गेल्या महिन्यात त्यांच्या पायाला काहीसं लागलं. बघता बघता पाय हा म्हणून सुजला. जवळच्या गावात आधीच भाषण ठरलं होतं. त्यांच्या पायात दिवसभर कळा मारीत होत्या. रात्री कार्यकर्ते बिनगाडीचे आले. तशा अंधारात नाना काठी घेऊन जायला उठले.

''अरं बाळा, तुजा पाय दुखंल.'' आजी आडवी झाली.

''दुकला तर दुकू दे. एकट्याचाच दुकंल; पण आजे, या गावातून शेकडो माणसं माजी सभा ऐकायला येत्यात. इतक्या लोकांसाठी एकट्याचा पाय दुकला

म्हणून काय झालं?''

अंधारातून नाना चाचपडत गेले; पण थांबले नाहीत. आकूचे डोळे पाण्याने डबडबून आले. आठ-दहा दिवस तिला घर खायला उठलं. डोक्यात किडे वळवळू लागले.

दुपारी नाना एकटे सोप्याला बसलेले. आजी दुकानाला गेलेली. आकू पदर सावरीत हळू आवाजात म्हणाली,

''अवोऽ''

''काय?''

''तुमची ती पाटी आनि पेन्सूल आणा. मी शिकाय तयार हाय.''

रात्री नाना पाटीदप्तर घेऊन आले. त्यांनी आकूला सरळ हाक मारली. ती आजीसमोरून उठून आली. कंदिलाच्या उजेडात नानांनी पाटी नीटशी धरली. ते एक एक अक्षर शिकवू लागले. आकूचा हात हाती घेऊन गिरवू लागले. मध्यान्ह झाली. आजी गुपचूप स्वयंपाकघरात वाकळेवर पडून होती. नाना उठले व चावडीत झोपायला गेले. आकू पाटी घेऊन आत आली.

सकाळी चावडीतलं काम आटोपून नाना दुपारी घरी परतायचे. आकू पाटी घेऊन बसायची. नाना नवे अंक आणि लिपी शिकवायचे. दाराच्या फटीतून लोक फिदीफिदी करून हसायचे. त्यांनी जागा बदलली. माजघरात दोघे बसू लागले. आजी काही न बोलता उंबऱ्यावर बसू लागली.

मनाच्या कोपऱ्यात दडलेली सावित्री नानांच्या डोळ्यांसमोर नाचू लागली. ते नव्या ईर्षेने नवे धडे शिकवू लागले. हळूहळू आकूचं मन अभ्यासात लागलं. गुंतलं.

एकदा आकू गहिवरून म्हणाली,

''तुमचं मला कोडंच सुटत न्हाई. जगासाठी एवढं वणवण हिंडता; जिवाला तरास करून घेता. येळंला जेवाण न्हाई. एवढं सारं का करता?''

''लोकांनी मोठंपणा दिलाय; त्यो केरात जाता उपयोगाचा न्हाई. त्यो खुलून दिसला पायजे.''

''मला यातलं कायबी कळत न्हाई.'' आकू बोलून गेली; ''पर तुमी लै भोळं हायसा. तुमचं मन पाण्यागत निर्मळ हाय.''

अखेर तो भाग्याचा दिवस उजाडला. आकूचा 'रामविजय' वाचून झाला. मोडक्यातोडक्या भाषेत तिनं माहेरीही एक पत्र धाडलं. नाना आनंदात न्हाऊन गेले.

रात्री नाना चावडीकडे झोपायला गेले नाहीत. आकूच्या अंगावर मायेनं हात ठेवीत म्हणाले,

''तुला लै तरास दिला ग मी.''

''त्येच्यात कसला तरास?''

''आकू, आज सावित्रीबाई असायला पायजी हुती ग.''

"कशाला?"

"तिला मी सांगितलं असतं, आमच्या सातारा मुलकातल्या पोरी शेळ्या-मेंढ्यांमागं धावून आयुष्य काढत्यात. त्येंच्यासाठी पुण्यासारखी शाळा काढ."

"आनि शाळंला मास्तरीण?"

"ह्या पठ्ठ्याची बायकूऽ!" डोळ्यातलं आसू पुसता पुसता, गालातलं हसू आवरीत नाना बोलले.

* * *

"पाटील, एक दिवस हे तुमाला जड जाईल."

"काय?"

"सरकारी नोकरी करीत असताना निवडणुकीत भाग घेता? अन्नात माती का कालीवता?"

"अवो, पण–"

"पनबीन काय न्हाई. तुमच्या विरोधकांनी लै तकरादी केल्या आहेत."

थोड्या नाराजीने अव्वल कारकुनाचे शब्द नानांनी ऐकून घेतले होते. अलीकडे बऱ्याच वेळा त्याचीच आठवण होई. ते थोडे विषण्ण होत. वादळागत चोहो दिशांना धावणाऱ्या नानांना नोकरीची जड बेडी सराट्यासारखी टोचत होती. कामाच्या बाबतीत कधी हयगय झाली नाही. सारं दप्तर कसं बयाजवार होतं. काम संपल्यावरच रात्री सभा-मेळाव्यांना ते धावत होते. भाषणातून रानमाळातील रोजची उदाहरणं देऊन आपली मतं लोकांना पटवीत होते. ज्या गावात नानांचं भाषण होत होतं, ते गाव जिंकूनच ते वेशीबाहेर जात होते. गावागावांत त्यांच्या नावाचा बोलबाला होत होता. गावाच्या शिव्या खाणाऱ्या बड्या नोकरदारांना नानांचं यश काट्यासारखं बोचत होतं.

नुकत्याच मुंबईत कौन्सिलच्या निवडणुका झालेल्या. त्यात बहुजन समाजाचे उमेदवार म्हणून भास्करराव जाधव उभे राहिलेले. विरोधात सरकारधार्जिणी कूपर आणि कंपनी होती. भास्कररावांसाठी नानांनी जीव तोडून प्रचार केला होता. हाकाट्यांनी शिकारीसाठी जाळी नि जाळी पालथी घालावी, तसंच त्यांनी प्रचारासाठी गाव आणि गाव वेचलेलं. भास्करराव प्रचंड मतांनी निवडून आलेले. सरकारी अधिकाऱ्यांचा तिळपापड झालेला. 'अंगावर येईल' असा दम अनेकांनी भरलेला.

नाना नेहमीसारखे ताठ होते. निवडणुकीची आगळीक नोकरीवर गुदरली तरी ते भिणार नव्हते; मात्र अनेक समस्या उभ्या राहणार होत्या. गरिबीच्या खाईत होरपळणारं घर अजून सावरलं नव्हतं. घरी खाणारी लहान लहान पोरं होती... नानांचा निर्धार पक्का होता. सरकारी कामही आपण इमानेइतबारे केलंय. त्यातून काय होईल ते होईल. चार-सहा वर्षांमागे कलकत्त्याच्या सुभाषबाबूंनी आय.सी.एस.

होऊनसुद्धा एक दिवस तरी सरकारी नोकरी केली होती का?

आता यात्रांचे दिवस सुरू झालेले. वाठारची खेळती पोरं घेऊन नाना गावोगावच्या कुस्त्यांच्या फडातून फिरत होते. आज तर त्यांच्या सासुरवाडीत, दुधोंडीतच यात्रा होती. 'जत्रंला यायचं' म्हणून पाहुण्यांचा निरोप आठ दिवसांमागेच आला होता. नानांबद्दल असलेले पाहुण्यांचे गैरसमज दूर होऊ लागले होते. काही तरी मोठं काम करणारा मोठा माणूस आहे, एवढं तरी त्यांना भासलं होतं.

आकू चार दिवस आधीच आली होती. नानांच्या दोस्तांसाठी नळीचा बेत होता. चुलीवरच्या मटणाच्या फोडणीचा वास पैलवानांच्या नाकात घुमत होता. सारी खुषीत होती. जेवणं वाढली. मित्रमंडळी झणझणीत रश्श्यावर सणसणीत हात मारू लागली. शाकाहारी नाना एका बाजूला बसले होते. त्यांच्यासाठी झुणका, त्यांच्या आवडीचं वांग्याचं चवदार भरीत आणि ओल्या मिरच्या असा बेत होता. जेवण सुरू होतं. गप्पागोष्टींना रंग भरलेला. एवढ्यात वाठार चावडीचा सनदी दारात उभा. नाना आणि मुलकी पाटील त्याच्याकडे बावरून पाहू लागले. तो घामघूम होऊन आलेला. काही तरी प्रकार असलाच पाहिजे.

बिगीद्यानं जेवण आटोपून नाना बाहेर आले. मुलकी पाटीलही गडबडीनं बाहेर झाले.

"काय रं, का आलास?"

"अवो, भानगड झाली."

"कसली रं?" नानांच्या पोटात धस्स झालं.

"गावाला मामलेदारानं भेट दिली."

"आनि?" पाटील आणि नाना पुरते बावरले.

"दप्तर तपासलं आनि गेला."

"काय निरोप?"

"तिनी गावची दप्तरं घिऊन उद्याच्या उद्या तालुक्याला बोलविलंया."

मुलकी पाटील आणि नाना यात्रा निम्म्यात टाकून वाठारला जायला निघाले. सारे पैलवान गडी बावरले. "काय भानगड, काय?" म्हणून पुढं होऊन विचारू लागले. पाहुणे बाहेर आले. सासू पुढं होऊन विचारू लागली,

"काय झालं काय?"

"काय न्हाई. बघू या काय ते."

"तुमी वाईटवंगाळ काय केल्यालं न्हाई नव्हं?" सासू बोलून गेली.

आकूनं आपल्या आईला चिमटून गप्प केली. नाना आणि पाटील निघाले. त्यांनी जाताना वळून मागं पाहिलं. दाराच्या चौकटीशी मान बाहेर काढून आकू उभी होती. घाबरीघुबरी होऊन पाहत होती. नानांच्या नजरेला नजर भिडताच तिच्या डोळ्यांत पाणी उभं राहिलं. तिच्याशी बोलावं, तिला समजावावं, असा विचार

त्यांच्या डोक्यात डोकावला; पण एवढ्या माणसांत बोलायचं कसं?

दुसऱ्या दिवशी नाना आणि मुलकी पाटील वाठार, भिलवडी आणि बुद्रुकची दप्तरं घेऊन तहसीलदारासमोर हजर झाले. तहसीलदार गरमागरम होऊन दप्तरं तपासू लागला.

"तुमाला अक्कल नाही? गावोगाव सभा घेत हिंडता. कामाकडं लक्ष नाही. निवडणुका, मेळावं – काय करायचं काय तुम्हाला हे? नोकरीत राहायचं आहे की नाही?"

"अवो साहेब; पण–"

"मूर्ख आहात. गप्प राहा."

दप्तरांची पानं फडफडली.

अखेर एक चूक निघालीच. भिलवडी आणि बुद्रुकचा भरणा पंधरा दिवस उशिरा भरला होता. म्हणजे सरकारी पैसा पंधरा दिवस वापरला होता. वास्तविक यात नानांची चूक काहीही नव्हती. त्यांनी रीतसर पैसा मुलकी पाटलाच्या हाती दिला होता. पाटलाच्या निष्काळजीपणानेच हा प्रसंग गुदरला होता. आपल्यावर असा घाणेरडा आरोप ठेवला जाणार या कल्पनेनं नानांना उभं वारं सुटल्यासारखं झालं. अंधारातून वाट तुडवीत ते वाठारचा रस्ता कापू लागले.

"पाटील, तुमी काय केलंसा तरी काय हे?"

"चुकलं. माफी करा."

"अवो, माज्या आयुष्याला असा डाग लागला न्हाई कधी. गरिबी हुती. पानी पिऊन दिवस काढलं; पर कोणाच्या खापरीला हात लावला न्हाई."

"पोरगं मांडीवर हागलं म्हणून मांडी कापायची का? माफी असावी भावसाब."

गावात आल्यावर डोकं धरून दोघेजणही काय होणार या काळजीत बसले. दोन दिवसांनी एक लखोटा तालुक्याहून आला. पैसे वापरल्याचा आरोप दोघांच्यावर ठेवण्यात आला. मुलकी पाटील आरोपी नंबर एक आणि तलाठी नंबर दोन. आरोप सिद्ध होईपर्यंत नाना तलाठ्यांना सस्पेंड करण्याचा हुकूम झाला.

आकूच्या डोळ्यांचं पाणी तुटलं नाही. "तलाठ्यानं पैसं खाल्लंऽ! त्येला अटक हुणार." गाव बोलू लागलं. अब्रूचं खोबरं व्हायची वेळ आली. नानांची झोप उडाली. नोकरी एकाला दुसरी मिळेल; पण या खोट्या वहिमाचं काय? आकू नानांना रडून सांगू लागली, "तुमी लै भोळं हायसा; म्हणूनच हे असं झालं वो." नातवावरचं किटाळ पाहून आजीही घाबरून गेली. एकूण प्रकरणात नानांची चूक नव्हतीच. गावकरी येऊन सांगू लागले,

"तुमची चूक न्हाई तर सांगून टाका, पाटलानंच हे सारं केलं. गळा मोकळा

करून घ्या.''

''माजा गळा मोकळा करून दोस्ताच्या गळ्याला फास कसा लावू?''

नाना म्हणाले, ''त्येची पाटिलकी जाईल, सगळं जाईल.''

नानांनी ती अवस्था पाहून मुलकी पाटीलही घाबरून गेला. आपल्या घरातल्या धान्याच्या गोणी उचलून नानांच्या घरात टाकल्या. काहीही लागलं तरी भावाकडं माग म्हणून पाटलाने आकूला सांगितले. पाटील नानांना म्हणाला,

''कायबी काळजी करू नका. काय लागलं-सवरलं तर तुमचा ह्यो भाव पाठीवर वाघागत हाई. तुमच्या दुकाचा वाटा मला द्या.''

''दुकाचा वाटा तुमी उचलाल, पाटील;'' नाना गहिवरून म्हणाले, ''दुकाचा वाटा उचलता येतू; पर माज्या गेलेल्या अब्रूचा वाटा तुमी कसा उचलणार?''

* * *

आकू आणि आजी येड्याला राहिल्या होत्या. नानासुद्धा येड्याला दोन दिवस राहिलेले; पण ओळखीच्या लोकांत राहण्याचा त्यांना उबग आलेला. ''तलाठ्याची नोकरी गेली, पैसे खाल्ले,'' असं सांगून लोक त्यांच्याकडे बोट दाखवीत होते. त्यांना मेल्याहून मेल्यासारखं होत होतं. तापल्या तव्यावर टाकलेले पाण्याचे थेंब चरकावेत, तसे अपमानाचे शब्द कानांवर पडताच ते पेटत होते. कंबरडं मोडल्यासारखं घर गप्पगार होतं. रामजीबाबा घोंगड्याची भाळ मारून बसत होते. थंड भरून आल्यासारखं होत होतं. सकाळी नाना घरातून बाहेर पडले, तेव्हा त्यांनी सुनावलं,

''नाना, आमा गरिबाचा जीव नगो घिऊ, डोस्क्यातलं येडं इचार काढून टाक. जगासाठी गरिबाच्या घराला आग नगो लावू. आमी होरपळून मरू. तवा तुजं जग चौकशीसुदीक करायला याचं न्हाई. कुठंबी फिर. पर मागं लहान भावंडं उपाशी मरत्याल. देशोधडीला लागत्यालऽऽ!''

जड मनानं नाना बाहेर पडले. उघड्या माळावरून चालू लागले. आगीच्या ज्वाळा अंगाअंगाला चटके देत होत्या. कराड नजरेत आलं. तोवर पायातलं पायताण तुटलं. तुटकं पायताण पिशवीत टाकलं. पिशवी पाठीवर मारली. पावलं कराडकडं पडत होती; पण आपण का व कुठे चाललोय, काही कळत नव्हतं. मेंदूला मुंग्या लागल्या होत्या. नाना खूप भटकले. घशाला कोरड पडली. बंद दुकानाच्या एका फळीवर बराच वेळ ते बसून राहिले. कुणाला भेटावं... बऱ्याच उशिरा गणपतराव बटाणे डोळ्यांसमोर उभे राहिले. नाना लगालगा पावले टाकीत निघाले.

गणपतराव गुळाच्या वखारीत बसून होते. समोरच्या गल्लीतून एक पैलवान झपाट्यानं चालत आलेला दिसला. कोण बरं हा? हा-हा येड्याचा नाना तलाठी. सत्यशोधकाचा कार्यकर्ता.

“याऽ या पाटील या तुमी.” गणपतरावांनी नानांचं हसून स्वागत केलं.

अदबीनं नमस्कार करीत नाना आले.

“याऽ याऽ इथं.” गणपतरावांनी त्यांना आपल्या शेजारी बसवून घेतलं.

“काय घेणार? चहा?”

“व्हिक्टुरियादेवीचा प्रसाद घेत न्हाई मी. त्येनं आतडी सुकत्यात, मग भूक न्हाई लागत.”

“दूध चालंल?”

“चालंल.”

दुधानंतर इकडच्या-तिकडच्या गप्पा झाल्या. गणपतरावांना नानांबद्दल कमालीचा आदर होता. याआधी एक-दोनदा पुसट भेटी झालेल्या; पण नानांचं सामर्थ्य त्यांच्या लक्षात आलं ते गणेशचतुर्थीला. कराडात जातीय दंगल उसळलेली. त्या पार्श्वभूमीवर गणपतरावांनी जंगी मिरवणूक काढली होती. त्यासाठी नानांनाही आमंत्रित केलं होतं. येडे, सुरळीसजा, वाठार या गावचे तगडे पैलवान आणि वीसएक सजलेल्या बैलगाड्या घेऊन नाना आले होते. मिरवणुकीत रंग भरला होता. नानांचा पल्ला गणपतरावांच्या ध्यानात आला होता.

“मग कसं काय येणं केलं?” गणपतरावांनी दुसऱ्यांदा विचारलं.

नानांना राहावलं नाही. एकदम कंठ फुटला. बारक्या पोरागत ते रडू लागले. कातळातून ओढा उगवल्यासारखं झालं. नानांची ती अवस्था पाहून गणपतरावही बावरले. त्यांच्या पाठीवरून धीराने हात फिरवीत गणपतराव म्हणाले,

“नाना, मनात काय असंल ते सांगा. मी तुमच्या भावासारखा हाय.”

झाला प्रकार नानांनी गणपतरावांच्या कानांवर घातला. हुंदके देत ते म्हणाले,

“बटाणेदादा, आता तुमीच सांगा, ह्यो किटाळ कसा जायाचा? दुसऱ्या बाजूला घरदार उपाशी मरायची पाळी आलीया. काय करू मी?”

“नाना, तुमी माझ्या दुकानाची पायरी चढलाय. गांधी महाराजांच्या कृपेनं कमी नाही पडणार काही. इथंच ऱ्हावा.”

गणपतरावांचे आभार कोणत्या शब्दांत मानायचे हेच नानांना कळेना. गणपतरावांनी त्यांना आपले मुनीम काशिनाथ देशमुख यांची ओळख करून दिली.

पहिल्याच दिवशी आपण वाट चुकून महापुरुषाच्या गाभाऱ्यात आलो, याची सत्यता नानांना पटली. गणपतराव, मुनीम आणि वखारीतील काही नोकरही खादीचेच कपडे वापरीत होते. गणपतराव व्यवसायाने व्यापारी होते. वृत्तीने कट्टर देशाभिमानी होते. तिजोरीच्या शेजारीच चरखा होता. त्या चरख्यावर रोज पहाटे उठून सूत कातीत होते. दुकानात गांधीजी, नेहरू व सुभाषचंद्र या तरुण नेत्यांच्या मोठ्या तसबिरी लावल्या होत्या.

रोज सकाळी ‘ज्ञानप्रकाश’ आणि ‘केसरी’वर नाना घारीने पिल्लांवर झडप घालावी तसे झडप घालीत होते. गांधीजी, अस्पृश्योद्धार, ग्रामसुधार, आदी नवे शब्द त्यांच्या उत्साही मनाला भुरळ घालीत होते. गणपतरावांच्या येथे कराडातील प्रमुख काँग्रेसजनांचा अड्डा असायचा. रोज चर्चा झडायच्या. अधूनमधून पुण्या-मुंबईहूनही काही खादीवाले यायचे.

अलीकडे नानांना महात्मा फुलेंसारखे गांधीजीही खूप आवडत होते; पण आपण नेमकं काय करावं? सत्यशोधकी व्हावं की काँग्रेस कार्यकर्ता?

या नव्या वातावरणात नाना हरपून गेले, हरवूनही गेलेले. एके दिवशी सकाळीच येड्याहून रामजीबाबांचा सांगावा आला, “पैशाची लै अडचण हाय. तिटाची गाठ मिठाला पडंना. कायबी कर, पर पाच रुपयं पाठीव. पाखरागत वाट बघतोयऽ” एकाएकी त्यांना उमाळून आलं. आपण एवढे निष्ठूर का? ताबडतोब पैसे धाडायचं ठरविलं; पण गणपतराव अजून आले नव्हते.

काशिनाथरावांच्या आणि नानांच्या खूप चर्चा व्हायच्या. त्यांनी ‘केसरी’चा अंक नानांच्यापुढं केला.

“पाटील, वाचलं का हे?”

“काय?”

“तुमचे सत्यशोधकाचे पुढारी केशवराव जेधे यांचं भाषण छापलंय.”

“काय म्हणत्यात जेधे महाराज?”

“बघा तरी.”

उत्सुकतेने नाना जेध्यांचं भाषण वाचू लागले – “सत्यशोधक समाजाच्या कार्यकर्त्यांनी गांधीजींच्या तिरंगी झेंड्याखाली एकत्र यावे. जो खरा सत्यशोधकी असेल तोच या झेंड्याखाली एकत्र येईल; कारण काँग्रेसची चळवळ ही बहुजनांची चळवळ आहे.” जेध्यांच्या त्या ओळी हरखलेल्या नानांनी कितीतरी वेळा वाचून काढल्या.

नानांचा आनंद पाहून काशिनाथरावही खुलले. “पाटील, आता थांबू नका, घ्या उडी.” काशिनाथरावांनी त्यांना सांगितले. एवढ्यात गणपतरावही दुकानात आले. नानांनी उत्सुकतेने जेध्यांचं भाषण त्यांना दाखवलं. गणपतराव आनंदून म्हणाले,

“बरोबरच आहे ते. गांधीजींनी इंग्रजी सत्तेविरोधी होमकुंड पेटवलाय. आता कुठल्याही व्यक्ती-संस्था या प्रवाहापासून बाजूला राहू शकत नाहीत.”

चर्चा बरीच रंगली. तिघेही गुंगले. एकदम भाताच्या घासात खडा लागावा तसं नानांना झालं. पाच रुपयांसाठी आलेला रामजीबाबांचा निरोप आठवला. नाना एकाएकी स्तब्ध झाले. गणपतरावांच्या नजरेतून ही गोष्ट सुटली नाही. मघापासून धबधब्यासारखे वाहणारे नाना वाळूवर उघडे कसे पडले?

“काय नाना, तुमची अडचण?”

“काहीऽऽ–”

“सांगाऽ सांगाऽऽ”

“घरी पाच रुपये पाठवायचं हायंत.”

गणपतरावांनी लागल्या हाताने पाच नाणी नानांच्या हातावर ठेवली. कृतज्ञतेनं नाना वाकून गेले.

*   *   *

वखारीत गडबड चालली होती. गेले आठ दिवस गणपतराव वखारीचा उंबरा ओलांडून आत आले नव्हते. वखारीचा हिशेब काशिनाथराव पाहत होते. गणपतराव बटाणे खांद्यावर तिरंगी झेंडा आणि पाठीशी पन्नास-साठ कार्यकर्ते घेऊन कृष्णा-कोयनेच्या खोऱ्यांतून एकसारखे धावत होते. गांधीजी आणि सत्याग्रहाच्या वेडानं त्यांना पुरतं झपाटून टाकलं होतं. गांधीजींनी देशाला सत्याग्रहाची हाक दिली होती. एकोणीसशे वीसचा लढा अयशस्वी झाला होता; म्हणूनच तीसचा पुकारा झाला होता. ब्रिटिश जुलूमशाहीला न नमण्याचा निर्धार काँग्रेस कार्यकारिणीने केला होता. गांधीजींचा संदेश गावोगावी पोहोचविण्यासाठी गणपतराव धावत होते. त्यांना लवकरात लवकर अटक होईल, असं बोललं जात होतं. वखारीचं पुढं काय? असा प्रश्न सर्वांपुढं उभा होता. मालकाचं काय होणार, याचीही हळहळ सर्वांना लागलेली.

काशिनाथराव इमानेइतबारे धन्याची सेवा करीत होते; पण गेल्या दोन दिवसांपासून त्यांची चिन्हे ठीक दिसत नव्हती. गंभीर आणि उदास चेहऱ्यानं ते वेळ घालवीत होते. त्यांच्या चेहऱ्यावरचे भाव नाना न्याहाळीत होते. त्यांचंही लक्ष रोजकीर्दीतून उडालं होतं.

एवढ्यात एकजण बातमी घेऊन आला, “आज मालकांना अटक हुईल. साऱ्या गावात बातमी झालीया.”

“मालक कुठं आहेत?” काशिनाथरावांनी गंभीर होऊन विचारलं.

“त्यांची सभा बाजार चौकात चालू हाय. माणसांची गर्दी झालीय. सभंभोवती पोलीस बंदोबस्त पण जाम हाय.”

काशिनाथराव थोडा वेळ बसून राहिले; पण त्यांचं कशातही लक्ष लागेना. कसल्याशा निर्धारानं ते उठले. नानांना जवळ बोलावून म्हणाले, “चला, मालकांचं काय चाललंय बघू.” बाजारपेठेत दोघंजण आले. पाहतात तर लोकांचा नुसता उरूस भरलेला. सभेला प्रचंड गर्दी झालेली. सभेभोवती संगीनधाऱ्या पोलिसांनी कडे केलेले. व्यासपीठावर पंचवीस-तीस काँग्रेस कार्यकर्ते बसलेले. एक पुरुष उंचीची गांधीजींची तसबीर पाठीमागे उभी केलेली. गणपतराव बटाणेंचा गळा हारांनी फुललेला. तोंड गुलालानं माखलेलं. ते त्वेषानं बोलत होते–

“लोकहो, आपल्या देशात अनेक धर्म, जाती, पंथ असले तरी आपण स्वकीय

आहोत. परकीयांनी आपला देश पोखरला आहे. आमच्या दारिद्र्याला, रोगराईला, अज्ञानाला खरे कारण हे इंग्रज सरकार आहे. यांच्याविरुद्ध दंड थोपटून उभं राहिल्याशिवाय आम्हांला काही मिळणार नाही. महात्मा गांधी महाराजांच्या रूपाने आम्हाला एक देवदूत भेटला आहे. त्यांच्या हाकेला ओ देऊ या. चला, आपण एक होऊ या. पेटू या. उठू या. चलाऽ चलाऽऽ!''

गणपतराव लोकांना जीव तोडून सांगत होते. लोक पेटत होते. काशिनाथराव आणि नाना एकमेकांना चिकटून उभे होते. गणपतरावांच्या एकेका कणखर शब्दाबरोबर त्यांच्या मनाची तार झंकारत होती. मुठी वळत होत्या. दातांवर दात आपटत होते. प्रचंड जयघोषात सभा संपली. वॉरंट घेऊन फौजदार व्यासपीठाशेजारी उभा होता. त्याने गणपतरावांचा हात पकडला. त्याबरोबर लोक संतापून उठले. दंगा-ओरड सुरू झाली. शेकडो लोक रागाने बेभान झाले. गणपतरावांचे जिवाभावाचे कार्यकर्ते पुढे सरसावले. फौजदार क्षणभर बावरला. लोक ओरडून सांगू लागले, ''दादांना खुशाल अटक करा; पर त्येना आमी तुरुंगापातूर वाजवीत नेणार. बेड्या ठोकू देणार न्हाईऽऽ''

बदलत्या परिस्थितीपुढे फौजदारांनी नमते घेतले. ढोल-ताशा वाजू लागला. लेझीम घुमू लागलं. मैदान जिंकून आलेल्या पैलवानाप्रमाणे गणपतरावांची मिरवणूक निघाली. उसळी मारून नाना पुढे झेपावले. ऐटीत चाललेल्या गणपतरावांना त्यांनी उचलून खांद्यावर घेतले. नाना गणपतरावांचा भार घेऊन नाचत चालले. मोठमोठ्यानं ओरडू लागले,

''बोला, गांधी महाराज की–''

''जयऽऽ'' हजारो लोक ओरडले.

''भारत माता की–''

''जयऽऽ'' प्रचंड गजर झाला.

''गणपतराव बटाण्यांचा–''

''विजय असोऽऽ'' आसमंत दुमदुमून गेला.

नानांच्या डोळ्यांसमोर पंढरीची वारी उभी राहिली. भगवे झेंडे आणि तिरंगी झेंडे एक दिसू लागले. विठ्ठल-रखुमाईचा गजर आणि गांधी-काँग्रेसचा गजर एकरूप झाला. लोक तल्लीन होऊन घोषणा आळवू लागले.

गणपतरावांना गजाजवळ पोहोचवून मिरवणूक पांगली.

काशिनाथराव वखारीकडे वाऱ्यासारखे धावत आले. त्यांच्यापाठोपाठ नाना होतेच. गणपतरावांच्या नातलगाला त्यांनी जवळ बोलाविले. पै आणि पैचा हिशेब दिला. मुक्त झाल्याच्या आनंदानं उठले. वखारीतला सर्व नोकरवर्ग भोवती जमलेला. त्यांच्याकडे पाहत ते म्हणाले,

''मालक आत गेले. मी बाहेर कसा राहू? तिरंगी निशाण फडकवीत मीबी तुरुंगात जाणार.''

काशिनाथराव बाहेर पडले. नानांचं डोकं भणाणलं. मन उद्वेगानं पेटून उठलं. आकू, रामजीबाबा, तलाठकी, येडं... सारे सारे पाश जळून भस्मसात झाले. पुढे होऊन ते धीरगंभीर आवाजात म्हणाले,

"माजाबी हिशेब घ्या. माझा मालक वाघागत आत गेला. शेळपाटागत बाहीर राहणारी माजी अवलाद न्हाई. तुरुंगच माझी पंढरी आनि गांधीबाबाच माझा इठूबाऽऽ!"

* * *

डोक्यावर सूर्य आग ओतीत होता. वाठारची माणसं घरात सावलीला विसावा घेत बसलेली. रस्त्यावर माणूसकानूस कोणी दिसत नव्हतं. गावच्या देवळासमोर दहा-बारा पोरांचा गोट्यांचा खेळ चाललेला. एवढ्यात 'गांधी महाराज की जयऽऽ' अशी घोषणा दुमदुमली. खेळ तसाच टाकून पोरं बावरून पाहू लागली. समोरून फुफाटा उडवीत उनाच्या रखातून कोणीतरी एक बुवा येत होता. त्याच्या हातामध्ये शेवरीची फोकाटी होती. फोकाटीला तिरंगी झेंडा लावलेला. जवळ आल्यावर पोरांनी ओळखलं, "अरं, हे तर आपलं तलाठी!"

पायांत फाटक्या-तुटक्या चपला, फुफाट्याचा लेप त्यांवर चढलेला. अंगात जाडीभरडी खादीची पैरण. डोईला टोकदार गांधी टोपी. तलाठ्याचं रंगरूप पार पालटलेलं. कसले आगळेच भाव त्यांच्या चेहऱ्यावर दिसत होते. पोरं अवतीभोवती जमलेली पाहिली. नाना हरखून गेले. सर्वांना म्हणाले,

"मी 'गांधी महाराज की...' म्हणतो, तुमी 'जय' म्हणा."

पोरं तयार झाली. डफावर थाप मारणाऱ्या शाहिरासारखा नानांनी एक हात कानावर ठेवला. ते जोरजोराने घोषणा देऊ लागले–

"गांधी महाराज की–"

"जयऽऽ" पोरांनी यळकोट सुरू केला.

पोरांची फौज घेऊन नाना वाठारच्या गल्लीगल्लीतून फिरू लागले. घोषणावर घोषणा झडू लागल्या. मध्येच ते सनद्यासारखी दवंडी देऊ लागले : "ऐका हो ऐका, आयांनो ऐका, बायांनो ऐकाऽऽ आज राती देवळासमोर नाना पाटलांची सभा हुणार हायऽऽ सभंला सगळ्यांनी यावं होऽ होऽ" पोरांच्या गलक्याने दुपारी शांत झालेला वाठार खडबडून जागा झाला. माणसं झटाटा उठून पटाटा दारं उघडू लागली. गल्लीतून चाललेला घोळका पाहू लागली.

"अग ये, त्यो बघ त्यो."

"कोन वो त्यो?"

"अग, आपल्या गावाला त्यो तलाठी नव्हता का? त्येला नोकरीवरून काढला, त्यो ग त्यो?"

“हां. हां. त्योच व्हय ह्यो? मग असा येड्यावानी का करतोय?”

“येड्यावानी न्हाई करील तर काय करील? एवढ्या तरुणपणात नोकरी गेली. बायकापोरं उघड्यावं पडली. याड न्हाई लागंल तर काय हुईल?”

“देवानं असं वाईट करायला नगो हुतं. काई झालं तरी पोराबाळाचा धनी हुता.”

तलाठ्याला खूळ लागलं ही बातमी गावभर वणव्यासारखी झाली. हळहळत माणसं नानांना पाहू लागली. नानांचा दोस्त मुलकी पाटील धावत आला. नानांची ती अवस्था पाहून त्याला भडभडून आलं.

“भावसाब, असं खुळ्यावाणी काय करता?”

“अवो, गांधी महाराजांचा प्रचार करतोय.”

“नका करू असं येड्यावानी.”

पाटलांनी नानांची समजूत घालण्याचा प्रयत्न चालविला. त्याला घेऊन ते आपल्या वाड्यावर निघाले. आकू आणि आजी उरलंसुरलं सामान न्यायला कालच वाठारात आल्या होत्या. नानाला खूळ लागलंय हे कळताच दोघींचा धीर तुटला. आभाळ फाटल्यागत झालं. आकूनं हंबरडा फोडला. ती वाऱ्यासारखी धावत आली. आजी पाठीमागून अडखळत येऊ लागली.

पाटील नानांचा हात धरून चाललेले. पाठी पोरांचं लटांबर होतं. आकू धावत आली. तिने रस्त्यातच नानांचे पाय धरले. ती गाईसारखी हंबरू लागली,

“नगा वो धनी, नगा. असं येड्यावानी वागू नगा. तुमी असं कराया लागला तर आमी कुनाकडं बगायचं? ही नोकरी गेली म्हणून घाबरू नगा. मी तुमासाठी जगाचा रोजगार करीन. गुराढोरागत राबेन, पर तुमी असं करू नका. ऐका माजं.”

आजूबाजूच्या दारात उभ्या राहिलेल्या आयाबायांच्या डोळ्यांत पाणी उभं राहिलं. आकूचं दुःख त्यांना पाहावेना. मुलकी पाटलाने आकू आणि नानांना बरोबर घेतलं. सर्वजण पाटलांच्या वाड्यात आले. आजीही धावत आली. तिनं नानांना मिठी मारली. त्यांचे पटाटा मुके घेतले.

पाटलांनी दरवाजातील बघ्यांची गर्दी हटविली. वाठारातील नानांचे आणखी चार मित्र गोळा झाले. सर्वजणांची बैठक बसली. नाना मध्ये अवघडल्यासारखे बसले. नानांचे मित्र परोपरीनं समजावू लागले,

“हा इचार सोडा. चाळिसाला पन्नास रुपयं मोजू. पाचला धा नोकऱ्या सोधू, पर तुमी हे खूळ सोडा.”

“दोस्त म्हणून मी जलुमबर पोस्तू.” पाटील.

“आवं, एकुलती एक पोरगी हाय. तिच्यासाठी तरी असं नगा वो करू. मी पदर पसरते.” आकू कळवळून म्हणाली.

“बाळा, आमी गरीब माणसं, भरल्या घरातनं असा निगालास तर आमी

कुनाकडं बगायचं?''

आजीनं लहान पोरागत नानांना पोटाशी धरलं होतं. सर्वांनी त्यांना येरगटलं होतं. सारी बोलून बोलून थकली. शांतपणे नाना बोलले,

''तुमीच येड्यागत करू नका. मी गांधी महाराजांचा भक्त झालोय. ह्यो तिरंगी झेंडा घिऊन मी मुलखातनं हिंडणार. काँग्रेसच माजा खरा संसारऽ''

''मग आमी कुनाकडं बघायचं?'' आकूनं गयावया करीत नानांना विचारलं.

नाना मुक्यासारखे गप्प राहिले. बराच वेळ कोणी काही बोललं नाही. काही न घडल्यासारखे नाना उठले. घोंगडं खांद्यावर टाकलं. तिरंगा हाती घेतला.

''आता कुठं?'' सर्वांनी एकदम विचारलं.

''सांजला चावडीम्होरं माझी सभा हाय. माणसं नको का जमा करायला?''

* * *

मावळत्या किरणांबरोबर नानांनी येड्याची चावडी गाठली. कानांवर हात ठेवून घोषणा देऊ लागले, ''बोला, गांधी महाराज की जयऽऽ!'' आजूबाजूची माणसं 'येडा नाना आला' म्हणून पटापटा जमा झाली. लोक जमा झालेले पाहून नाना सादवू लागले, ''ऐका होऽऽऽ ऐकाऽऽ आयानू, बायानू, काकानू, काकूनू, भावानू, सारी ऐका. आज राती चावडीम्होरं नाना पाटलाची सभा हाय. गांधीबाबांच्या माणसांची सभा हाय. तवा साऱ्यांनी जमा व्हा होऽ'' पाच-सहा वेळा नानांनी सादिवलं. महादेवाच्या देवळासमोर घोंगडं टाकलं. त्यावर बैठक मारली.

नाना आल्याचं कळताच सारा गाव महादेवाच्या देवळाकडे धावू लागला. नानांना वेड लागल्याची बातमी चार दिवसांपूर्वीच गावाला कळली होती. आज वाठार तर उद्या पुणदी, परवा बये – नानांचा रोजचा दौरा गावाच्या कानांवर पडत होता. गेल्या चार वर्षांत रामजीबाबांचं घर वर येऊ लागलं होतं. मानपान वाढायला लागला होता. गावातल्या इतर गब्बर कुळांना हे बघवत नव्हतं. तलाठ्याच्या नोकरीवरून नानांना सस्पेंड केल्याची बातमी गावात सर्वांआधी यांनाच कळली होती. आता तर नानांना खूळ लागलेलं. ह्या जळक्या मंडळींना मनातून गोड गुदगुल्या होऊ लागल्या.

''नान्या आता जल्मातनं उठंल.''

''पयल्यापासूनच येडं होतं. देवदयेनं तलाठ्याची नोकरी लागली. धड तीबी टिकिवता आली नाही.''

''नोकरी बोंबालली. याड लागणारच की वो.''

गावात नाना आल्याचं कळताच रामजीबाबाचं घर महादेवाच्या पायरीकडं धावलं. गोजराई सर्वांत पुढं पळत होती. तिच्यामागं ज्ञानू, दादा ही नानांची भावंडं

होती. गोजराईनं नानांच्या गळ्यात गळा घातला.

"माज्या लेकरा, घरला चल."

"मी येणार न्हाईऽऽ" नाना ठामपणे बोलले.

"का रुसलास रं पोराऽ"

"मी आधी सभा घेणार. आनि पुन्ना यीन घरला."

गोजराईनं डोळ्याला पदर लावला. लहानगी भावंडंही रडू लागली. एवढ्यात काठी टेकीत टेकीत रामजीबाबा आले. डोंबाऱ्याच्या खेळासाठी गर्दी जमावी तशी गर्दी नानाभोवती जमा झालेली. गावातील काही तालेवार मंडळी बाजूला फिदीफिदी हसत उभी राहिलेली. रामजीबाबाचं डोकं भणाणलं. त्यांना सहन झालं नाही. नानांचा एक हात ओढीत ते म्हणाले,

"चल घरला, चल आता."

"मी येणार न्हाई."

"असं करू नगा वो." गर्दीतून वाट काढीत आकू आली आणि पाया पडत म्हणाली, "चला, तुमची आजी अंथरुणावर पडून हाय. तिला भेटा चलाऽ"

"सभा संपल्यावर यीन मी." नाना.

रामजीबाबांनी खूप विनवण्या केल्या; पण नाना बधेनात. बाबांचा राग अनावर झाला. काठीवर आपला भार सांभाळीत ते उद्वेगाने ओरडले,

"जा, आला न्हाईस तरी चालंल. तू झालाच न्हाईस असं समजीन मी. आजपासनं उंबऱ्याच्या आत पाऊल टाकशील तर गुडघ्यातून पाय काढीन तुजा. खुशाल जाऊन त्या गांधी महाराजाबरोबर नदीत उडी घेऽऽ"

"चला रंऽ" म्हणून त्यांनी घरातील माणसं जमा केली. वाड्याकडं सारी निघून गेली.

रात्री नाना पारावर भाषणाला उभे राहिले. चावडीवरच्या रॉकेलच्या दिव्यात सर्व येडेकर बसलेले. बहुतांशी लोक सभेसाठी आले नव्हते. नानाच्या 'येडाची थेरी' कशी आहे, हे त्यांना पाहायचं होतं. सभेमध्ये नाना कळवळून बोलू लागले,

"येड्याची माणसं मला येडा म्हणत्यात. व्हय, मी येडाच हाय. अगदी लहानपणापासून; पण इतर येड्यांगत मी कुनाला दगड मारणार न्हाई. मी गोऱ्या साहेबाला आडवा पाडणार. त्याच्या छाताडावर उभा राहणार, आनि ह्यो तिरंगी झेंडा फडकाविणारऽऽ! आपल्या गावची राखण कोण करतो? आपला मच्छिंद्रनाथ. तसंच आपल्या देशाची राखण करायला गांधी महाराज उभा राहिलाय. मी त्येच्यासाठी उद्यापासून गावोगाव हिंडणार, गांधी महाराजांचा संदेश पोचविणार. मग माज्या ह्या येडाला तुमी याड म्हणा न्हाई तर खूळ म्हणा!"

सभा संपली. नाना, बङ्क्या आणि मित्रमंडळी बाबूच्या घरी जमा झाली. गोजराई

दुधाचा तांब्या आणि पदरात भाकरी बांधून धावत आली. नानांच्या मिनत्या करू लागली. नाना जेवायला तयार होईनात. एवढ्यात ज्ञानूच्या हाताला धरून आजी आली. आजीला पाहताच नाना उठून उभे राहिले. "अरं माज्या वासराऽ" असं म्हणून आजीनं नानाला पोटाशी धरलं. मायाळूपणे आजी बोलली,

"बाळा, खा, भाकरी खा."

"तू जरा खाल्लीस तरच मी खाईन."

आजी आणि नातू एका थाळीत खाऊ लागले. सर्वांच्या तोंडावर हसू उमटलं.

"हं, आता चल." आजी बोलली.

"कुठं?"

"घरला. घरात ऱ्हा चल आज."

"पर दादांनी गुडघ्यातनं पाय काढीन असा दम दिलाय."

"चल, तुज्या बाला मीच जलुम दिलाय. ही वाघीण असताना भितोस का?"

दिवस उगवायच्या आत नाना उठले. सर्वांचा निरोप घेऊन नाना निघाले. वाड्याच्या उंबऱ्याजवळ त्यांची पावलं अडखळली. तिरंगी झेंडा बाजूला ठेवला. बाजूच्या पडवीला घोंगड्याचं पटकूर टाकून रामजीबाबा झोपलेले. नानांनी त्यांचे पाय धरले. पायाला स्पर्श होताच रामजीबाबा खडबडून जागे झाले.

"कोन, कोन हाय ते?"

"मी नाना."

"काय पायजी?"

"मी निघालूया."

"जा रं बाबा, जा. सुखानं जा." रामजीबाबा बोलले, "पुढा तिकडं मुलूख थोडा कर. तुला वाढविला, मोठा केला. वाटलं गरिबी घालवशील; पर तू बायका-पोरंबी उघड्यावर टाकलीस. बेमान निघालास रं बेमान. पोरगा म्हणून तू मला मेलास. मी तुला मेलूऽ!"

* * *

देवराष्ट्राची जत्रा दणकून भरली होती. देवराष्ट्रे हा गाव कुस्त्यांसाठी प्रसिद्ध असल्याने चार जिल्ह्यांतले नावाजिक पैलवान जमा झालेले होते. जत्रेतून इकडून तिकडे फिरत होते. पाहुण्यारावळ्यांनी सारा गाव भरलेला होता. आधीच लोकांनी फुलून गेलेल्या जत्रेला आज आगळा रंग भरणार होता.

"जत्रेत नाना पाटलांची सभा होणार आहे." ही गोष्ट प्रत्येकाच्या तोंडी झाली होती. नाना सभेमध्ये वाघासारखी डरकाळी फोडतो. पोलिसांची आणि ब्रिटिश सरकारची अब्रू वेशीवर टांगतो, या गोष्टीही लोकांच्या कानांवर होत्या; त्यामुळे

त्यांच्या सभेविषयी कमालीची उत्सुकता होती.

जत्रेत हातातली लाठी नाचवीत सावंत फौजदार इकडेतिकडे फिरत होता. लोकांवर बोक्यासारखा गुरकत होता. सभेची चाहूल त्याला चार दिवसांपूर्वीच लागलेली; म्हणून तर त्यानं साऱ्या जत्रेत पोलीस पेरले होते. नानांच्या अंगावर सध्या दोन वॉरंटे होती. तलाठी प्रकरणाबरोबर सरकारविरोधी कारवाया केल्याचा वहीमही त्यांच्यावर गुदरण्यात आला होता. शिकार आज आयती हाती लागणार, या खुशीत सावंत फौजदार होता.

दुपार टळली होती. सागरोबाच्या माळावरून नाना देवराष्ट्र्याकडे धावत होते. त्यांच्या मागोमाग शंभरभर कार्यकर्तेही झपाट्याने पावले टाकीत होते. नोकरीतून मुक्त झाल्यावर नाना असे वाऱ्यासारखे धावत होते. कधी रेठऱ्याच्या हिंगमिऱ्याच्या शिबिरात शिक्षण घेत होते, तर कधी सत्याग्रहासाठी शिरढोणपर्यंत धडक मारीत होते. खादीविक्रीसाठीही गावे पालथी घालीत होते.

सागरोबाच्या माळात नाना उतरू लागले. एवढ्यात एक कार्यकर्ता धावत आला.

"अण्णा, जत्रंत पोलीस आल्यात."

"अस्सं? येऊ देत." नाना हसून म्हणाले, "ते येणारच. आपून कधी ना कधी सरकारचे जावई होणारच की, हे मुराळीच म्हणायचं."

नाना साथीदारांसह टेक उतरीत झपापा चालू लागले. त्यांनी पाहिलं, गावात लोकांचा सागर उसळला होता. ही सभा दणकून करण्याचा चंग त्यांनी मनाशी बांधला होता. अलीकडे पोलिसांचा ससेमिरा त्यांच्या पाठी लागलेला. गावोगावी सभा घेणं बिकट होत चाललं होतं. जत्रा आणि उरूस करावेत. सहज हजारो माणसं जत्रेसाठी जमतात. त्यांना देवाच्या प्रसादाबरोबर स्वराज्याचा नवा प्रसाद द्यावा; त्यातून भक्तीचा नवा मळा फुलवावा, असं नानांनी ठरवलं होतं.

एका गल्लीच्या तोंडातून नाना अचानक जत्रेत घुसले. तसे लोक बावरले, कोल्हाटणींचा खेळ बंद झाला. डोंबारणी तारेवरून खाली उतरल्या. घमा घमा वाजणारा धनगरांचा ढोल मध्येच बंद झाला. "आला रं आलाऽऽ नाना पाटील आलाऽऽ" लोक मोठ्याने ओरडू लागले. सभेचं ठिकाण नेमकं कुठं आहे, याची कल्पना सावंत फौजदाराला नव्हती. त्याला समजायच्या आत कार्यकर्ते नानांना घेऊन कुस्त्यांच्या फडात घुसले. झटक्यात चार-पाच माचे आले. व्यासपीठ तयार झालं. नाना व्यासपीठावर कार्यकर्त्यांसह बसले. "महात्मा गांधी की जयऽऽ" हा घोष आसमंतात दणाणला. सारी जत्रा समोरच्या ढेकूळरानात बसली.

सावंत फौजदार साथीदार घेऊन धावत आला; पण सुमारे दहा हजार लोकांच्या गर्दीत नानांना पाहून तो हात चोळीत उभा राहिला. सभा संपल्यावर सापळा टाकायचं त्यानं निश्चित केलं.

सभेला टाळ्यांच्या गजरात सुरुवात झाली. नाना उसळी मारून उभे राहताच लोकांच्या आनंदाला उधाण आलं. नुसता हैदोसदुल्ला झाला. नानांनी "शिवाजी महाराज की जयऽऽ" म्हणून शड्डू ठोकताच जत्रेकरी हर्षभरित होऊन ओरडले,

"वारंऽ वा माज्या ढाण्या वाघा!"

"हाणऽ हाण, दे झाडूनऽऽ"

नानांनी गांधीजींच्या नावाचा जयजयकार केला. आणखी एक शड्डू ठोकला. एकही शब्द न बोलता त्यांनी सभा जिंकली. पाठीवर हात ठेवून ते कुर्ऱ्यात उभे राहिले आणि बोलू लागले,

"भावानू, आज मी कुठं उभा राहून बोलतो? मैदानात; कारण मी पैलवान हुतो आनि अजून हाई. आता माजी कुस्ती कुणा सकोबा-तुकोबावर न्हाई; तर ती गोऱ्या माकडांच्या बरोबर हाय. ह्या गोऱ्यांची तंगडी फासटून ती दोरीवर वाळत घातल्याशिवाय ह्यो नाना ऱ्हाणारच न्हाईऽऽऽ"

नाना बोलले मात्र. अचानक वळीव कोसळावा तसा टाळ्यांचा कडकडाट झाला. सावंत फौजदार जागा झाला. त्याने गावकामगार पाटलाच्या मदतीने एक टेबल आणले. तो बाजूला बसून नानांच्या भाषणाचा रिपोर्ट लिहू लागला. आज नानांना कैदही करायचं. वर रिपोर्टही द्यायचा. रावसाहेबांना उनाचा झटका लागू नये म्हणून गावकामगार पाटील छत्री धरून उभा राहिला. बोलता बोलता नानांचं लक्ष भाषण लिहिणाऱ्या फौजदाराकडं गेलं. त्यांच्या तळपायाची आग झाली. त्यांनी सावंतला फैलावर घेतलं,

"मी गोऱ्या माकडांच्याबद्दल बोलतुया; पर ह्यो भाषण लिहून घेणारा सावंत फौजदार आपल्याच जातीचा हाय नव्हं? पर असून उपयोग काय? कुऱ्हाडीचा दांडा गोतास काळ! हेला हाय दम्याचा विकार. चार-पाच सालात जाईल उचलून; पर पगारासाठी गोऱ्यांची लाळ घोटायची सवय न्हाई गेली. ह्यो मेला तर हेला खांदा द्यायला जाव नगा रंऽ आण म्हणावं इंग्लंडातनंच खांदंकरी!"

नानांचा सल्ला ऐकून लोक हसून बेजार झाले. सर्वांना सतावणाऱ्या फौजदारांची अशी जाहीर बिनपाण्याची हजामत झाली. लोकांना बरं वाटलं. नाना तेवढ्यावर थांबले नाहीत. फौजदारावर छत्री धरणाऱ्या पाटलाला पाहून ते गरजले,

"आनि ह्यो बगा आमचा पाटील. हेनं छत्री कशी धरलीया बघितलं का? जोगतिणीच्या हिजड्यानं चौंडकं धरावं, तशी त्येनं छत्री धरलिया!"

नानांच्या शब्दाबरोबर टाळ्यांचा पाऊस पडत होता. रांगड्या भाषेत ते गांधीजींचा संदेश देत होते. भाषणात शिवार, बांध, ढेकूळ, पीक यांची उदाहरणे देत होते. पुंगीवर नाग डोलावा तसे लोक गुंगत होते. अस्सल मराठमोळ्या भाषेमुळे गांधी, सुभाषबाबू, नेहरू, स्वराज्य हे शब्द लोकांना जवळचे वाटत होते. ते सर्वांना एक

होण्याचे आवाहन करीत होते.

"आपुन सारीजणं पत्त्याचा डाव खेळतू; पण सगळ्या पानांचा खेळ झाला तर त्यो हुतो गाढवाचा डाव. त्याप्रमाणं आमी सगळी गोंधळाचं राजकारण खेळाय गेलू तर ते होईल गाढवाचं राजकारण! त्यासाठी हुकमाचं राजकारण पायजी; आनि हुकमाचं राजकारण खेळायचं असंल तर बावन्न पानातल्या चार दुऱ्या बाजूला ठेवा. त्या चार दुऱ्या म्हणजी जातपात, गरिबी, अडाणीपणा आनि वैर – ह्या बाजूला फेका. सारा समाज गंगेवानी निर्मळ हुईल. हुकमाच्या डावात जसा राजाला नुसता हुकमाचा एक्का मारतू, त्यागतच आमाला इंग्लंडच्या राजाला उडवायचं हाय. त्यासाठी आमचा एक्का कुठला? आरं, आपला एक्का म्हणजीच आपली एकी! सर्वांनी एक हुऊन एकीचा एक्का इंग्रजांवर फेकूया आनि स्वराज्याचा चांगला डाव खेळूया. बघा तुमास्नी पटतं का?"

नानांचं भाषण संपलं. ते बसायच्या आतच ठरल्याप्रमाणे व्यासपीठावरील कार्यकर्ते एकदम उठून उभे राहिले. त्याबरोबर समोरचा दहा हजारांचा जमावही उभा राहिला. सावंत फौजदाराची गाळण उडाली. त्याला नाना कुठं आहेत, हे दिसेना. तो गर्दीत चाचपडला.

आधीच घोडी बाजूला तयार ठेवली होती. भाषण झाल्याबरोबर कार्यकर्त्यांनी नानांभोवती कडं केलं. त्यांनी साथीदारांसह घोड्यावर टाच मारली. घोडी भरधाव वेगानं सागरोबाच्या डोंगराकडे सुसाट सुटली, दिसेनाशी झाली.

सावंत फौजदार बाप मेल्यागत गडबडला.

जत्रेहून गावोगाव परतणारी माणसं एकमेकांना सांगू लागली,

"नाना म्हणजी नुसती जळती आग हाय आग. त्येला पकडायला सायेबाचा बा सर्गातून खाली आला पायजेऽऽ!"

* * *

यशवंता, अण्णा आणि नाना आपल्या मुंबईतील साथीदारांबरोबर फिरत होते. गगनचुंबी इमारती न्याहाळीत होते. माळामुरडानं उघड्यावाघड्या जगात फिरणाऱ्या नानांना मुंबईत कोंडल्यासारखं वाटत होतं. याच्या आधी तिघांनी शिरढोणच्या सत्याग्रहाची बातमी वाचली होती. तिघांच्या उसळत्या रक्तानं शिरढोणपर्यंत मजलही मारलेली; पण सत्याग्रह आधीच संपलेला. नाउमेद न होता नाना चंदगड, नंदगड, सांगली करीत मुंबईत आले होते.

अंगावर दोन पकड वॉरंटे होती. नाना काळजीनं चालत होते. चौघेजण बारदाण गल्लीच्या कोपऱ्यावर आले. समोर सभा चाललेली. चौकशी करता कळलं, काँग्रेसची सभा आहे. व्यासपीठावरचे पाहुणे स.का. पाटील आहेत. 'काँग्रेसची

सभा' हे शब्द ऐकल्यावर नानांचं अंग रिवरिवू लागलं. अंगात नवी ऊर्मी संचारली. व्यासपीठावरचा एक वक्ता र ट ट प करीत होता. नानांची चुळबूळ सुरू झाली. त्यांचं मन मुंबईकर दोस्तानं जाणलं. स.का. पाटलांना विनंती करून तो म्हणाला,

"सातारचा कार्यकर्ता आहे. पाच मिनिटंच बोलायला वेळ द्या."

"अहो, पण कार्यक्रम फिक्स आहे."

"थोडं बघा की." उत्साही नानांनी विनंती केली.

"बरं, फक्त तीन मिनिटंच बोला."

पांढऱ्याधोट वक्त्यानंतर एक पैलवान उभा राहिला. आता पैलवान काय सांगणार म्हणून श्रोते एकमेकांकडे अचंब्याने पाहू लागले. नानांनी शिवाजी आणि महात्माजींचा जयजयकार केला. दोन शड्डू ठोकले. लोकांनी पैलवानाच्या तऱ्हेवाईकपणाला टाळ्या वाजविल्या. नाना आविर्भावात बोलू लागले,

"मुंबईकर दोस्तानू, तुमची मिन्टंबिन्टं मला म्हाईत न्हाईत. मी खेड्यापाड्यातला माणूस. आमी कासऱ्यानं दिवस मोजतू. तुमास्नी आपल्या ज्ञानूबांची गोष्ट म्हाईत असंल. त्यास्नी मोठ्या इद्वानांनी, बामणांनी छळलं म्हणत्यात. त्येना वाळीत टाकलं. कुंभारानं गाडगंसुद्धा दिलं न्हाई. जेवण कशावर करायचं? मुक्ताबाईला प्रश्न पडला. ज्ञानूबानं आपली पाठ वाकविली. मुक्ताबाईनं त्येच्यावर धिरडं भाजलं. लोक ज्ञानूबाची स्तुती गाऊ लागले. इद्वानांनी इचारलं,

"–ज्ञानू, ऐकलं ते खरं का?"

"–व्हय.

"वाटंनं योक रेडा चाललेला. त्याला एका इद्वानानं चाबूक मारला. चाबूक मारला रेड्याला, वळ उठला ज्ञानूबाच्या पाठीला. आमाला ह्यो इंग्रज साईब काठ्यालाठ्या हाणतुया; पर त्येचा वळ उठतुया गांधीबाबाला. त्यो रेडा वेद बोलला. आमी गाईम्हशीच्या दुधावर वाढलेलं रेडं हायऽऽ..."

पैलवानाच्या रोखठोक वाणीवर सभा बेहद्द खूष झाली. स.का. पाटीलही रंगत चाखू लागले. नाना आवेशाने म्हणाले,

"आमचा ज्ञानूबा गांधी महाराज. ते महाराज आमा रेड्यांच्या तोंडून स्वराज्याचा वेद बोलून घेत्यात. ह्या आमच्या ज्ञानूबानं आमाला नुसता हुकूम द्यावा. इंग्रज सायबा, तुजी शंभरी भरली म्हणून समजऽ!"

सभेला वेळेचं भान राहिलं नाही. तीन मिनिटं बोलणारे नाना तासभर बोलले. स.का. पाटलांनी नानांची पाठ थोपटली. दहा-बारा जणांनी नानांना हर्षभरित होऊन वर उचलले. गर्दीतून वाट काढीत ते बाहेर निघाले. एका व्यापाऱ्याने त्यांच्या पाठीवर थाप मारून विचारले,

"तुमच्या खेड्यात कासऱ्याने दिवस का मोजता?"

"अवो, आमच्याकडं घड्याळंच नसत्यात."

"काळजी कशाला करता?" त्या व्यापाऱ्याने आपल्या हातातलं घड्याळ नानांच्या हाती बांधत म्हटलं, "हे बांधा घड्याळ आनि तुमचा स्वराज्याचा वेद आता अजिबात थांबवू नगा, मारा भरारीऽ!"

*　　　*　　　*

जिवावर उदार होऊन नाना दाहीदिशा फिरत होते. दोन वॉरंटे त्यांच्या पाठीमागे भुतासारखी लागलेली. अलीकडे पुणदीच्या मळ्यात त्यांचा बराच मुक्काम असे. भैरोबा खोत, रामपुरीबुवा आदी जिवाभावाच्या मंडळींना भेटता येत असे; पण पुणदीची जागाही आता अडचणीची झाली होती. परवाच पोलिसांनी नानांचा पाठलाग केला होता. ऐन मध्यान्ह रात्री त्यांनी भरलेल्या नदीत उडी टाकली होती. गोळ्यांच्या तडाख्यातून ते थोडक्यात सुटले होते.

अचानक वाईट बातमी येड्याहून आली. नाना बावरून गेले. त्यांच्या घराला मोहर लावली होती. गावातल्या टग्यांनी सरकार-दरबारी लावालावी केली. नानांच्या घरावर जप्ती आली. वाड्यातली सारी मंडळी बाहेर काढली होती. बातमी कळताच नाना रागाने बेभान झाले.

"आता काय करायचं?" त्यांनी यशवंताला विचारलं.

"गप्प बसून चालणार न्हाई. आज घरावर जप्ती आणली. उद्या आड्यावरची कौलं काढायला टगे कमी करणार न्हाईत." यशवंता बोलला.

बराच उशीर खल झाला. मार्ग सुचेना. टग्यांना हादरा बसायलाच हवा होता. नाना बोलले,

"दहा-पंधरा गडी नेऊन दमदाटी केल्याबिगार जमायचं न्हाई."

"पण हे गांधीबाबाच्या तत्त्वात न्हाई बसत." अण्णा मध्येच बोलला.

"ते खरं हाय; पन अंगावर किडा चढला तर त्याला दादाअप्पा म्हणून बाजूला करता यील; पण किडा कानात गेला, मेंदू पोखरायला लागला तर त्येला चिरडायलाच पायजे. त्येची पूजा करून कसं चालंल? काही वेळा लकडीशिवाय मकडी वठत न्हाई हेच खरं!"

नानांनी दहा-बारा गडी बरोबर घेतलं. घोडी सजली. हातातील तिरंगी झेंडे बाजूला झाले. काठ्या आणि कुऱ्हाडी हाती आल्या. नानांनी हातामध्ये तळपती तलवार घेतली. येड्याच्या दिशेने घोडी भरधाव सुटली.

भर दुपारी बारा वाजता येड्यात घोड्यांच्या टापा वाजू लागल्या. दरोडा आला की काय म्हणून लोक दडून पाहू लागले. सर्वांच्या पुढे नाना होते. वेडा म्हणून त्यांना याच गावाने काही महिन्यांपूर्वी खुळ्यात काढलं होतं. जाड्याभरड्या खादीत

नाना गबाळे दिसायचे; पण आता घोंगड्याची टापर आणि हातातील तलवार यांमुळे ते भयंकर उग्र दिसत होते. त्यांचं हे अपूर्व रूप पाहून गाव घाबरला, थंड पडला.

फुरफुरत्या घोड्यावरून नाना खाली उतरले. त्यांनी कुलूपबंद केलेला आपला छोटा वाडा पाहिला. दारात कोणी तरी गुरं बांधलेली. वाड्याची अवकळा झालेली. नानांना ते पाहवलं नाही. ते संतापून उठले. शेजारी कळलं, वाड्यातली माणसं माळावर राहायला गेली होती.

माळावरचं दृश्य पाहून नानांना भडभडून आलं. डोंबाऱ्याचं पाल पडावं तसं रामजीबाबांचं कुटुंब माळावर राहत होतं.

खोपटासमोर घोडी थांबताच कोंबडी केकाटली. बकरी इकडंतिकडं पळू लागली. बिगीघानं गोजराई बाहेर आली. तिला पाहताच नानांनी खाली उडी मारली. मायलेकरांनी एकमेकाला मिठ्या मारल्या.

''आये, ज्ञानू-दादा कुठं गेल्यातंय ग?''

''बाळा, आपल्या साऱ्या जमनी जप्त केल्या. तुजी भावंडं दुसऱ्यांच्या शेतावर मजुरीला गेल्याती.''

''आनि आजी?''

''तीबी मजुरीला गेलीया.'' डोळं पुशीत गोजराई बोलली, ''घरात धान्यधुन्य कायबी ठेवलं न्हाई. भांडी सयपाकालाबी दिली न्हाईत. कुंभाराकडून मातीची गाडगी आणल्यात. त्यातच सयपाक करती रं मीऽऽ''

नानांना आभाळ फाटल्यागत झालं. एकाएकी डोळ्यांतलं पाणी आटलं. निखारे फुलू लागले. आग पेटली. वणवा लागल्यासारखे नाना घोड्यावर वेगानं बसले. ''चला रंऽऽ'' गर्जना झाली. बेभान झालेले साथीदारही निघाले. चवताळलेली घोडी गावाकडं धावली. ''बाळा, थांब रं थांबऽऽ'' गोजराईच्या हाका नानांच्या कानांवर गेल्या नाहीत.

गावात घुसल्यावर नाना एकेकाचं नाव घेऊ लागले. यादी आधीच मिळाली होती. टगे बाहेर यायला डरू लागले. नाना दारात उभे राहून त्वेषाने ओरडू लागले, ''बऱ्या बोलानं बाहीर या, न्हाईतर घरांना आग लावीन! गाव पेटवीन!'' लटपट कापत टगे बाहेर येऊ लागले. नानांच्या साथीदारांनी त्यांना मध्ये घोळक्यात घेतलं. चोहोबाजूंना घोडी नाचू लागली. फाशी गेटवरून चाललेल्या कैद्यागत टगे घाबरून चालू लागले. चवताळलेला नाना काय करतोय पाहायला सारा गाव दबकत दबकत पाठीमागून चालू लागला.

महादेवाच्या मंदिरापुढं सर्वांना उभं करण्यात आलं. टग्यांना कापरं भरलं. बावचाळलेला गाव घाबरून उभा राहिला. नानांच्या सोबत्यांनी सर्वांच्या थोबाडात थडाथड बार काढले. दोघांनी काठ्या उगारल्या. काही म्हातारी माणसं पुढं होऊन

गयावया करू लागला,

"नानासाब, एवढ्यांदा माफी करा. पुन्ना असं न्हाई होणार वो."

"पुढं याला तुमाला लाज कशी वाटत न्हाई?" नानांनी दरडावले, "भरल्या ताटावरनं माजी माणसं गावाबाहीर काढली तेवा कुठं गेला होता तुमी? काय चूक हुती त्यांची?"

म्हाताऱ्यांनी खाली माना घातल्या.

शेवटी रुजवात झाली. नानांनीच मन मोठं केलं. म्हाताऱ्यांनी जबाबदारी आपल्या शिरावर घेतली. घोड्याचा लगाम खेचताना नानांनी सर्वांवर एक जळजळीत कटाक्ष टाकला. सर्वांना ओरडून सांगितलं,

"उद्या दिस उगवायच्या आत माजी माणसं वाड्यात आली पायजेत. त्येंचं गेलेलं भांडवल परत आलं पायजे. आता इथून पुढं कमी-जास्त काय झालं तर एकेकाला उभा चिंबवीनऽ!"

घोडी वेशीबाहेर उधळली. नानांनी गळ्यातली पंढरीची माळ हाती घेतली. तिच्याशी उगाचच चाळा करू लागले.

*　　　　*　　　　*

...वाठारच्या घरात नाना बसलेले. शेजारी आकू पाटीवर अक्षर गिरवीत होती. आकूचा धडा तयार झाला. पाटी पुसून नानांनी नवा धडा लिहिला. ते तो गिरवून म्हणू लागले. इतक्यात झटक्यानं आकू उठली. उंबऱ्यातून आत जाऊ लागली,

'अग आकू, थांब की.'

'मी न्हाई थांबायची.'

'नवा धडा कोण गिरविणार?'

'आता तुमीच गिरवा...'

एकदम नानांना भरून आलं. ते अंथरुणात उठून बसले. डोळ्यांतलं पाणी पुसलं. चंद्राक्कानं दळण घातलं होतं. नानांकडं पाहून जातं थांबलं.

"बाळा, घडून गेलं त्येला इलाज काय?"

"अक्का, हे घडून गेलं; पर दडून न्हाई जात ग."

"असली गुणाची बायकू मिळणार न्हाई तुला."

"माझ्यासाठी साऱ्यांच्या विरोधाला न जुमानता अभ्यासाला बसलीऽ"

"आनि तुजीच काळजी करीत बाईनं माज्या जीव सोडला नव्हं का?"

"माझ्या संसाराचा येळकोट झाला."

"जगाचा संसार करायला निघालास तू. स्वतःच्या घराबद्दल एवढी काळजी करून कसं चालंल लेकरा?"

“खरं हाय अक्का तुझं.

“ज्याने विठ्ठल मात्रा घ्यावी । त्याने पथ्ये सांभाळावी ।।”

एवढ्यात अण्णा परीट आत आला.

“नाना, उठा की लवकर.”

“कशाला रं?” चंद्राक्कानं विचारलं.

“हरणाच्या रेठऱ्याला आज जंगल सत्याग्रह हाय. नानांच्या हातानंच नारळ फुटायचा हाय.”

“चल, निघू या बिगीद्यानं.” नाना बोलले.

*   *   *

चंद्राक्काच्या घरी नाना गप्प गप्प होऊन बसले होते. आकूपाठोपाठ रामजीबाबाही जग सोडून गेले होते. कॉलऱ्यानं घाला घातला होता. त्यांची तोळाभर झालेली तब्येत नानांच्या डोळ्यांसमोर जशीच्या तशी उभी राहत होती.

दारात पायताण वाजलं. नानांनी वर पाहिलं, तर येड्याचा गावकामगार पाटील दारात उभा. “याऽ आत याऽ” नानांनी आपल्या शेजारी पाटलांना बसवून घेतलं.

“कसं काय येणं केलं?”

“काल फौजदारानं मला तालुक्याला बोलीवलं होतं.”

“का?”

“तुम्ही रामजीअण्णांच्या उत्तरकार्याला नक्की येणार, असा त्याला सुगावा लागलाय.”

“बरं, मग?”

“त्या दिवशीच त्यो गावावर धाड घालणार हाय. मी हवी ती मदत केली तर बक्षिसी दीन म्हटला.”

क्षणभर विचार करून नानांनी विचारलं,

“बरं, मी काय करावं म्हणता?”

“तुम्ही त्या दिवशी यिऊच नका.”

“असं कसं म्हणता पाटील?” नाना भारावून बोलले, “अवो, जित्त्यापणी मी दादाला काय सुख दिलं? निदान आता तरी येऊ दे. डोईचा गोटा करून पटका बांधू दे.”

“हा, या पण पोलिसाच्या तावडीतून कसं वाचायचं, तुमचं तुमी बघा.”

“तुमी नगा काळजी करू; पण पाटील, तुमी ही बातमी द्यायलाच कसं आला?”

“अवो, आमाला कळत न्हाई का? तुमची बायकू गेली. रामजीअण्णा गेलं. घराचा बेरंग झाला. हे बघून कशी बक्षिसी उचलू? अन्नात माती कालवंल आमच्या!”

*   *   *

उत्तरकार्यादिवशी दिवस उगवायच्या आधी फौजदार पार्टी घेऊन हजर झाला. गावातले पुढारी बोलावून घेतले. डोंगराकडंच्या आणि रानाकडंच्या वाटा रोखल्या. नानांच्या घराच्या चोहोबाजूला पोलीस पेरले. सारी जय्यत तयारी झाल्यावर तो खुशीत पानविडा चघळीत चावडीत बसला. कुठल्याही परिस्थितीत नानाला वेसण लावतो, असा निश्चय त्याने केलेला.

सकाळपासून नानांच्या घरी पाहुण्यांची रीघ लागली, रडत-ओरडत पाहुण्या येऊ लागल्या. दुपारी पाहुण्यांनी घर भरलं. यानंतर गुरवाचा ताशा वाजणार होता. क्षौरमुंडण झाल्यावर नाना आपल्या भावांबरोबर पटका गुंडाळणार होता. आता जायचं आणि बेड्या ठोकायच्या असा पोलिसांचा बेत होता; पण नाना कुठून येतील? की आधीच ते घराच्या तळघरात लपून बसले आहेत? कुठून का येईनात, ते येणार आणि उत्तरकार्य आटोपणार हे नक्की होतं.

अचानक ताड ताड ताशा वाजू लागला. पोलीस क्षणभर गोंधळले. फौजदार लाठी घेऊन आत धावला; पण घरात फक्त ज्ञानू आणि दादाच फेटे गुंडाळीत असलेले. "नाना कुठाय, नाना कुठायऽऽ" पोलिसांनी गलका केला. पाहुण्यापैंना हिसडे बसू लागले. फौजदाराच्या ध्यानात झाला प्रकार आला. पोलीस येण्यापूर्वीच नाना कुठंतरी गडप झाले असावेत. मग झडती सुरू झाली. पाहुण्यांच्या अंगावर लाठ्या पडू लागल्या. घरात बोंबाबोंब सुरू झाला; पण नानांचा मागमूसही लागला नाही.

हताश झालेला फौजदार घराबाहेर पडला. एवढ्यात एक पोलीस धावत आला. फौजदाराला सांगू लागला,

"भाऊसाब, जेव्हा घरात ताशा वाजला तेव्हा तिकडं रानातबी कुठंतरी वाजला. मी माझ्या कानानं ऐकलं."

क्षणभर फौजदार गोंधळला.

"काय ऐकता मालक त्येंचं..." गावकामगार पाटील मध्येच बोलला, "आमच्या गावची थोडी घरं लै उंच हाईत. या घरातल्या ताशाचा आवाज त्या भिंतींना थटला आणि तुमास्नी ऐकू आलं."

शिजलेल्या कोंबडीवर फौजदार चावडीत ताव मारू लागला. एका गल्लीच्या कोपऱ्यानं एक गुरव ताशा घेऊन आला, दोन-चार पोलिसांनी त्याला मध्ये अडवला.

"काय रं, कुठं गेला होतास?"

"रानातच जी."

"मग ताशा कशाला नेला हुता?"

"अवो, पयल्यासारखं माणूस राहिलं न्हाई आता. ताशा वाजवला की खूष होत्यात, थोडं पसाबर बलुतं जादा मिळतं!"

"मग आजचं बलुतं कुठाय?"

"उद्या देतू म्हणून सांगितलं."

"जा, शाणा हाईस."

गुरव निघून गेला.

थोड्या वेळानं फौजदारानं चंबुगबाळं आवरलं. पार्टी गावातून निघून गेली. रावसाहेबांना निरोप देऊन गावकामगार पाटील परतला. त्याला तलाठी विचारू लागला,

"एवढं स्वतःच्या बापाचं उत्तरकार्य होतं. या वेळी नानानं यायलाच पाहिजे होतं. का आला न्हाई?"

"काय झोपंत हायसा काय?" पाटील हसून बोलला, "अवो, हिकडं गावात जवा ताशा वाजला तवा रानातबी वाजला. तिथंच नानानं क्षौरमुंडण केलं. फेटा बांधला. फाकड्या पोलिसांच्या बाचंबी उत्तरकार्य घालून गेलाऽ!"

* * *

बटाण्यांच्या वखारीत नाना बसले होते. दोघांचा खल चालला होता. बटाण्यांचे मुनीम काशिनाथराव देशमुख मात्र हजर नव्हते. ते आता मोठे देशभक्त झाले होते. नुकतेच त्यांच्यावर असलेले सत्याग्रहाचे वॉरंट रद्द झाले होते. लोकांनी त्यांना डोक्यावर घेतलं होतं. गांधी-आयर्विन करार नुकताच पार पडलेला. त्यानुसार सर्व सत्याग्रहींची मुक्तता झाली होती. ज्यांच्यावर वॉरंटे होती, ती सर्व रद्द झाली होती. डॉ. हिंगमिरेही उघड उघड वावरू लागले होते. हरणाच्या रेठऱ्याला बापूसाहेब देशमुखांसह सर्वांचा सत्कार झाला होता. आमंत्रण असूनसुद्धा नानांना या कार्यक्रमाला हजर होता आलं नाही; कारण एक वॉरंट रद्द झालं तरी दुसऱ्याचं लचांड पाठीमागं होतंच. तलाठी प्रकरण भुतासारखं पाठपुरावा करीत होतं. ते चोरासारखं दऱ्याडोंगरातून वावरत होते.

"बोला, मग काय करायचं?" बटाण्यांनी विचारलं.

"तुमच्यावर माझा इसवास हाय. आपण कराल त्याला माझी ना न्हाई."

"काळजी करण्याचं काहीच कारण न्हाई;" बटाणे म्हणाले, "अवो, साहेबानं मला वचन दिलंय, मी तुमाला पाहिजे तेव्हा जामीन राहतो. हजर व्हायचं, सही करायची आणि मागं फिरायचं, कसं?"

"चला तर."

बटाण्यांची गाडी ब्रेक बसल्याबरोबर अचका देत कचेरीसमोर उभी राहिली. बटाण्यांच्या पाठोपाठ नाना चालू लागले. ते आल्याची बातमी लगेच आवारात पसरली. पोलीस आणि कामकाजासाठी आलेल्या लोकांचं धावणं पडलं. कसला नाना पाटील आहे ते सारीजणं डोळं भरून पाहू लागली.

कचेरीत बड्या साहेबांसमोर बटाणे आणि नाना बसले. बटाण्यांनी नानांची ओळख करून दिली. साहेब नानांकडे एकसारखा रोखून पाहू लागला. तीन

फौजदारांच्या हातावर तुऱ्या देणारा नाना हाच का? खादी पेहरावावरून तसं काही वाटत नव्हतं. साहेबाने नानांवर झालेले रिपोर्ट मागवून घेतले. एक फौजदारही नानांशेजारी बसला. अवाक होऊन त्यांच्याकडे पाहू लागला.

"बोला, काय म्हणता बटाणे?"

"ठरल्या वचनाप्रमाणं माझा माणूस हजर झाला. जामीन बघा. आम्हाला माघारी जाऊ दे."

थोडा वेळ साहेब स्वतःशीच विचार करीत राहिला. नंतर त्याने समोरच्या फौजदाराला विचारलं,

"काय हो, द्यायचा का जामीन यांना?"

"अजिबात नको, साहेब." फौजदार तत्काळ उत्तरला, "एक वेळ अस्सल दरोडेखोराला द्या जामीन; पण या नानाला नको; कारण एकदा सुटला की, पुन्हा सापडायचा नाही तो."

हातातल्या फायली वर-खाली करीत बडा साहेब बोलला,

"बटाणे, यांना जामीन देता येत नाही. खूप बॅड रिपोर्ट्स आहेत यांच्याबाबत."

"पण साहेब, हा वचनभंग होतोय." बटाणे अजिजीनं बोलू लागले.

"हो. खरं आहे ते; पण यांना सोडता येत नाही. आय ॲम व्हेरी सॉरी."

साहेबाला खूप विनंत्या केल्या. साहेब ऐकेना. बटाणे क्रोधित होऊन उठून उभे राहिले.

"साहेब, काय पाहिजे ते मागा. माझं घर देऊ, वखार देऊ की जीव जामीन देऊ? पण माज्या दोस्ताला सोडा."

"सॉरीऽ"

"बरोबर आहे साहेब तुमचं. वचन पाळायला साताऱ्याच्या मातीत जन्म घ्यावा लागतो. तुमचं ते काम न्हाई."

बटाणे एकटेच परत निघाले. त्यांचा हात हाती घेऊन नाना भारावलेल्या शब्दांत म्हणाले,

"दादा, तुरुंगाचं मला कायबी वाटत न्हाई. कोण भितो त्याला? पर अब्रूला भिणारा माणूस हाय मी. देशभक्त म्हणून तुरुंगात पहिल्यांदा जावं, असं सपान होतं माझं; पण आता–"

*　　　*　　　*

एकोणीसशे तीसची विझलेली चळवळ पुन्हा भडकली. गांधीजींनी सत्याग्रहाची हाक दिली. नानांनी त्यामध्ये उडी घेतली. दुसऱ्यांदा सक्तमजुरीची शिक्षा झाली तेव्हा त्यांच्या आनंदाला जग ठेंगणं भासलं. देशासाठी तुरुंगात जाण्याचं भाग्य लाभलं.

देशभक्ताच्या पंढरीला, येरवड्यास पोहोचल्यावर ते आनंदाने नाचले. मात्र लवकरच सातारा जिल्ह्यातील सर्व सत्याग्रही सुटले. त्यांच्याबरोबर नानांचीही पॅरोलवर सुटका झाली.

इस्लामपूरला दोन वेळा ठाण्यात हजेरी देण्याची सक्ती झाली. नाना आता पुरे बैरागी झालेले. काही दिवसांपूर्वी त्यांची प्रिय आजीही जग सोडून गेली होती. भावजयीनेही सर्वांचा निरोप घेतलेला. आई गोजराई आणि लेक हौशा या दोघींना त्यांनी भावाच्या स्वाधीन केलं. आता पूर्ण वेळ देशासाठी काम करायला ते मोकळे झाले.

इस्लामपुरात राहायचं म्हणजे जेवणाचा प्रश्न आलाच. कोठून पैसा येण्याची वाट नव्हती. काय करावं? स्वस्तात स्वस्त असणाऱ्या एका खाणावळीत त्यांनी चौकशी केली. महिना साडेतीन रुपये दर होता. कोठून आणायचे एवढे पैसे? डोक्यात किडे वळवळू लागले. एक ओळखीचा गृहस्थ भेटला. नानांनी आपली अडचण बोलून दाखविली. तो गृहस्थ हसून बोलला,

"नानासाब, तुमच्यासारख्या माणसानं का चिंता करावी ? तुमी काँग्रेसवाले. इस्लामपूर काँग्रेस कमिटीत जावा. रग्गड फंड जमा झालेत तिथं."

"अवो, पन मला पैसे कोण देणार?"

"असं कसं बोलता?" तो गृहस्थ म्हणाला, "तुमी नुसतं जा. मी नाना पाटील हाय म्हणा. काँग्रेस कमिटीच्या देवानं तुमाला पैसं दिलं पाहिजेत."

नानांना थोडा आधार आला. झपापा पावलं टाकीत ते कचेरीकडे निघाले. कचेरीवर तिरंगा झेंडा डौलाने फडकत होता. सुदैवाने अध्यक्ष हजर असल्याचं कळलं. आदबीनं दार उघडून ते आत गेले. नमस्कार घालून खुर्चीवर बसले. अध्यक्ष 'केसरी' वाचनात गुंग होते. त्यांच्या पाठीमागे गांधी, सुभाष, नेहरू आणि चित्तरंजन दास यांच्या तसबिरी भिंतीवर दिसत होत्या. विशेषत: गांधीजींचं खळखळतं हास्य नानांचं लक्ष वेधत होतं.

"हं, बोलाऽ" अध्यक्षांनी केसरीतून डोकं वर काढलं.

"मी नाना पाटील."

"पुढं बोला."

"सत्याग्रहात अटक झाली. इस्लामपूर ठाण्यावर रोज हजरी द्यावी लागती. इथंच ऱ्हातू मी."

"बरं पुढं–"

"माजी जेवणाची येवस्था न्हाई. महिन्याला नुसतं साडेतीन रुपय द्या."

"काय हो, तुम्हाला काँग्रेसचं ऑफिस म्हणजे अनाथाश्रम वाटतो की काय?" अध्यक्ष तडकले.

"म्हणजी?" नाना गांगरले.

"इथं धर्मादाय पैसा वाटला जात नाही."

“अवो, पण मी काँग्रेसचा माणूस हाय. तुमच्याकडं एवढं फंड असताना–”

“तुम्ही हिशोब मागता की काय?” अध्यक्ष जाम भडकले.

“मला हिसाब काय करायचा? मी गरीब माणूस हाय, माजी नुसती साडेतीन रुपयची येवस्था करा.” नाना काकुळतीला आले.

“गरीब आहात तर लफड्यात पडला का?”

“गांधीजी...”

“काय वाट्टेल ते बोलू नका.” अध्यक्ष बोलले, “का हो, तुम्ही चळवळीत याच म्हणून गांधीजी तुम्हाला आमंत्रण द्यायला आले होते? पोटाला मिळत नसेल तर भीक मागा. आम्हाला काय सांगता?”

जड पावलांनी नाना उठले. बाहेर पडताना त्यांनी गांधीजींची तसबीर पाहिली. गांधीजी खळखळून हसत होते. नानांच्या पोटात दोन दिवसांची भूक खळबळत होती. जिवाच्या जोरावर ते बाजार चौकात आले. पारावर बसून राहिले. मधूनच उठून इराण्याच्या हॉटेलात चार-पाच तांबे पाणी मारलं. लॅप होऊन पारावर बसून राहिले. थोडीशी डुलकी आली. त्या तारेतच खाली कलंडले.

कसल्याशा आवाजानं त्यांना जाग आली. त्यांनी तिरकमठ्याचा आवाज ऐकला. भगव्या वस्त्रातला एक दाढीवाला गोसावी शेजारी बसला होता. दाढीवरून हात फिरवीत होता.

“कोण गाव गा?” नानांनी विचारलं.

“गोसाव्याला नाव नसतं आणि गावही नसतं.” तो शांतपणे उत्तरला.

“इस्लामपुरात कवा आला?”

“दोन दिवस झाले.”

“जेवणाची येवस्था?”

“मागायची भीक.”

थोडा वेळ शांत होऊन नानांनी प्रश्न केला,

“भीक मागताना अपमान झाला, कोण भलंबुरं बोललं तर–”

“अरे बाबा, ज्यांनी भणंग व्हायचं, त्यांनी असला विचार करूने. राग-लोभ, मान-अपमान सारंच सारखं.” गोसावी बोलला.

एकाएकी नानांच्या पायांत बळ आलं. ते नेटाने उठले. मार्केट यार्डाकडे चालू लागले.

वखारीसमोर बैलगाड्या थांबलेल्या. बाजारात खेडुतांची गर्दी उसळलेली. गुळाच्या आणि हळदीच्या गाड्या खाली उतरायचं काम चाललेलं. हमालांची धांदल उडालेली. जवळ उभ्या असलेल्या हमालाला नानांनी विचारलं,

“बाबा, मला काम मिळेल का?”

“किती काम पायजेत?” हमाल हसून म्हणाला, “रगड कामं हाईत इथं. गाव कुठलं तुमचं वो?”

“येडं.”

येडं नाव कानांवर पडताच हमाल खो खो हसू लागला. नानाही हसल्यासारखे म्हणाले,

“व्हय बाबा, येड्याचाच येडा हाय मी.”

हमालांनी नानांना आपल्याबरोबर कामाला घेतलं. गाड्यांवर गाड्या भरू लागल्या. पोत्यांवर पोती उतरू लागली. उपाशीपोटी नानांना जमत नव्हतं; पण इलाज नव्हता. इतक्यात एक हमाल लांबून धावत आला.

“रे शंकऱ्या, काम थांबीवऽऽ”

“का रं?”

“ह्यो नवा पावणा कोण?”

“येड्याचा हाय कोन तरी.”

त्या हमालाने पुढे येऊन नानांना सरळ सवाल केला,

“तुमी नाना पाटील नव्हं का?”

“व्हय.”

त्याने सरळ नानांना दंडवत घातला. पोती उचलणारे त्यांचे हात धरून तो बोलला,

“अण्णा, तुमी हे काय करता?”

“पोटाला जे लागतं, तेच करतो बाबा.”

“अवो, आमी मेलू का काय?” हमाल बोलला, “तुमासाठी आमी आमचा जीव गहाण ठेवतू. पर देवा, तुमी असं नगा करू.”

“तुमच्या कष्टांचा पैका मी कसा खाऊ?”

“ते काय जमायचं न्हाई.”

दुपार झाली. सर्व हमाल एका झाडाखाली जेवायला बसले. हमालाघरची ज्वारीची भाकरी, झणझणीत कोरड्यास, ओल्याकच्च मिरच्या बघून नाना हरखले. प्रत्येक घासाबरोबर ‘वा, झकास!’ म्हणू लागले. एवढा मोठा माणूस सोबत जेवतोय म्हणून हमाल हरखले. ‘आपल्या’ माणसांत गुंगले. कॉंग्रेस कचेरीचा तो अध्यक्ष डोक्यातून वाऱ्यावाणी पळून गेला.

इस्लामपूरच्या पारावर नाना बसून होते. सर्व लोक त्यांना ‘पोतेबुवा’ म्हणून ओळखत होते. अंगावर कपडे नाहीत म्हणून नानांनी मार्केट यार्डातील फाटकी गोणपाटाची पोती जमा केली. त्यांचा गुडघ्याइतका घोळदार शर्ट आणि चड्डी शिवली. जेवणाची विशेष काळजी राहिली नव्हती. गाडगेबाबांच्या एका शिष्याने एके ठिकाणी व्यवस्था लावली होती. तेथून रोज सकाळी कोरड्यास आणि दोन

भाकरी येत होत्या. दुसऱ्या वेळेची काळजी नव्हती. मिळालं तर ठीक; नाही मिळालं तरी ठीक. यार्डातील हमाल अधूनमधून जेवण पुरवीत होते. जेवण नसेल तर नाना मक्याची पैशाला दोन कणसे घेत होते. वर तांब्याभर पाणी पीत होते. रात्री पारावर वारा लागू नये म्हणून जवळच्या देवळात जात होते. उघड्यावरच झोपत होते.

एके दिवशी फौजदाराची गाडी पाराजवळ थांबली. फौजदार खाली येऊन पोतेबुवांना म्हणाला,

“सातारला चला.”

“का?”

“कलेक्टर साहेबांनी बोलावलंय.”

“साएबाला आमची उचकी कशी लागली?”

“त्यांनाच विचारा.”

पोतेबुवा गाडीतून निघाले. त्यांचा तो किलतानाचा पेहराव पाहून पोलिसांना उबग येत होती. नाना मात्र हसत होते.

नाना साताराच्या कलेक्टर कचेरीसमोर आले. आजूबाजूची मंडळी आणि शिरस्तेदार जमा झाले. दोघे कारकून पुढं होऊ म्हणाले,

“नाना पाटील, काय ही तुमची अवस्था!... अवो, भिकाऱ्यांच्या अंगावरसुद्धा चांगले कपडे असतात.”

“सोन्यासारखी नोकरी सोडून या भिकंला का लागला? सायब दिलाचा राजा हाय. मनातलं सारं खुलं करा. कल्याण होईल पोराबाळांचं.”

“पोराबाळांचं?” नाना खदाखदा हसले.

फौजदारानं नानांना साहेबापुढं उभं केलं. साहेबांनी नानांना पुरं न्याहाळलं. त्यांचे गोणपाटाचे कपडे पाहून त्यांना दया आली. हा वेडा कशाला काँग्रेसच्या नादी लागला? कशासाठी आयुष्याचं मातेरं केलं? त्यांनी नानांना खाली बसवले. थोडा दिलासा दिला. मुत्सद्दीपणे एक-एक ठेवणीतलं वाक्य बाहेर काढायला सुरुवात केली.

“झालं-गेलं विसरून जा. तुमचं कल्याण होईल.”

“पण साहेब, मी शिक्षा झाल्याला माणूस. मला कशी नोकरी गवसंल पुन्हा?”

“तुम्ही काळजी का करता? सारं माझ्या हाती आहे.” साहेब हसत म्हणाले, “मात्र तुम्ही पुन्हा चळवळीत पडणार नाही, असं लिहून द्या. बोला, जिल्ह्यात कुठल्या गावची ऑर्डर काढू? द्या माफीचा अर्ज. काम खतम.”

“साहेबऽऽ” नाना उठून खड्या आवाजात गरजले, “साहेब, नोकरी नोकरी म्हणजी तुमी समजता काय? देशासाठी मी शेणाच्या पाट्या वाहीन. आरं, गांधीबाबांच्या तुटक्या खेटराची लायकी हाय का तुमच्या सरकारची? थू: तुमच्याऽऽ!”

साहेबांच्या अपेक्षेचा भंग झाला. साहेब रागाने लालेलाल झाला. टेबलावर हात आपटून जोरानं ओरडला,

“बेवकूफ, सुवर कहीं का! ले जाव इस हरामी को!”

*　　　　*　　　　*

मस्तावलेल्या कैद्यांना वठणीवर आणण्यासाठी चक्की पिसण्याची जबरी शिक्षा असे. इस्लामपूरचा पॅरोल मोडला म्हणून पुन्हा येरवड्याला धाडलं होतं. येरवड्याची ही तिसरी वारी होती. या पैलवान गड्याची मस्ती जिरवायचं जेलरनं ठरवलं. चक्की पिसण्याचं महाकठीण काम नानांच्या बोकांडी बसलं. आतापर्यंत या चक्कीनं अट्टल गुन्हेगारांचा बुकणा पाडला होता.

नाना चक्कीला अजिबात डरले नाहीत. त्यांनी चक्कीला मनोभावे दंडवत घातला. कामाला सुरुवात केली. कमरेइतकी उंच चक्की बसविण्यात आली होती. कोणालाही उभं राहूनच ती पिसावी लागे. वॉर्डात आणखी काही चक्क्या होत्या. त्यांचं दर्शन घेताना कैद्यांच्या उरात धडकी भरे. प्रत्येकाच्या पायाजवळ घामाचा थर साचे. नानांच्या वाट्याला सहा-सहा पायली धान्य यायचं. एकदा खुट्टा धरला की तो लवकर थांबत नसे. त्यांच्या हाताला घट्टं पडलं. इतर कैदी दुपारी चार वाजेपर्यंत दमत; पण नानांचं काम सकाळी अकरालाच संपे. त्यानंतर ते दुबळ्या कैद्यांना मदत करू लागायचे.

“नाना, तुम्हाला हे काम जमतं तरी कसं वो?” इतर कैदी आश्चर्याने विचारायचे.

“यात काय अवघड?” नाना हसून म्हणायचे, “सहज रानाकडून फिरून आल्यावर जेवढा त्रास हुतो, तेवढाबी इथं होत न्हाई!”

दोन महिने चक्कीचं काम चाललेलं. जेव्हा नाना चक्की ओढत, तेव्हा जात्याचा भाग पोटाला लागे. आता त्यांच्या पोटावर जात्याचा वण स्पष्ट दिसत होता.

नानांची मुदत संपली. सर्व कैद्यांनी त्यांचं अभिनंदन केलं. सारे कैदी अशा दिवसाची वाट पाहत; पण नानांच्या ध्यानीमनी ही गोष्ट नव्हती. जेलरचं बोलावणं आलं. ते ऐटीत जेलरसमोर उभे ठाकले. जेलरने हसून वर पाहिले. चांगली जिरली असेल पैलवानाची!

“बोलो, अभी कौनसा काम चाहिये?”

“बदली-सदलीच्या नादाला कशाला लागता, साहेब?” नाना म्हणाले, “चक्कीचं काम चांगलं वळणदार बसलंय. तेच चालू ठेवा.”

चक्कीची मागणी करणाऱ्या पहिल्या कैद्याकडे स्तंभित होऊन जेलर पाहतच राहिला.

*　　　　*　　　　*

सरकारविरोधी भाषण केल्याच्या आरोपावरून नाना पुन्हा एकदा येरवड्यात आले. साऱ्या कैद्यांनी त्यांचं टाळ्या वाजवून स्वागत केलं. नाना असले की तुरुंग भरल्यासारखा वाटायचा. ते तुरुंगात 'सत्याग्रही नाना' म्हणून प्रसिद्ध होते. चांगल्या कांबळीसाठी सत्याग्रह, हवालदाराच्या दमदाटीबद्दल सत्याग्रह, चांगल्या भाजीसाठी सत्याग्रह, असे अनेक सत्याग्रह त्यांनी घडविलेले. ते असले की गजाआडही उत्साह संचारायचा... म्हणूनच नांदून आलेल्या लेकुरवाळ्या लेकीगत त्यांचं स्वागत व्हायचं.

नळावर नानांना एक कैदी भेटला. हळूच कानगुजला,

"सत्याग्रही नाना, आज शिमगा हाय."

"अस्सं?" डोळे मिचकावून नाना म्हणाले, "लेका, तुला चांगल्याच गोष्टीची याद येती."

संध्याकाळ झाली. नियमानुसार सर्व कैदी बराकीबंद झाले. नानांची चुळबूळ वाढली. त्यांना लहानपणीचा दांडगाईखोर, वांड नाना आठवला. त्याबरोबर त्यांनी डाव्या हाताची पालथी मूठ तोंडावर मारली. एकदम जोराने बोंब ठोकली : "बोऽ बोऽऽ बोऽऽऽ" आजूबाजूच्या सर्व कैद्यांनी जोरकस प्रतिसाद दिला. सारीजणं बोंबलू लागली. एक पोलीस धावत आला. दरडावू लागला,

"का रे, बोंबलायला काय झालं?"

"त्यो नाना बोंबलतोय म्हणून आमी बोंबलतो." सारे कैदी एकदम उत्तरले. पोलीस धावत नानाजवळ आला.

"नाना, बोंब का मारतोस?"

"बोऽ बोऽऽ"

"अरं, काय झालं काय?"

"बोऽ बोऽ बोबोऽऽ"

"सांग की."

"बबऽ बोबोबोऽऽ"

काही उत्तर येईना. बोंब बंद होईना. तो दंगा ऐकून सुभेदार धावला. नाना थांबेनात. ते थांबेनात म्हणून बाकीचे कैदीही थांबेनात. लगेच हवालदार धावला. तुरुंगाला आग तर लावली नाही, या भीतीपोटी स्वतः जेलर धावत आला. जेलरचा सुगावा लागताच बाकीचे सर्व चिडीचूप झाले. मात्र नाना काही केल्या थांबेनात. जेलर चिडून खडसावू लागला,

"आपने क्या शुरू किया है?"

"तुमकू दिसता नहीं?" नाना बोलले, "मैं बोंब मार रहा हूं।"

"अरे, तुमने क्या धूम मचाई है? मुझे पहचानता नहीं?" जेलर रागाने थरथरू लागला.

"आज हमारा शिमगा है, तुमको मालूम नहीं?"

"शिमगा? ये शिमगा क्या होता है?"

"ये हिंदू धर्म का बोंब मारने का सण होता है।" नाना कुर्र्यात बोलले.

"तो फिर बोंब क्यों मारने लगा है?"

"बोंब ठोकने के लिए बोंब मारता है।"

अज्ञानी जेलरला सर्व कैदी हसू लागले. शिपाईही खो-खो करू लागले. गोऱ्या जेलरला काहीच कळेना. एक सुभेदार कानाशी लागला, तेव्हा कुठं जेलरच्या डोक्यात प्रकाश पडला.

"अच्छा? तुम्हारा होली का त्योहार है? खुशी से पांच-दस मिनट मनाईये।"

परवानगीबरोबर नानांनी पुन्हा एक झकास बोंब ठोकली. प्रथम नाना सुरुवात करायचे. कैदी त्याला प्रतिसाद द्यायचे.

रात्रभर सारा तुरुंग गर्जत होता.

*　　　*　　　*

अंगामध्ये गोणपाटाचा शर्ट घातलेला, एका हातामध्ये तिरंगी झेंडा घेतलेला एक विचित्र माणूस कुंडलच्या वेशीत आला. त्याच्यासोबत आणखी एक खादीधारी होता. दोघांच्या अंगावर कुत्री भुंकू लागली. कुत्र्यांना हुसकावून ते दोघेजण घोषणा देऊ लागले,

"महात्मा गांधी की जयऽऽ"

त्या विचित्र माणसांच्या तोंडातून गांधींचे नाव आले. कुंडलकर अधिक बुचकळ्यात पडले. आपल्या घोषणांनी वीस-पंचवीस माणसे जमवून तो वेडा भाषण देऊ लागला. गांधींचा संदेश देऊ लागला. हा काँग्रेसवाला आहे हे ताडायला कुंडलकरांना वेळ लागला नाही. चार पोरं भिंगरीगत पळाली. अप्पा मास्तरांना घेऊन धावत आली. त्या विचित्र माणसाचं भाषण अद्यापही चालू होतं. अप्पा मास्तर शांतपणे ऐकू लागले. गावकऱ्यांनी काँग्रेसचं बडं धेंड असलं पाहिजे, अशी अटकळ बांधली.

भाषण संपताच अप्पा मास्तरांनी त्या गृहस्थाला मिठी मारली. दोघांनीही एकमेकाला कवटाळलं. भोवती लोकांचा गराडा पडला. "हे कोण?" अशा अर्थी सारी माणसं एकमेकांकडं पाहू लागली. अप्पा म्हणाले,

"अरं पोरांनो, हेच ते नाना पाटील."

"अस्सं?"

सारीजण नानांना पाहून थक्क झाली. ज्याच्या अनेक शौर्याच्या गोष्टी ऐकल्या तो माणूस अचानक भेटला. सारी माणसं हरखून टूम झाली. अप्पांच्या पाठोपाठ लटांबर निघालं.

रात्री कुंभेश्वराच्या मंदिरात सारेजण जमले. गावचे सारे तरुण आणि विद्यार्थी

हर्षभरित झाले होते. गणपत लाड, रामभाऊ पवार, शंकर निकम, शंकर लुपणे, सिदू वठार, केशव दाईगडे, शंकर टेके, कृष्णा दवंडे, विष्णू कुंभार हे सारे तरुण आणि विद्यार्थी नानांकडे कौतुकाने पाहत होते. त्यांची शिस्त आणि उत्साह पाहून नाना सुखावले. मास्तरांनी पोरांना हुकूम दिला,

"मुलांनो, उठा आणि एकसाथ प्रार्थना म्हणा."

सारेजण उठले. निलगिरीच्या फोकेसारखे ताठ झाले. तालात गाऊ लागले,

"हे राम वदा आत्माराम
हे राम वदा आत्माराम
तू अमेरिका सजिविली स्वातंत्र्ये
तू जपानही नटविली स्वातंत्र्ये
मग आम्हाला पारतंत्र्य-कर्दमी का फसविले राम?
हे राम वदा आत्माराम–"

पोरांचा चुणचुणीतपणा पाहून नाना खूष झाले. अप्पांना शाबासकी देत म्हणाले,

"मास्तर, तुम्ही रानाची मशागत झकास केलीसा. आता कुठलंबी बी पेरा. पीक तरारून येईल!"

* * *

दुसऱ्या दिवशी नानांनी गाव फिरून पाहिला. घरोघरी सूतकताई चाललेली. स्वातंत्र्य भावनेने उभा गाव प्रेरित झालेला. जवळच्याच किर्लोस्करवाडीमधून रोज रात्री परतणारा कामगार नवा विचार घेऊनच यायचा. नाथाजी लाड अशिक्षितांसाठी रात्रीची शाळा घ्यायचे, गावात बऱ्याच ठिकाणी वर्तमानपत्रं यायची. गांधी, सुभाष, वल्लभभाई, नेहरू, सरोजिनी, अच्युतराव, सानेगुरुजी ही नावं सर्वांच्या जिभेवर खेळायची. जणू ही नावे आपल्याच परिवारातली नव्हे, माजघरातली माणसं आहेत. याबरोबरच कुस्ती, दांडपट्टा, मल्लखांब या प्रकारातही गाव तसूभरही पाठीमागे नव्हता. एवढा ज्वलंत आणि जागृत गाव नानांनी याआधी पाहिला नव्हता. ते अप्पा मास्तरांना भारावून म्हणाले,

"अप्पा, असा गाव माझ्या पाठीवर असला तर सारा भारत गाजवून सोडीन."

"बेशक, अण्णा, गाव तुमचाच आहे." अप्पा मास्तरांनी पाठिंबा दिला.

लवकरच नाना कुंडलमध्येच स्थायिक झाले. त्यांच्या पाठीमागे आपल्या छोट्या बहिणीची काळजी होती. तीही अप्पा मास्तरांनी मिटविली. आपल्या भावकीतील नाथाजी लाड मास्तरांशी विवाह नक्की झाला. काळावर स्वार होणाऱ्या नानांनी नवे शस्त्र उपसले होते. पूर्वीच्या सत्यशोधक विवाहाप्रमाणे आता 'गांधी लग्न' पद्धत रुजविली होती. राजकारणाबरोबर 'गांधी लग्ना'चा दौराही सुरू होता. स्वामी रामानंद

भारतींबरोबर दौरा काढून हजारो विवाह उरकले होते. आता बहिणीचं लग्न त्याच पद्धतीनं उरकायला हवं होतं.

अप्पा मास्तर मुख्य कारभारी होते. अप्पांनी आणि नानांनी वेगळेच मनसुबे रचले होते. गावाला आमंत्रण देण्याआधी मांग, महार, चांभार, कुंभार आणि ढोर या सर्वांना आमंत्रित केलेलं. कुंडलच्या म्हाताऱ्यांना ही गोष्ट ओल्या मिरच्यांसारखी झोंबली होती; पण तरुण पोरं म्हाताऱ्यांच्या नाकावर टिच्चून इकडंतिकडं वावरत होती.

लग्नावेळी बिचकत येणाऱ्या मांग-महारांना पोरांनी हात धरून ओढून आणलं. त्यांच्या पाटाला पाट लावून साधं जेवण उरकलं. नानांनी स्वत: अक्षता गायल्या. वधूवरांनी एकमेकांना फुलांचे हार घातले. लग्न लागलं. नाना भाषणाला उभे राहिले. लोकांना सांगू लागले,

"तर हेलाच म्हनत्यात 'गांधी लगीन.' आपलं गांधी महाराज कसं साधं, तसंच हे लगीनबी साधं. जादा खर्च, थाटमाट काही नगो. आपल्या लग्नात आपण वाजंत्र्यांना बोलावतू; पण प्रत्येक वाद्याचा अर्थ काय? आपला ताशा कसा वाजतू? ताक तीक तिक तिन. म्हणजे त्यो काय बोलतू –

"घीन तर घीन, तुज्या बाकडनं घीन
लग्नात घीन, सगळंच घीन घीनऽऽ"

तोंडाचा वेडावाकडा आकार करून नाना प्रत्यक्ष वाद्यांचा आवाज काढू लागले. सारे लग्नकरी हसू लागले. वधूवरांनासुद्धा हसू आवरलं नाही. नाना पुढं सांगू लागले,

"लग्नातला भोगणा कसा वाजतो वो? भ्वाऽऽ भ्वाऽऽ भा भा भ्वाऽऽ भ्वाऽऽ, पण भोगणा खरी गोष्ट काय सांगतू –

हे बघ एवढंऽ
हे बघ एवढंऽ
धीनऽ धीनऽऽ"

नाना बोहल्यावरून खाली उतरले. एवढ्यात चौघे पाहुणे आले.

"अण्णा, आमच्याकडं लग्नासाठी कवा येणार?"

"गाव काय तुमचं?"

"पारं."

"चला म्होरं. स्वामीजींचा आनि माझा दौरा पुढल्या महिन्यात हाईच तिकडं."

* * *

"मला गांधी महाराज, पंडित नेहरू, असफल्लीबाई ही सारी एका व्यासपीठावर बघायची हाईत." गेल्या कित्येक वर्षांपासून नानांनी हे स्वप्न जपलं होतं. त्याची पूर्ती होण्याची संधीही जवळ आलेली. देशाच्या राजकारणाची चाकं वायुवेगानं

धावत होती. दुसऱ्या महायुद्धाच्या खाईत सारं जग होरपळत होतं. सुभाष आणि गांधी तंटा पेटलेला. सुभाषबाबूंनी देश सोडलेला. गांधीजींनी वैयक्तिक सत्याग्रहाची हाक दिली. तिरंगा घेऊन नेहमीप्रमाणे नाना तयारच होते. लेकीच्या गावात सत्याग्रह केला. मुखी गांधीनाम घेत त्यांनी येरवड्याची आणखी एक वारी केली. गांधीजींचे विचारही आता एका निर्णायक अवस्थेला आले होते. आठ ऑगस्टला मुंबईत काँग्रेस परिषद भरणार होती. देशाच्या कानाकोपऱ्यातून नेते येणार होते; व्याख्याने घडणार होती, चर्चा झडणार होती. नवा काहीतरी ऐतिहासिक निर्णय येईल, अशी सर्वांचीच अटकळ होती. नानांनी आतापर्यंत उभा महाराष्ट्र पालथा घातला होता. सातारा जिल्ह्यातील गाव नि गाव पिंजून काढलं होतं; पण काँग्रेसच्या वार्षिक अधिवेशनातून ते वावरले नव्हते. वाराणशी, लाहोर, मद्रास अशी लांबलांबवर अधिवेशनं होत. त्यांच्यासारख्या गरीब नेत्याला इच्छा असूनही एवढ्या लांब जाणं परवडत नव्हतं; पण आता तर काँग्रेस मुंबईत भरणार होती. नानांच्या आनंदाला उधाण आलं.

मुंबईला जाण्याचा विचार त्यांनी बऱ्याच मित्रांना बोलून दाखविला. मनात मनसुबे रचले. प्रवासखर्च फार तर सहा रुपये होईल. त्यांच्यासारखे त्यांचेही मित्र फाटके. ज्याला जमेल त्याप्रमाणे दोन आणे, चार आणे असे सात रुपये जमा झाले; पण मुंबईस निघण्याआधीच माशी शिंकली. कोण तरी सांगितले, अधिवेशनाचे गॅलरीचे तिकीट दहा रुपये आहे! नानांची दातखिळी बसली.

दोन-तीन दिवस नाना घोंगड्याची भाळ मारून बसले. कोणाला न दिसेल असं डोळ्यांतलं पाणी पुसू लागले. आपण काय अधिवेशनं करतो? उठावं, सत्याग्रह करावा, नित्यनियमित येरवड्याची वारी करावी, हेच स्वस्त आणि मस्त; पण हे विचार अंतर्मनाला पटत नव्हते. ज्या काँग्रेससाठी आयुष्याची होळी केली, तिला हजर राहता येऊ नये? सतरा-अठरा वर्षांत असा एकही क्षण गेला नाही, ज्या क्षणी गांधीबाबा मनी आले नाहीत. त्या गांधींना पाहायला मिळू नये?

अंधारातले दोन-तीन दिवस संपले. बसूनही भागणार नव्हतं. मुंबई काँग्रेसमध्ये काय घडलं असेल? मन गप्प बसू देत नव्हतं. बरेच कुंडलकर मुंबईस गेल्याचं कळलं होतं. वडव्याहून नाना कुंडलला निघाले. लेकीने झुणका-भाकर आणि दोन कांदे बांधले. घोंगडं खांद्यावर टाकून ते डोंगरातून पायी निघाले.

टेकडीवरून नाना कुंडलकडे पाहू लागले. चावडीजवळच्या रस्त्यावर शेकडो लोक जमा झालेले. नानांनी नेटाने पाय उचलला.

रस्त्यावर अप्पा मास्तर, नाथाजी, सावळा, राम पवार हे ओळखीचे चेहरे दिसले. नाना धावतच आले. अप्पा मास्तरांना नानांना पाहून हायसं वाटलं.

"आलात ते बरं झालं."

"काय झालं तरी काय?" नाना बावरले.

“गांधीजींनी इंग्रजांना Quit India – इंग्रजांनो, चालते व्हा, असा सल्ला दिलाय. ‘करो अथवा मरो’ असं कार्यकर्त्यांना सांगितलंय. सर्व नेत्यांना अटक झाली!”

“गांधी-नेहरू, सगळ्यांना?”

“होय.”

“आता?”

“आता काय, तुमीच देशाचे नेते व्हा असा संदेश मिळाला. सारे कार्यकर्ते आपल्या गावी पेटूनच गेलेत. जिकडेतिकडे प्रभातफेऱ्या, मोर्चे सुरू झाले आहेत. नानासाब, ज्या क्षणाची आपण वाट बघत होतो तो आलाय.”

“बरं झालं.”

शिट्टी फुंकली. सर्व स्वयंसेवक एका ओळीमध्ये उभे राहिले. लहानापासून थोरापर्यंत सर्व कुंडल गाव रस्त्यावर आला. रणभूमीवर जाणाऱ्या बहाद्दर जवानांप्रमाणे सर्वांचे पाय तालावर पडू लागले. देशाभिमानाने सर्वांच्या छात्या तटतटून फुगल्या. सर्वांच्या डोक्यात एक नवं उधाण भरलं.

कुंडलच्या गल्लीबोळांतून मिरवणूक चालली. तांबटकाका तोंडात सर्व आवाज एकवटून ओरडले,

“नहीं रखनाऽऽ नहीं रखनाऽऽ”

“ये जालीम सरकार नहीं रखनाऽऽ” सर्व स्वयंसेवक मोठ्यानं गर्जू लागले.

फेरीने सर्व गाव पालथा घातला. रात्री पुन्हा एक बैठक झाली. वेड लागल्याप्रमाणे उभा गाव एकत्र आला. बुट्टीतल्या भाकरी बुट्टीत राहिल्या. आयाबायाही घरकाम टाकून बाहेर आल्या. गल्लीगल्लीत बायकांचे घोळके एकत्र येऊन कुजबूज करू लागले. अप्पा मास्तर आणि नाना पाटील सर्वांच्या मध्यभागी बसलेले. सर्वांची झोप उडालेली. खल सुरू झाला. मध्यान्हरात्र उलटली. गार वारा सुटला. बैठक संपली. सर्वजण बेंबीच्या देठापासून गर्जू लागले–

“नहीं रखना, नहीं रखना
ये जालीम सरकार नहीं रखनाऽऽ”

नानांची तहानभूक हरपली. ज्या संधीची ते जन्मभर वाट पाहत होते, ती संधी सोनपावलांनी स्वत: चालत आली. नानांनी तासगाव तालुक्यापासून तुफानी दौऱ्याला प्रारंभ केला. स्वातंत्र्यभावनेने पेटलेले दीड हजार सैनिक त्यांच्यासोबत धावू लागले. दर दिवसाबरोबर जनतेच्या उत्साहाला उधाण येऊ लागलं. ऑगस्ट ठराव होताच किर्लोस्करवाडीचा कारखाना बंद पडला. यंत्रांची चाकं बंद झाली. देशाच्या वेगवान चाकाला कामगार आपल्या परीने गती देऊ लागले. ज्ञानबा जाधव, आदम पैलवान, नाथाजी, उगळे, शंकर लाड आणि गोविंद खोतांसारखे कामगार नानांना सामील झाले, ‘करेंगे या मरेंगे’ हा संदेश नाना गावोगावी पोहोचवू लागले.

आजपर्यंत नानांनी जनजागरणासाठी जिवाचं रान केलं होतं. साऱ्या सातारा जिल्ह्याची गेल्या तीस वर्षांत नांगरट केली होती, 'चले जाव'चं बियाणं पेरायला सुरुवात झाली. पीक तरारून वाढू लागलं. नानांचं अपूर्व यश पाहून सारी सरकारी यंत्रणा गडबडली. पलूसला पोलिसांच्या नाकावर टिच्चून जंगी सभा पार पडली. नाना वाघासारखे गर्जू लागले. लोकांना सांगू लागले,

"इचका हे तण पिकाला लै घातीक. म्हणूनच त्याची पाळंमुळं खणून काढावी लागत्यात. तसा ह्यो इंग्रज आमच्या रानातला इचका हाय. त्याला काढा खणून! आता माघार न्हाई घ्याची. गांधी महाराजांनी सांगितलंया – करा न्हाई तर मरा! मग मी म्हणतो आता कशाला रं डरा? इंग्रज साईब सांगत्यात, आमच्या राज्यावर सूर्य माळवत न्हाई; पन मी सांगतू, आता लवकरच साताऱ्यात ह्यो इंग्रजाचा सूर्य ढगात न्हाई घालविला तर नाव बदलीनऽऽ"

पूर्वीपेक्षा नानांच्या सभांना दहापट गर्दी होऊन लागली. सर्व साताऱ्याला वणवा लागल्यासारखा झाला. होरपळणारी माणसं ओरडू लागली,

"करेंगे या मरेंगे।"

"नहीं रखना, नहीं रखना, ये जालीम सरकार नहीं रखनाऽऽ"

"महात्मा गांधी की जयऽऽ"

"वीर नाना पाटलांचा विजय असोऽऽ"

"वंदेऽ मातरम्ऽऽ"

*   *   *

दोन सप्टेंबरचा दिवस नवी नवलाई घेऊन उगवला. नानांच्या हाकेला ओ देऊन गावंच्या गावं वेरळा नदीच्या काठी जमू लागली. लेझीम-ढोलकीच्या तालावर नाचत-नाचत गावोगावच्या झुंडी येऊ लागल्या. लोक वेड्यासारखे धावू लागले, गाऊ लागले, नाचू लागले. वेरळेच्या काठावर दहा वाजायच्या आधी जनसागर एकवटला. आज तासगाव कचेरीवर चालून जायचं होतं. युनियन जॅक खाली उतरून बाजूला फेकायचा होता. तिरंगी झेंडा फडकवायचा होता. नुसत्या कल्पनेनं लोक वेडे झालेले. चार दिवसांत जादूची कांडी फिरावी तसं झालेलं. नानांनी सर्व जनसागर डोळे भरून पाहिला. त्यांना भरून आलं. डोळ्यांतून आनंदाश्रू वाहू लागले. ते पुसण्याचं धाडस त्यांना झालं नाही. रामजीबाबांची आठवण झाली. 'गांधीजींचं वेड' पाहायला आज ते जिवंत हवे होते.

आपल्या निवडक अनुयायांना घेऊन नाना चोहोबाजूंनी पाहू लागले. इतक्यात घुंगरांचा आवाज देत दोन बैलगाड्या आल्या. नाना बावरले. चौघेजण बैलगाडीतून पटाटा उतरले. आदबीनं नानांना म्हणाले,

“आमी तासगावकर जी.”

“काय आणलंत काय?”

“जेवणाची यवस्था केलीय साऱ्यांची.”

“ती कुणी सांगितली हुती?” नाना बावरले.

“साऱ्या गोष्टी सांगायला लागत्यात व्हय, अण्णा?” एकजण म्हणाला, “काल रातीच कळलं आमाला. तुमी सारीजणं मोर्चा घिऊन आमच्या गावाला येणार. मग सारं गाव म्हणायला लागलं – नाना पाटलाची माणसं येणार, काँग्रेसची माणसं येणार. गावातनं उपाशी कशी घालवायची? राती गावातल्या साऱ्या बायका एकं ठिकाणी आल्या. रातबर भाकरी बडीवल्या. आलूया आता घिऊन.”

तासगावकरांनी गाडीभर भाकऱ्या खाली उतरवल्या. दुसऱ्या गाडीत दोन हंडे झुणका होता. मोर्चाच्या वाटणीला एकेक भाकरी आणि झुणका आला. त्यावर वेरळेचं पाणी मारलं. सारी माणसं हुशार झाली.

मोर्चाची ठरली वेळ भरली. सारे लोक गोंधळ न करता ओळीत उभे राहिले. दोघादोघांच्या रांगा तयार झाल्या. हवेत तिरंगी झेंडे फडकू लागले. “महात्मा गांधी की जयऽऽ” घोषणा आभाळाला भिडली. शिस्तबद्ध मोर्चा तासगावाकडे चालू लागला. तासगावच्या बाहेर पुढाऱ्यांनी मोर्चा थांबवला. कार्यकर्त्यांनी नानांना गराडा घातला. कऱ्हाडेकाका म्हणाले,

“अण्णा, तुम्ही इथं थांबा. मोर्चा आम्ही नेतू पुढं.”

“का, असं का?” नाना बावरले.

“साऱ्या मोर्चाला अटक झाली तरी चालंल; पन अण्णा तुमी सापडता उपयोगाचं न्हाई.” रामभाऊ उगळे म्हणाले.

“लाख मरो, पर लाखाचा पोशिंदा उरला पायजे.” कार्यकर्ते बोलू लागले.

“अण्णा, तुमच्यावरच सगळ्यांचा डोळा आहे. “नाना पाटील सापडला” असं कळलं तर सारा सातारा पाच मिनटांत बर्फागत हुईल. सारी हवा निघून जाईल. तुमीच चळवळीचं नाक आहात.” कऱ्हाडेकाका समजावू लागले.

सर्वांचा विचार नानांनी मानला. दहा-पंधरा कार्यकर्ते घेऊन नाना गावाबाहेर थांबले. तो शिस्तबद्ध मोर्चा घोषणा देत गावामध्ये शिरला. काही लोकांनी शेट्ये नावाच्या व्यापाऱ्याच्या दारात पंचम जॉर्जचा पुतळा पाहिला, कित्येकांचे हात शिवशिवू लागले. एकजण बोलला,

“सायबाला ढगात उडवूया का?”

“ये, तसं नगा करू,” पाठीमागून लोक ओरडले, “नाना पाटलाचा हुकूम न्हाई तसा. खुळ्यागत नगा करू.”

कचेरीसमोर चाळीस-पन्नास पोलीस गस्त घालीत होते. ठासलेल्या बंदुका सज्ज

होत्या. एवढ्यात हिमलाटेप्रमाणे लोकांची वाट कचेरीसमोर उभी ठाकली. तो अफाट जनसमुदाय पाहून ठासलेल्या बंदुका नरम पडल्या. सर्व अधिकाऱ्यांची पाचावर धारण बसली. निकम मामलेदार मुकाट्याने बाहेर आला. हात जोडून म्हणाला,

"तुमचं म्हणनं तरी काय आहे?"

"तुमच्या कचेरीवर आमचा झेंडा पायजेऽऽ" शेकडो लोक एका सुरात ओरडले.

"मान्य." मामलेदारांच्या तोंडून एकच शब्द बाहेर आला.

"तुम्ही गांधी टोप्या घातल्या पायजेत."

"मान्य."

कचेरीवरचा युनियन जॅक मुकाट्यानं खाली आला. हर्षभरित झालेला तिरंगी झेंडा वर चढू लागला. दिमाखात फडकू लागला. झेंडावंदन झाले.

घोषणांच्या फैरी आभाळमुका घेऊ लागल्या,

"महात्मा गांधी की जयऽऽ"

"नाना पाटील की जयऽऽ"

"भारत माता की जयऽऽ"

फटाक्या कडकडू लागल्या. घोषणा निनादू लागल्या. त्या आवाजानं नाना वेगानं गावात आले. लोकांनी त्यांना खांद्यावर उचलून घेतलं. गुलालाच्या थप्पी उधळल्या. वेडे होऊन लोक नाचू लागले. लेझीम खळखळू लागलं. ढोलगं वाजू लागलं. जणू भारताला स्वातंत्र्य मिळाल्यासारखं वाटू लागलं. थोड्याच वेळात तिरंग्याच्या साक्षीनं कचेरीसमोर नानांची सभा चालू झाली. ते लोकांना सांगू लागले,

"ही सुरुवात हाय. बहाद्दरांनो, कंबरा कसा, इंग्रजाला सळो की पळो करू या. मात्र गाफील नगा ऱ्हाऊ. आपणाला लै चालायचं हाय अजून."

* * *

पाऱ्याची सभा झटक्यात उरकली. नाना चिंचणीत हजर झाले. चिंचणीची सभा साडेपाचला सुरू झाली. नानांच्या भाषणाआधी एक कार्यकर्ता कानगुजला,

"नवी बातमी हाय."

"काय रं?"

"तासगावच्या मोर्चापासनं डी.एस.पी. कुत्र्यागत चवताळलाय. असं पुन्ना घडू देणार न्हाई, त्यानं पणच केलाय."

"आनि?"

"सगळीकडं पहारा बंदोबस्त केलाय. तासगावला, विट्याला आणि दोन ठिकाणी मशीनगन आणून ठेवल्यात. सावध ऱ्हावा."

"माज्या भाषणाची मशीनगन चालू करू नव्हं का?"

“असं कसं अण्णा;” तो कार्यकर्ता म्हणाला, “तुमची ही मशीनगन भवानी तलवारच हाय.”

चिंचणीची सभा कडुसं पडताना सुरू झाली. साडेसात झाले. अंधार पडला. नानांच्या धगधगत्या वक्तृत्वाचा प्रवाह अखंड वाहत होता. ते मध्येच क्षणभर थांबले आणि लालबुंद होऊन म्हणाले,

“आमच्या कानांवर आलंय, इंग्रजी सायबानं गावूगाव मशीनगन पेरल्याती, फाकड्यानू, तुमास्नी ठावं हाय, मका पेरल्यावर जुंधळा उगवत न्हाई. तसं गोळ्या पेरल्यावर गोळ्याच उगवतीलऽऽ”

नानांच्या या वाक्याबरोबर टाळ्यांचा पाऊस पडला. लोक मोठमोठ्यानं घोषणा देऊ लागले. तितक्यात बाजूने आवाज आला,

“पाटील, थांबाऽ थांबाऽऽ”

सर्वजण बावरून पाठीमागे पाहू लागले. एक तरुण शेतकरी पळत आला. घामाघूम होऊन म्हणाला,

“पाटील, घात झाला. घात झालाऽऽ इट्याचा पाटील नादान निघाला. पोलिसांच्या चार मोटारी घिऊन येतूय तुमच्या पाठीमागं. कार्व्यापासून मोटारी यायला वाव न्हाई म्हणून पोलीस तिथंच थांबल्याती.”

सर्वांना उठायचा आदेश झाला. सभा संपली. नाना पुढे झाले. त्या तरुण पोरांच्या खांद्यावर हात टाकून विचारू लागले,

“फाकड्या, तू कसा आलास?”

“माजं रान हाय कार्व्याच्या शिवंला. तिथं पोलिसांनी मला मारहाण केली. पोलिसांनी वेढा दिलाया साऱ्या गावाला. तिथनं आत कुणालाबी सोडीनात.”

“मग तू आलास कसा?”

“तुमी इथं हाय ते कळलेलं मला. मी केली इगत. बैलाचा कासरा मोकळा सोडून बैलामागं धावत सुटलू. ‘बैल सुटला, बैल सुटला’ करीत त्या वेड्यातनं घुसलू की आत.”

सर्वांनी त्या तरुणाची तारीफ केली. नानांनी आपल्या बरोबरच्या तुकड्या चोहीकडं पांगवल्या. पांडू पाटील काँग्रेसचे निष्ठावंत भक्त होते. ते दाटल्या कंठानं म्हणाले,

“नाना, तुमी आमच्या गावात आला आनि हे असं झालं बघा.”

पाटलांनी नानांना मिठी मारली. एवढ्यात गावच्या मावळतीकडून बंदुकीचे बारावर बार ऐकू येऊ लागले. मारहाणीला सुरुवात झाली. काहीजणांची बोंबही ऐकू आली. नानांची पावलं थंडावली.

“गावाला मार बसत असताना मी गाव उघडं टाकून जाणार न्हाई.” नानांनी सांगितलं.

“आमचं कायबी होऊदे; पर तुमचा जीव बचावला तर आमी वाचू.” पंधरा-वीस

गावकरी एका सुरात म्हणाले. नानांनी मन आवरलं. जड पावलांनी चिंचणीचा निरोप घेतला.

अंधारगुडूप झाला होता. डोळ्यांत बोट घातलं तरी समोरचं काही दिसत नव्हतं. नाना, शंकर आणि अप्पा अंधारातून चालले होते. जोंधळ्याची ताटं, काटेकुटे आणि दगडधोंडे यांची पायांना पर्वा नव्हती.

रात्र कशी सरली हे ठेचकळणाऱ्या पायांनाच माहीत. तांबडं फुटू लागलं. तांबूस झालर पूर्वेच्या माथ्यावर दिसू लागली. गार वारा अंगाला बोचकारू लागला. रात्रभर चालून चालून अनेक वाटावळणं, खाचखळगे पार पडले. नाना म्हणाले,

"आता दिवसाउजेडी कसं करायचं?"

"पोलिसांचा अंदाज घेतला पायजे. आजूबाजूच्या गावात पोलीस मागावर असणारच. आजचा दिवस कुठंतरी लपून काढला पायजे." अप्पा म्हणाले.

"हे राजापूर दिसतंया पुढं, ही टेकडाजवळची रामुशांची वस्ती दिसतीय." शंकर बोलला.

"रामुशांच्या वस्तीवर कसं जायचं?" अप्पा.

"का?"

"अवो, हे रामुशी मुलखाचं भांडखोर. सुपारी कातरावी तशी माणसं कापतील. आपणाला पोलिसांना धरूनसुद्धा देतील."

"करायचं तरी काय? शंकर गोंधळला.

"काय हुईल ते हुईल." नाना म्हणाले, "अवो, त्या गोऱ्या यमांना सापडण्यापेक्षा ह्या काळ्या रामुश्यांना पकडू दे. बक्षिसी तरी स्वकीयास्नी मिळेल."

सर्वांनी नानांचा विचार मानला. नुसतं फटफटताना तिघेजण वस्तीजवळ आले. रामोश्यांची शिकारी कुत्री सावध झाली. चार कुत्र्यांनी सारी वस्ती गर्जून टाकली. एक रामोशी भाला घेऊन बाहेर आला. तिघांना सावधगिरीने पाहू लागला. नानांची ओळख पटली. त्या म्हाताऱ्या रामोश्याच्या पिकलेल्या केसांत हसू फुटलं. "याऽ याऽ पाटील." रामोश्यानं घोंगडं टाकलं. कासांडी घेऊन तो बिगीद्यानं गोठ्यात गेला. धारोष्ण दुधाचे तीन तांबे आले. पाहुणे सुखावले. जवळच्या रानातल्या भुईमुगाच्या शेंगा आणल्या. जोंधळ्याच्या कडब्यावर भाजल्या. तो गरिबाघरचा पाहुणचार पाहून नाना तृप्त झाले. रामोशी नानांपुढे गप्पच बसला. स्पष्ट शब्दांत म्हणाला,

"पाटील, काय काळजी नगा करू. तुमी माझं पावणं हायसा. तुमच्या केसाला धक्का तर माज्या जिवाला धक्का!"

रामोश्यांनी आपली पोरं पाळतीसाठी चारी दिशांना धाडली. पाहुण्यांची कढत पाण्यानं अंघोळीची व्यवस्था केली. तिघांच्या पायांत घुसलेले काटे सुईनं काढले. त्या जागा बिब्ब्यानं भाजल्या. तळव्यांना तेल चोपले. रामोश्याघरच्या ज्वारीच्या

जाड्याभरड्या भाकरीवर आणि खर्ड्यावर दुपारचं जेवण पार पडलं.

दुपारी रामोश्यांची पोरं परतू लागली. प्रत्येकजण नवी नवी माहिती सांगू लागला. चिंचणी गावात पोलिसांचा पदर धरून विट्याचा पाटील आला होता. त्याने गावात धुमाकूळ घातला होता. लोकांना बेदम मार दिलेला. कोणाचा हात मोडलेला, तर कोणाचा पाय पिरगळलेला. गावचा सच्चा काँग्रेसवाला पांडू पाटील. त्याला तर पडेस्तोवर मारलेला. जगेल की नाही काही सांगता येत नव्हतं. नानांच्या डोळ्यांसमोर पांडू उभा राहू लागला. नानांचे साथीदारही पेटून उठले.

“इंग्रज आनि गांधीबाबांची माणसं यांच्या भांडणात पोळी भाजणारी अवलाद नष्ट केली पायजे.” शंकर म्हणाला.

“व्हय. यांना कायमची वेसण घातली पायजे, काय तरी नवा भरमाप्पा काढला पायजे.” नाना बोलले.

दुपार टळली. रामोश्यांनी आपली पोरं पुढं धाडली. दोन दोन फर्लांगाच्या अंतराने पोरं नानांच्या चोहोबाजूंनी चालू लागली. पोलिसांचा सुगावा लागताच खुणेची शिट्टी वाजणार होती. नाना सावध होणार होते. राजापूरच्या शिवेपर्यंत म्हातारा रामोशी काठी टेकीत आला. नानांना निरोप देताना सद्‌गदित झाला. म्हणाला,

“नानासाब, तुमी निर्धोक जावा. वाघावाणी पोरं तुमच्याबरूबर दिलीत. तुमास्नी कुंडलला सुखरूप पोचवून ती मागं येत्याल.”

“रामुशीदादा, तुमचं काळीज आभाळाएवढं मोठं.” नाना म्हणाले.

“आवं, रामुशी असलू म्हणून काय झालं? तुमचं वैर गोऱ्या साहेबाबर हाय. नाना, तुमी गांधीबाबाचं माणूस, तुमास्नी आमी न्हाई जपलं, तर सरणावर आमचं मढं सरळ जळायचं न्हाईऽ!”

*　　　*　　　*

आधणाला आलेली गुळाची काहील उसळी मारावी तसं नानांचं सर्वांग उसळत होतं. नव्या मंत्राने भारलेले नाना सारखे धावत होते. दोन तारखेचा तासगाव मोर्चा यशस्वी झालेला. असेच यशस्वी मोर्चे इस्लामपूरला आणि वडूजला आठ तारखेला काढायचे होते. यशवंतराव चव्हाण या कऱ्हाडच्या वकिलांनीही एक मोर्चा कऱ्हाडात आयोजिला होता. नानांनी अमनापूर, खेड, पुणदी, शिगाव, वाटेगाव, किर्लोस्करवाडी हा भाग पायांखाली घातला. मोर्चाची जाम तयारी केली.

आठ तारखेच्या इस्लामपूर मोर्चाचं नियोजन मोठ्या कौशल्यानं करण्यात आलं होतं. एका वेळी दोन मोर्चे निघणार होते. पूर्व सेनेचं नियोजन गोविंदराव खोतांकडे दिलं होतं, तर पश्चिमेची धुरा पांडू मास्तर सांभाळणार होते. मोर्चादिवशी पूर्व सेनेत सामील व्हायचा नानांचा मनसुबा होता; पण कोणत्या वेळी काय घडेल, काही

सांगता येत नव्हतं; म्हणून नानांना खेड गावी ठेवण्यात आलं. चार-पाच हजारांची ती पूर्व सेना आवेशानं पुढं सरकली.

''नहीं रखना, नहीं रखना ।
ये जालीम सरकार नहीं रखना ।।''

या गीताचा आवाज माळामुरडाने घुमू लागला. शेकडो तिरंगी झेंडे नाचत-गर्जत इस्लामपुराकडे धावू लागले. नानांचा ऊर अभिमानाने फुगला. डोळ्यांत आसवं पाझरली.

मोर्चाला निरोप देऊन नाना चंद्राक्काच्या घरी आले. 'धर्माचा भाऊ' कुठं ठेवू आणि कुठं नको, असं चंद्राक्काला झालं. तिनं गरम पाण्याचा हंडा चुलीवर ठेवला. पाठ चोळून नानांना अंघोळ घातली. पुरणपोळीचं जेवण घातलं. नानांनी दुपारी थोडा वेळ गोणपाटावर अंग पसरलं. किती तरी दिवसांनी अशी शांत झोप लागत होती. घटकाभरानं लगेच त्यांना जाग आली. ते डोळे पुसू लागले. इस्लामपूरचा मोर्चा डोळ्यांसमोर नाचू लागला. काय घडलं असेल इस्लामपुरात?

उंबऱ्यावर बसून नानांनी इस्लामपुराकडे डोळे लावले. घरावरून सावल्या खाली उतरल्या. रानातून परतणाऱ्या गाईगुरांच्या घुंगुरमाळा वाजू लागल्या. एवढ्यात सुसाट वेगानं चार घोडी आली. फुरफुरणारी घोडी चंद्राक्काच्या दारात उभी राहिली. नानांच्या पोटात चर्र झालं. खाली माना घालून साथीदार चोहोबाजूंना सप्पय बसले.

''अरं, काय झालं काय?'' नानांनी काळजीनं विचारलं.

''साराच घोटाळा झाला.'' अप्पा बोलले.

''झालं तरी काय?''

''ठरल्या वेळंच्या आधी पांडू मास्तरांचा मोर्चा इस्लामपुरात आला. इस्लामपुरात मास्तरांची सभा चालू झाली. एवढ्यात डी.एस.पी.ने लाठीहल्ला चालू केला.'' जी.डी. लाड सांगू लागले.

''मंग काय झालं?''

''डी.एस.पी.नं पांडू मास्तरांच्या अंगावरच चाल केली. घावावर घाव घातलं. मास्तर बेशुद्ध झाले. फौजदार कुत्रं फरफटावं तसा फरफटीत घेऊन गेला त्यांना!''

''मंग – मंग तुमी काय करीत हुता?'' नानांनी दरडावलं.

''आमच्या आधीच पश्चिमेचा मोर्चा गेलेला; म्हणून आमाला लवकर काय करता आलं न्हाई; पण लगेच ही बातमी एका फितुर पोलिसानं दिली. आमचा पूर्वभागाचा मोर्चा जरासुद्धा थांबला नाही. सारीजण कचेरीवर चालून गेलू. पांडू मास्तरांच्या सुटकेची मागणी केली. एवढ्यात डी.एस.पी.नं गोळीबाराला सुरुवात केली. आमच्यावर गोळ्यांचा पाऊस पडायला लागला.'' जी.डी.

''पुढं!''

''दोघेजण ठार आणि पंधराजण जखमी झाले.'' खाली मान घालून जी.डी. बोलले.

“कोण ठार झालं?” नानांना कापरं भरलं.

“किर्लोस्करवाडीचा पंड्या इंजिनिअर आणि बारबाटे जागीच ठार झाले. रिव्हॉल्व्हरनं गोळ्या घातल्या त्यांना. त्यांना उचलून पळवायचा इरादा होता माझा; पण ‘फेक दो, फेक दो’ म्हणून माझ्याच अंगावर डी.एस.पी.नं गोळी झाडली. मी चपळाईनं तटावरून कशीतरी उडी टाकली आणि बाहेर पडलो.” जी. डीं.नी जशी घडली तशी कहाणी ऐकविली.

“अण्णा, कोल्हापूरकडचा एक मेडिकल कॉलेजचा पोरगा तर पार बेशुद्ध झाला. पोलिसांच्या लाठ्यांनी त्याच्या पाठीच्या धिरड्या केल्या. डॉक्टरकीचं शेवटचं वर्ष होतं त्याचं; पण मोर्चासाठी मुंबईवरनं आला हुता. नुकतं मिसरूट फुटायला लागलेलं. पोलिसांनी बेदम मार दिला. रक्ताच्या थारुळ्यात पडला हुता बिचारा.” एक कार्यकर्ता डोळे पुशीत सांगू लागला.

“नाव काय होतं त्येचं?” नाना.

“संग्राम.”

नानांना दरदरून घाम फुटला. गांधीजींच्या मार्गाने मोर्चा नेला. निःशस्त्र मोर्चाला गोळ्यांनी उत्तर दिलं. सर्वजण दुचित्त होऊन विचार करू लागले.

“वडूजची काय बातमी?” एका कार्यकर्त्यानं विचारलं.

“अजून काय न्हाई.” नाना.

“अण्णा, वडूजची काय काळजी नगो.” एक कार्यकर्ता सांगू लागला. “वडगावचे लोमटे आनि परशुराम पैलवान हे वाघ हाईत वाघ. त्यो मोर्चा इस्लामपुरावानी बिनहत्यारीच हाय; पन पैलवान सारं व्यवस्थित करील. तासगावाप्रमाणं साऱ्यास टोप्या घालून यील.”

“व्हय, व्हय.” दुसरा एकजण म्हणाला, “खटावला सारी माणसं जिद्दीची हाईत. गौरीहर सिंहासनेनं सारा भाग जागविलाय. बंडोपंत लोमट्यांची आनि फौजदारांची दोस्ती हाय. आपून मोर्चा घिऊन येणार असं त्यो फौजदाराला आधीच सांगून आलाय.”

बराच उशीर सारीजण बसून होती. वडूजच्या मोर्चाची साऱ्यांना खात्री होती. त्याचा निकाल आला की, पुढचा बेत ठरवायचा. योजना आखायचा. खल चालला असताच दहा-बारा कार्यकर्ते घामाघूम होऊन धावत आले. ते आत येताच साऱ्यांनी एकदम विचारलं,

“वडूजचं काय झालं?”

“परशुराम पैलवानाच्या छाताडातनं गोळी गेली. पैलवान जागच्या जागी ठार झालाऽ!”

‘परशुराम ठार झाला’ हे शब्द कानांवर पडताच सर्वांच्या रोमारोमांत आग भडकली. हृदयं हेलावली. नाना व्याकूळ झाले. आपण काय ऐकतोय हेच त्यांना

उमजेना. डोळ्यांसमोर अंधारी आली.

"काय झालं तरी काय?" एकाने डोळे पुशीत विचारले.

"आमी दीड हजारांचा मोर्चा घिऊन शांतवाणी कचेरीवर गेलू. फक्त 'चले जाव' आनि 'वंदे मातरम्' या घोषणा दणकून चाललेल्या. परशुराम झेंडा फडकावीत साऱ्यांच्या म्होरं हुता. कचेरीपाशी आमी अरुंद बोळात गेलू. तसा बेंडगिरी फौजदार आडवा आला."

"आनि?"

"आनि सांगायला लागला – 'मागं फिरा.' परशुराम वाघागत गरजला – 'लाठ्या हाना, काठ्या हाना अगर गोळ्या घाला; पर गव्हभर आमी मागं सरकणार न्हाई!' फौजदारानं पुन्हा इशारा केला. 'कचेरीवर झेंडा लावल्याबिगार मागं हटणार न्हाई.' साऱ्या मोर्चानं सांगितलं, तसा फौजदार आत गेला. मामलेदाराचा हुकूम झाला. दहा-बारा पोलिसांनी एकदम गोळीबार सुरू केला. फाड फाड गोळ्या छाताडात घुसू लागल्या. सत्तरवर माणसं जखमीहून लोळत पडली. लोमट्यांच्या पोरांच्या पायातनं गोळ्या गेल्याऽ! सात मुडदं जागीच पडलंऽऽ!"

"अराऽरा."

"ह्या साएबांच्या आयला..."

संताप, उद्वेग आणि हळहळ यांचा एकच सूर घुमू लागला. सारे कार्यकर्तेही बेभान झाले. दुसरा एक वडूजचा माणूस सांगू लागला,

"अण्णा, परशुरामाची गोष्ट काय सांगावी? एका हातात झेंडा घिऊन त्यो सगळ्यांच्या म्होरं उभा. पयली गोळी सूं सूं करून आली; छाताडात घुसली! पण वाघानं झेंडा खाली पडू दिला न्हाई! दुसऱ्या हातानं छाती दाबून धरली, पण खाली वाकला न्हाई! दुसरी गोळी कपाळाच्या कवटीतून बाहेर गेली. अंगाची गोळ्यांनी चाळण केली; पर झेंडा फडकतच हुता! त्येच्या मुडद्याची इटंबना पोलिसांनी लै केली वोऽऽ"

परशुरामाची कथा ऐकताच आगीत तेल पडलं. प्रत्येकजण हाताच्या मुठी वळवू लागला. दातावर दात आपटू लागले. एकजण म्हणाला,

"अण्णा, आता थांबायचं नाही. हेचा सूड घ्याचा."

"शांत व्हा;" नाना बोलले, "गांधीजींच्या मार्गाचा जरा इचार करा."

"अण्णा, उगंच काईतरी बोलू नगा," रामभाऊ म्हणाले, "दरुडा घालायला आलेल्या चोराच्या हाती जमादारखान्याच्या किल्ल्या देता का? कसली तुमची अहिंसा?"

"व्हय, गांधीबाबांनी सांगितलंय, करा न्हाई तर मरा. मग मरा म्हणजी काय फुकटात मरा? तुमीच म्हणता देशासाठी मरा. मग डोळ्यांदेखत एवढं घडून आता कशाला वो डरा?"

"ते काई न्हाई, सायबाला सातारी इंगा दावलाच पायजे."

सर्वजण पेटून उठले. नाना शांतपणे सारं ऐकत होते. जी.डी. लाडांनी

खिशातली कागदपत्रं काढली. ते सर्वांना सांगू लागले,

"हे गेल्या आठवड्यातलं जयप्रकाश नारायणांचं पत्र आणि हे दुसरं अच्युतराव पटवर्धनांचं; आजच मिळालं."

पत्रवाचन सुरू झालं. दिशा गवसण्याचा प्रयत्न चालू झाला.

* * *

रात्रीचे दहा वाजून गेलेले. रातकिड्यांची किरकिर चालू झालेली. अमावास्येचा मुहूर्त गाठून चंद्रानं आभाळात दडी मारलेली. आजूबाजूचं काही दिसत नव्हतं. पानमळा वाऱ्याच्या तालावर नाचत राहिलेला. बोचरा वारा अंगाला झोंबू लागलेला. नाना जोंधळ्याच्या बुचाडातून बाहेर आले. आजूबाजूचा आसमंत न्याहाळला. रोजच्याप्रमाणं या वेळी त्यांची सकाळ झालेली. शेजारीच गड्यानं तीन दगडांची चूल मांडलेली. तिच्यावरचा पाण्याचा हंडा तापलेला.

नानांनी अंघोळ केली. नवा सदरा घातला. खोपटातली चिमणी वाऱ्यावर फरफरू लागली. तिची वात थोडीशी वर काढली. घोंगडं टाकून त्यावर ते बसून राहिले. गड्याने टोपभर भात त्यांच्या पुढ्यात ठेवला. वर मस्त झुणका ओतला. नानांनी जेवणावर आडवातिडवा हात मारला. ते सहकाऱ्यांची वाट पाहू लागले.

आता सारा सातारा नानांना ओळखीत होता. बाहेर दिवसाउजेडी फिरणं तर अजिबात बंद झालं होतं. पोलीस यंत्रणेची चक्रं चोहोबाजूंनी फिरत होती. त्यांना सापळा टाकू पाहत होती; पण इर्षेबाज नानांनी विडाच उचललेला. आता इंग्रजी साहेबांच्या 'बा'लासुद्धा सापडायचं नाही. काही घडो; पण ही चळवळ यशस्वी झालीच पाहिजे.

काल रात्रीच अप्पा मास्तरांच्या पानमळ्यात बैठक झाली होती. बैठकीला कुंडलचे सर्व बहाद्दर तरुण उपस्थित होतेच. शिवाय वडवे, खानापूर, वाटेगावापासूनही भूमिगत कार्यकर्ते हजर झालेले. सर्वांचा विचार एक झाला. निःशस्त्र मोर्चे आणि सभा यांना आता फारसा अर्थ उरला नव्हता. निःशस्त्र सत्याग्रहींना पान चघळल्यागत सरकारी दाढेत चघळलं जात होतं. ढेकूण मारावं तशी माणसं मारली जात होती. मराठी मातीत रुजलेला शिवछत्रपतींचा गनिमी कावा अंगीकारण्याचाच विचार पक्का झाला. दहशतवादी हत्यार उचलण्याचं ठरलं. पोस्टाची लूट, टेलिफोनच्या तारांची तोडमोड करून सरकारला हतबल करायचं. ब्रिटिशांना घाम फोडायचा.

आज मुहूर्ताचं पक्कं ठरलं होतं. नाना तयार राहिले होते. बाजूच्या अंधारात खुणेची शीळ वाजली. पाच-दहा शेतकरी सैनिक बाजूच्या टेकडीवर येऊन उभे राहिले. नाना पानमळ्यातून वाट काढीत टेकडीवर गेले. खुणेला खूण पटली.

रात्रीचा अंधार मी म्हणीत होता. दोन दिवसांमागे पाऊस झाला होता. त्यामुळे सर्व सैनिकांचे पाय गुडघ्याइतक्या चिखलात घुसत होते; पण त्याची तमा न

बाळगता नेटानं पावले पडत होती. समोरच्या ओढ्याकाठी आणखी तीस-चाळीस सैनिक येऊन मिळाले. बऱ्याचजणांच्या खांद्यावर लोखंडी पहारी होत्या. काही सैनिकांकडे काठ्या आणि कुऱ्हाडी होत्या. आपला भरदार देह सावरीत नाना सर्वांबरोबर चालले होते.

नानांना एकाएकी गीत आठवलं,

'सायबाचा पोऱ्या मोठा अकली रं

बिनबैलांची गाडी कशी ढकली रं!'

हे गीत नानांनी कितीतरी वेळा मोटेवर ऐकलं होतं. आजवर बिनबैलाची रेल्वे चालविणाऱ्या साहेबाच्या पोऱ्याचं उदंड कौतुक व्हायचं; पण आज? नानांना पुरेपूर आठवत होतं, दहा वर्षांपूर्वीसुद्धा सर्व्हिस मोटारीत बसताना खेडूत लोक गाडीच्या पाया पडायचे. काही वेळा मोटारीपुढे नारळ फुटायचे. पूजा पार पडायची. मगच प्रवासाला सुरुवात व्हायची. रुळांवरून धावणारी रेल्वे पाहून तर शेतकऱ्याला कापरं भरायचं.

सर्व सैनिक जवळच्या मोठ्या ओढ्यात घुसले. ओढ्याबाहेर दिसू नयेत अशा बेतानं मशाली पेटल्या. मशालींच्या उजेडात समोरच्या ओढ्याची वाट पार पडू लागली. मैलभर अंतरावर पूल लागला. ओढ्यातील सैनिक हळूच वर आले. अंदाज घेऊ लागले. डोळ्यांसमोर रेल्वेचे रूळ अजगरासारखे सुस्त होऊन पडलेले. एकमेकांना खुणा झाल्या.

"गाडीचं टाईम बघितलं का?"

"हां."

"माणसांची आगीनगाडी गेली नव्हं?"

"हो, मगाशीच गेली." शंकर बोलला.

"बघ, न्हाईतर मालगाडी म्हणून माणसांची गाडी यायची. हत्या झाल्यावर गांधी महाराजांचा शाप लागायचा." नाना स्वतःच हसले.

इशारा झाला तसे शेतकरी रुळांवर तुटून पडले. पहारी चालू झाल्या. एका रुळाचा मोठा भाग निखळला. सैनिक घामाघूम झाले. उखडलेले तुकडे बाजूच्या रानात फेकले. एवढं काम पुरेसं होतं; पण आपण सर्वच इंग्रजी सत्ता उखडून काढतो आहोत, अशा आवेशानं सर्व शेतकरी सैनिक रुळांवर तुटून पडले होते. इशारा देऊनही कोण मागे हटायला तयार होईना. तेव्हा नाना पुढं होऊन म्हणाले,

"लेको, बास की आता. हे रेल्वेचं रूळ हायेत. बकऱ्याची नळी न्हाईऽऽ"

सर्व सैनिक बाजूला झाले. भुईमुगाच्या रानात पालथं पडून गंमत पाहू लागले. थोड्या वेळात रेल्वेचा दूरवरून प्रकाश दिसला. धूर ओकीत भरधाव वेगानं एक गाडी आली. सर्व सैनिक जीव डोळ्यांत आणून ते दृश्य पाहू लागले. वेगात आलेल्या गाडीला एकदम आचका बसला. धाडकन आवाज करीत इंजिन बाजूला

कोलमडलं. त्याबरोबर पाठीमागचे डबे एकमेकांच्या अंगावर मान टाकीत बाजूच्या शेतात कोसळले. डब्यांतला माल बाहेर पडला.

हर्षभरित होऊन सैनिक अंधारात पसार झाले.

पहाट झाली. गावातले शेतकरी गुरेढोरे घेऊन रानात आले. रेल्वे रानात घुसल्याची पाहून आपसांत चर्चा चालू झाली.

"आरं, तात्या डायवरनं आगीनगाडी रानातच घातली बघ."

"व्हय रं. अशानं पिकाची नासधूस हुयाची बघ."

"च्या मारी, डायवर काय दारू प्याला हुता का गांज्या वढीत हुता?"

* * *

अंधाऱ्या वाटेतून बैलगाडी चाललेली. नाना त्यामध्ये बसून व्याख्यानाला चाललेले. गाडीत एक बंदूकधारी बसलेला. पाठीमागून चौघेजण कुऱ्हाडी आणि भाले घेऊन चाललेले. काळाच्या बदलत्या प्रवाहात वारकरी नाना धारकरी बनलेले. त्यांना आपल्या सभा आता मध्यान्हरात्री घ्याव्या लागत होत्या. दिवसा कुठे उघड फिरण्याची सोयच नव्हती. व्याख्यानं थांबवूनही चालणार नव्हतं. नानांची भाषणं हा जनजागृतीचा कणा होता. सातारी चळवळीचं ते मौल्यवान भांडवल होतं. आपला प्रचंड देह सावरीत रात्री-बेरात्री भटकणं त्यांना शक्य नव्हतं; म्हणूनच बैलगाडीची व्यवस्था केली जात होती. त्यांना अलीकडं प्रचंड उत्साहानं झपाटलं होतं. सातारी चळवळ जोरात फोफावू लागली होती. नागनाथ नायकवडी, वाय.सी. पाटील आणि जी.डी. लाडांसारखी तरणीताठी पोरं शाळा-कॉलेज सोडून चळवळीच्या होमकुंडात स्वतःला झोकून देत होती. देशासाठी औंधचे अप्पा पंत, चिखलगोटणचे गंगाधरपंत या राजकुमारांना स्वतःचा प्रासाद तुरुंगासारखा भासू लागला होता. लोक वाढत्या प्रमाणात नानांना सहकार्य करीत होते. नाना गरुडभराऱ्या घेऊ लागले होते.

एकदाची गाडी सभेच्या ठिकाणी आली. 'आज नाना पाटलांची सभा होणार' अशी बातमी गावात दुपारीच पसरली होती. पोलिसांना सुगावा लागू नये म्हणून बातमी एकमेकांच्या कानांत सांगितली जात होती. इवली-इवलीशी नऊ-दहा वर्षांची पोरं, निधड्या छातीचे तरुण, तसंच अंथरुणाला खिळलेले म्हातारेकोतारे मध्यान्हरात्र उलटली तरी नानांची वाट पाहत देवळासमोर बसून होते. आजूबाजूच्या चार गावांतील मंडळी बैलगाड्या जुंपून पोराबाळांसह धावत आली होती.

नाना येईपर्यंत शाहीर शंकर निकम सर्वांना मंत्रमुग्ध करीत होते. नाना सभेजवळ आले तेव्हा शाहिराला स्फुरण चढलं होतं. डफ कडकडत होता. शाहिरांचा बुलंद आवाज देशभक्तीचे धडे देत होता. नानांचं गुणगान चालू होतं.

"नाना पाटील नाही एकला

त्याच्या दिमतीला
आज उभा ठेला
मर्दाचा सारा सातारा प्रांत
पोलादी संघटना लोकांत
शेकड्यांनी शस्त्रसिद्धी हातात रं जीऽ जी.''

डफाची थाप श्रोत्यांचं काळीज पोखरीत होती. लोक बेभान होत होते. रणमैदानात तलवार घेऊन नाचणाऱ्या वीराप्रमाणे शाहीर नाचत होता. सर्वांना जिवाची पर्वा न करता पेटण्याचं आवाहन करीत होता.

''एक पाय तुमच्या दारात
दुसरा तुरुंगात
अथवा स्वर्गात
तमा नाही त्याची शाहिराला
राष्ट्राचा यज्ञ सुरू झाला
आहुति कोण देता तेवढं बोला!
तुम्ही म्हणाल पटतं आम्हाला
पोराबाळांना
काय पोटाला?
चिंता करू नका रे पोटाची
कोठारं भरली सरकारची
खुशाल आता ती लुटायची!
...सत्यांसाठी सुखे लुटावा सत्तेचा पैसा
शिवरायांनी घालुनि दिला धडाच हा ऐसा!
दादा म्हणं दादाऽ
दादा रं जीऽ जीऽऽ''

शाहीर रंगलेला. नाना आल्याचं भान शाहिराला नव्हतं. नानाही शाहिराची रसवंती ऐकण्यात गुंगून गेलेले. शाहिराचं बऱ्याच वेळानं नानांकडं लक्ष गेलं. पोवाडा थांबला. नानांनी शाहिराची पाठ थोपटली. नाना भाषणास उभे राहिले. लोकांना सांगू लागले,

''गांधी महाराजांची ही शेवटची हाक हाय. करा न्हाईतर मरा. इंग्रजांनो, चालते व्हा. ह्या इंग्रजाला 'धुरातनं' घालवा; तरच सोन्याचा धूर उद्या निघंल!''

नाना ठेवणीतला एक एक आहेर बाहेर काढीत होते. लहानसहान सारे भान हरपून भाषण ऐकत होते. नाना विरोधकांच्या हर प्रश्नाला चपखल उत्तर देत होते,

''काही लोक म्हन्त्यात, इंग्रजी साएब बॉंबगोळा घिऊन आला, त्येनं जर बॉंब

फेकून मारला तर नाना पाटील काय सायबावर गांधी टोपी फेकणार काय? बाँबच्या नावानं बाँब मारणाऱ्यांना माझं सांगणं हाय – अरं, नाना पाटलाची टोपी काय साधी हाय? ती सुताची टोपी हाय. त्यात सुताचा योक धागा न्हाई. हजार धागं हायत. जर एका सुतावरनं माणूस स्वर्गाला जातू, तर ह्या अख्ख्या धाग्यांनी नाना कुठं जाईल ते तुमीच ठरवाऽऽ''

टाळ्यांच्या गजरात भाषण संपलं. स्वातंत्र्याचा प्रसाद देऊन नाना निघाले. बैलगाडी चालू होती; पण ते एकटे नव्हते. नेहमीप्रमाणे बैलगाड्यांच्या चोहोबाजूंना दोन दोन फर्लांगावर सैनिकांच्या टोळ्या चालल्या होत्या. सभेच्या वेळी नानांचे सर्व सैनिक गावभर विखुरलेले असायचे. शत्रूचा सुगावा लागला रे लागला की, खुणेच्या शिट्ट्या व्हायच्या. भुताखेतासारखे नाना एकाएकी कुठेतरी गप्प व्हायचे. हिथंच हाय पण दिसत न्हाय!

आता पहाट झालेली. कोंबड्यांनी बांग दिलेली. घराघरांतून जात्याची घरघर चालू झाली होती. एका गावाजवळ गाडी थांबली. शेजारच्या घरातून जात्यावरची ओवी ऐकू येत होती –

''नाना माझा सखा ग
ओवी त्येची मी गाईन
तुरुंगामंदी जाऊन
सौराज्य मी मिळवीन!
नाना पाटील फरारी ग आला
चला चला ओवाळू त्याला
धरमाच्या माज्या बंधूराजालाऽऽ!''

ते शब्द कानांवर पडताच नानांचे डोळे भरून आले. ते गाडीवानाला विचारू लागले,

''गड्या, ही ओवी ऐकलीस का?''

''अण्णा, अलीकडं असल्याच ओव्या चालू हाईत जिथंतिथं.''

''लोकांची ही माज्यावर अशी माया असंल तर एकदा नव्हं हजारदा ह्यो नाना जान कुर्बान करीलऽ!''

नानांनी ओले डोळे पुसले.

* * *

खोपटाचं दार उघडून अप्पा मास्तर आत आले. नानांना विचारू लागले,

''पाटील, तुमाला निरोप पोचला का?''

''कुणाचा?''

"येड्यावरनं आलाय, तुमच्या मातुश्रीचा."

"काय?"

"अहो, तुमचं घराकडं लक्ष आहे का?" मास्तर म्हणाले, "तुमच्या दोघा भावांनी वाटून घेतलंया. तुमची आईही वेगळी आहे. तिच्या पोटापाण्याचं हाल होताहेत. त्यासाठी पैसे मागितलेत आणि भेटायला पण सांगितलंय."

"भेटायला कुठं सवड हाय?" नाना बोलले, "पण मास्तर, तुमी असं करा, तुमीच दोन-तीन रुपयं आयला धाडा आनि सकाळी जी.डीं.ना भेटायला सांगा."

"कशाला? त्यांच्याकडून पैसे घेणार?"

"अवो पैशाचं झक मारतंय. चळवळीचं पुढचं बेत रचायला नगोत का?"

* * *

अप्पा मास्तरांच्या घरी जेवणं झाली. नाना आणि अप्पा घोंगडं टाकून पडले. का कुणास ठाऊक, नानांना लवकर झोप लागत नव्हती. आढ्याकडे पाहत नाना तसेच पडून राहिले होते. त्यांना अप्पांच्या कुंभारगावच्या मळ्यातून काही दिवसांपूर्वीच हलविलं होतं. पानमळ्याचा सुगावा पोलिसांना आधीच लागला होता. पोलिसांचा सुगावा कुंडलकरांना आधीच लागलेला. नानांना मळ्यातून गावात आणलं. दुसऱ्या दिवशी पानमळ्यावर पोलिसांची धाड पडली. पोलिसांनी साऱ्या मळ्याची नासधूस केली; पण डोंगर पोखरून त्यांच्या हाती उंदराचं शेपूटही लागलं नाही.

कुंडल गाव पोलिसांना डोळ्यांतल्या कुसळाप्रमाणे सलत होता. साताऱ्यात साखराळे, वाटेगाव, बिळाशी-चरण असे देशभक्तांचे पुठ्ठे होते. ते आपल्या परीने कार्याला लागले होते; पण सर्वांत कुंडलचा पुठ्ठा आघाडीवर होता. क्रांतिकारकांचे मेरूमणी नाना पाटील कुंडलमध्येच होते. सुरुवातीला पोलिसांनी कुंडलकडे थोडं दुर्लक्ष केलं होतं; कारण कुंडलला औंधचं संरक्षण कवच होतं. हा गाव औंध संस्थानात येत असल्याने ब्रिटिश पोलिसांना प्रथम औंध संस्थानाची परवानगी घ्यावी लागत होती. मगच हद्दीत शिरावं लागत होतं; पण सुरुवातीच्या काळात कुंडलने क्रांतीचं बाळसं धरलं. एका रात्रीत वांगीचा सरकारी बंगला जळून भस्मसात झाला. शेणोली रेल्वे स्टेशनला आग लागली. बोरगाव पोस्ट लुटीत सिदू वडार जखमी होऊन पकडला गेला. नाना पाटलांच्या मार्गदर्शनाखाली 'तुफान सेना' स्थापन झाली. कुंडल आणि भोवतालच्या भागातील नवजवान या सेनेत सामील झाले. पुण्याच्या कॉलेज-शिक्षणावर लाथ मारून आलेला धाडसी युवक जी.डी. लाड या सेनेचा नायक झाला. या धुरंधर आणि आक्रमक युवकाने तुफान सेनेला तुफानी स्वरूप आणले. सारी गावे पेटून उठली. सरकारी यंत्रणा खिळखिळी होऊ लागली. या अपूर्व आगळिकीने ब्रिटिश सरकार सावध झाले. साताऱ्याकडे जादा पोलीस

कुमक धाडली जाऊ लागली. कुंडलभोवती पेच आवळला जाऊ लागला.

बराच उशीर नाना विचारमग्न होते. एका कुशीवर ते वळले. हळूहळू झोप डोळ्यांत उतरली. सारा कुंडल गाव अंधारात बुडून गेला. एक कुत्रं मध्येच रडण्याचा आवाज काढीत होतं. इतक्यात अप्पा मास्तरांच्या दारावर थाप पडली. झटक्यात नाना आणि अप्पा उठले. अप्पांनी कंदिलाची वात वाढविली. हाती फरशी घेऊन ते दाराआड उभे राहिले. दरवाजावर पुन्हा थाप पडू लागली. अप्पांनी अंदाज घेतला आणि आतून मोठ्यानं हाक दिली,

"कोण हाय ते?"

"मी घ्यानू."

"का रं घ्यानू?"

"अवो, उठा उठा, साऱ्या गावाला पोलिसांनी वेढा टाकलाय."

अप्पांच्या पोटात भीतीचा गोळा उठला. त्यांनी दाणकन दरवाजा उघडला. गडबडीनं ज्ञानूला विचारलं,

"कुठायत पोलीस?"

"अवो, आताच उशेरानं मी वस्तीवर निघालोतो. वड्याजवळ गेलो तर पलीकडच्या अंगाला पोलिसांच्या चार मोटारी उभ्या होत्या. सगळं पोलीस बंदुका घिऊन गावाभवतीनं वेढा टाकीत हुते."

"देवासारखा आलास."

त्या गडबडीनं नाना उठून तयार झालेले.

"मास्तर, आता कसं?" नानांनी विचारलं.

"आता दुसरं कुठं तरी जाऊ."

"पण कुठं?"

"सावळा धनगराच्या घरला."

"पर आता त्यो जागा असंल का?"

"तुमी न्हाई ती काळजी कशाला करता? चला, चला माझ्यामागनं."

आता पहाट व्हायची वेळ झालेली. थंडीनं अंग कुडकुडू लागलेलं. अप्पा मास्तर सावळाराम धनगराच्या घरामध्ये गेले. नानांना आत घरात ढकलण्यात आलं. बाहेरून कुलूप बंद झालं. घोंगडं घेऊन नाना आत आले. अंधारात काहीही दिसत नव्हतं. एवढ्यात डोक्याला दाणकन पत्रा लागला. झिणझिण्या आल्या. घराचं छप्पर लहान होतं, नाना वाकून चालू लागले. घरातून एक प्रकारचा कोंदट, उग्रसा वास येत होता. साऱ्या भुईला दगड टोचत होते. बाहेर बुटांच्या टाचांचा खणखणीत आवाज होऊ लागला. अंधारात नाना तसेच उभे राहिले.

फटफटू लागलं. थोडा थोडा प्रकाश आढ्यातून आत येऊ लागला. हळूहळू

घर दिसू लागलं. घरात सर्व घुशींची बिळं होती. खाली धुरळ्यातच नानांनी घोंगडं टाकलं. ते कोंदट हवेत तसेच बसून राहिले. गावात पोलीस मोटारीचे हॉर्न जोरजोरात वाजू लागले. बुटांच्या टाचांचा आवाज घुमू लागला. पोलीस घरोघरी बुटांसह घुसू लागले. अंथरुणावरून बूट नाचू लागले. झोपलेल्या स्त्रिया आणि मुले किंचाळत उठू लागली. घरोघरी झडती आणि मारहाण सुरू झाली. अप्पा मास्तर, शाहीर निकम, बाबूराव लाड, जी.डी., रामभाऊ पवार, नाथाजी अशी कितीतरी जणांची घरं पुन:पुन्हा धुंडाळून झाली. पोलिसांनी अक्षरश: हैदोस घातला; पण नाना पाटील आणि त्यांचे साथीदार कुठेच सापडेनात.

सकाळचे नऊ-दहा वाजले. थंडीचा अंमल उतरू लागला. नाना सावळाघरी अजूनही कुडकुडत बसून राहिले. पोलिसांचा वेढा कधी उठतोय याची वाट पाहू लागले. आता पोलीस कंटाळून जातील असं वाटू लागलं; पण त्यांनी नवीच शक्कल लढविली. सर्व पुरुष मंडळींना चावडीवर बोलावणे सुरू झाले. दमदाटी, मारहाण पुन्हा सुरू झाली. बुटांचा आवाज पुन्हा घुमू लागला. नानांना काहीच कळेना, हे संपणार कधी?

हळूहळू सूर्य वर आला. थंडी पळून गेली. ऊन वाढू लागलं. साडेअकरा झाले. ऊन तापू लागलं. रणरणू लागलं. उनाचा झटका वाढला. नानांच्या डोक्यावरचा पत्रा तापू लागला. त्यांच्या सर्वांगातून घामाच्या धारा वाहू लागल्या. अंगाची तल्कली तल्कली होऊ लागली. कुठून तरी 'फस्सऽ' असा आवाज झाला. नानांनी चमकून वर पाहिलं. सर्वांग शहारलं. तापलेल्या पत्र्यातून एक भला मोठा नाग खाली उतरू लागला. नानांची पाचावर धारण बसली. नाग शेपटीवर उभा राहून नानांकडे जिभल्या चाटीत पाहू लागला. बोंब मारावी तर बाहेर बुटांचा आवाज. बाहेरचं कुलूप उघडणार तरी कोण? नाना मनाशी पुटपुटले, "त्या गोऱ्या नागांपेक्षा हा काळा बरा!"

डोळे मिटून नाना आल्या प्रसंगाला सामोरे झाले. जवळजवळ अर्ध्या तासाने नाग आला तसा निघून गेला. दुपारी मोटारी गेल्याचा आवाज ऐकू आला. बुटांचे आवाज थांबले. नानांची सुटकेचा निःश्वास एकदाचा सोडला.

*　　　*　　　*

रात्रीचे दहा वाजलेले. नानांचा दिवस नुकताच सुरू होऊ लागलेला. वडाराच्या घरी ते दिवसभर कोंडल्या स्थितीत होते. शौचही आतच उरकावा लागे. दिवसभर खोलीला बाहेरून कुलूप असायचं. पोपटाच्या पिंजऱ्यात खाऊ टाकावा त्याप्रमाणे घराच्या वरच्या तुळईवरून भाकरी आत टाकल्या जायच्या. बकरीने पाला ओरबडावा तसं जेवण उरकावं लागायचं. अलीकडे कमालीची गुप्तता पाळावी लागायची. सी.आय.डी. पोलिसांनी गाव पोखरलेला. रात्री-अपरात्री दहा-बारा लोकांचा जथा

गावातून फिरायचा. कुंडल आता पूर्ण असुरक्षित झालेले. सारा गाव पेटवून बेचिराख करण्याची भाषा बोलली जायची; पण कुंडलची जनता नानांना पोटच्या गोळ्याप्रमाणं जपायची.

बाहेरचं कुलूप उघडलं गेलं. बापू वडार आत आला. तापवलेल्या पाण्याचा हंडा आला. नाना अंधारात भुताप्रमाणे अंघोळ करू लागले. ठरल्याप्रमाणे अप्पा मास्तर आले. नानांना सांगू लागले,

''पाटील, तुमचा भाव वधारला.''

''तो कसा वो?''

''तुमाला पकडून देईल त्याला पाच हजारांचा इनाम जाहीर केलाय सरकारनं.''

''अस्सं?''

''होय. गावोगावी चावडीवर जाहिरातीही लागल्या.''

अंघोळ आटोपून जेवणासाठी नाना घोंगड्यावर बसले. समोर पावलं वाजली. अंधारातून नाथाजी आणि एक सायकलस्वार धावत आला. अप्पा गोंधळले.

''सुरेशबाबू, काय, प्रकार काय?''

''तुमाला ताबडतोब कुंडल सोडायला पायजे.'' दम टाकीत नाथाजी म्हणाले.

''का?''

''ह्यो सदा बघा. कऱ्हाडपासनं सायकलीनं धावत आलाय.''

''का?''

''आज रातीला चार वाजता याच घरावर छापा पडणार हाय. पोलिसांना गुप्त बातमी लागली. ह्या घराचा नकाशाबी तयार झालाय.'' नाथाजी.

''तुमाला कसं कळलं?''

''माजा त्यो कऱ्हाडचा मेव्हणा पोलीस ठेसणात बंद हाय, पोलिसाच्या बेताचा सुगावा लागला तिथं. त्यानं हर प्रयत्न करून मला भेटीला बोलीवलं. म्हणाला, 'वाऱ्यासारखा धावत सूट कुंडलला. नाना पाटलाच्या जिवाला धोका हाय!' हे पाच वाजता कळालं मला. तसाच आलू धावत.'' तो सायकलस्वार उत्तरला.

अप्पा मास्तरांनी निघायची तयारी केली. नानांसाठी आलेलं जेवण बुट्टीतच मूग गिळून बसलं. उपाशीपोटी नाना जायला निघाले. त्यांनी अप्पांना विचारलं,

''आता जायाचं कुठं?''

''चिखलगोटणला गंगाधरपंतांच्याकडं जावू या. बायकापोरासह तेही चळवळीत पडल्यात. जिवाला कायबी धोका नाही.''

अप्पा आणि नाना रात्रभर वाट चालत होते. एकदाचे ते पोलिसांच्या टप्प्यातून बाहेर पडले. दोघांनाही हायसं वाटलं. चिखलगोटणची पांद आली. बाजूला शेतकऱ्यांनी कसलीशी मळणी घातलेली. गुरं हाकणारा पोऱ्या उंच आवाजात गात होता,

“आरं कोन पकडील नाना पाटलाला
कोन धरील पळत्या वाऱ्यालाऽऽ
जीऽ जीऽऽ जीऽऽऽ”

*　　　　*　　　　*

दिवसामागून दिवस पळत होते. सुरुवातीला काही दिवस नानांनी दिवसांची संख्या मोजली; पण पुन्हा नाद सोडून दिला. ते ज्या घरात राहत होते, तिथे रात्रीचे बारा वाजले की दिवसाचे बारा, यांतील फरक कळायचाच नाही. ते एका गरीब गुरवाचं कोंदट असं घर होतं. गुरव तुफान सेनेचा सैनिक होता. सुरक्षेची हमी होती; म्हणूनच इथं राहणं पसंत केलं.

नानांनी केव्हा तरी कोलकात्याच्या अंधारकोठडीची कहाणी ऐकलेली; पण त्यापेक्षाही हा मामला महाभयंकर होता. फक्त गुप्तता. इथं मोठ्यानं बोलायचीच काय, पण खोकायचीसुद्धा सोय नव्हती. विष्ठेची पाटी दाराच्या खालच्या भोकातून बाहेर द्यावी लागे. आढ्याच्या साण्यातून भाकरी खाली पडत, त्यावरच कशीबशी गुजराण करावी लागे. गुडूप अंधारात दिवस आणि रात्र कशाचाही फरक कळायचा नाही.

गेली कित्येक वर्षे नाना भाषणं देत आलेले. हटकून दिवसा एक तरी भाषण व्हायचंच. त्यांचं भाषण ही श्रोत्यांना अपूर्व मेजवानी असायची. आकू निम्म्या वाटेवरून निघून गेली. उरलेली वाट नाना नेटानं चालू लागले. क्षितिजापलीकडच्या सोन्याच्या दिवसासाठी धावू लागले. वाटेवर अगदी जवळचे नातेवाईक, कोणीही सोबत नव्हतं. कमालीचा एकाकीपणा सोसावा लागायचा. गेल्या कित्येक दिवसांत त्यांचं भाषण तर कुठं झालंच नव्हतं. त्यांनी प्रकाशाचा एक किरण पाहिला नव्हता. अंघोळही पूर्ण बंद झाली होती. खोलीबाहेरच्या कुलपाला गंज चढू लागला होता.

कसंही असो. हे सारं सोसायला हवं होतं. दुखलंखुपलं गप्प बसलं. फक्त अंधार.

बराच उशीर नाना अंधारातल्या बाजेवर बसून होते. अलीकडं प्रकृती फार ढासळू लागलेली. साऱ्या शरीरावर कसलासा विचित्र लेप चढू लागलेला.

कधी नव्हे तो अंधाऱ्या खोलीचा दरवाजा करकरला. दार जोरानं वाजलं. सताड उघडं झालं. किलकिलते डोळे करून नाना दरवाजाकडे पाहू लागले. फक्त काळोखाचा लोळ दिसत होता. प्रकाश कुठं आहे? कोणाची तरी बारीकशी हाक ऐकू आली,

“महाराज जागे आहात का?”

“क्-कोन ते?” क्षीण आवाजात नाना बोलले.

“वो का देत नाही, महाराज?” मोठ्यानं हाक आली.

"हांऽ हांऽ आपुन कोन?" आवाज जोरकस करण्याचा प्रयत्न नाना करू लागले.

"मी अप्पा मास्तर."

"आं, हां-हां."

नाना कसेबसे उठून उभे राहू लागले. जाणारा तोल सावरू लागले.

"कवा आला मास्तर?"

"जरा मोठ्यानं बोला पाटील. घसा बसलाय काय महाराज तुमचा?" अप्पांनी काळजीनं विचारलं.

"व्हय वाटतं." नाना घोगऱ्या आवाजात उत्तरले.

अप्पांनी नानांना आधार दिला. दाराजवळच्या उजेडात आणून बसवलं. एकाएकी डोळ्यांत प्रकाश शिरू लागला. नानांचे डोळे पाण्याने डबडबले. पापण्या उघडेनात. अप्पांना नानांचा देह पालीसारखा पांढराखड दिसला. घाबरून त्यांनी विचारलं,

"पाटील, ही काय हालत?"

नाना गुपचूप राहिले.

अप्पांनी खिशातली कागदपत्रं काढली. नानांच्या हाती एक कागद दिला. अप्पा म्हणाले,

"पुण्याहून बुलेटिन आलंय, कुणाचं बघा. गुप्त चळवळीबद्दल बरीच माहिती सांगितलीय."

नानांनी कागद हाती घेतला. साऱ्या कागदावर फक्त पांढरेकाळे ठसे दिसू लागले.

"मास्तर, मला कायबी दिसत न्हाई. इथं अंधारात राहून डोळं गेल्यावानी झालंयाऽऽ"

एका महिन्यात नानांची झालेली ती दुर्दशा पाहून अप्पांना भडभडून आलं. ते कळवळून म्हणाले,

"अवो, एवढी हालत करून घेण्यापेक्षा इनामदारांना सांगून दुसरीकडं जागा का नाही बघितली?"

"काय हुतंया मास्तर?" नाना बोलले. "एक माणूस दोनदा काळ्या पाण्याची शिक्षा भोगतू. त्येचं कायबी होत न्हाई; आनि एवढ्यानं माझं काय होतंय? दुसऱ्या कोणाच्या घरला तरी कसा जाऊ? मी जळता निखारा! पोलिसांनी धाड घातली तर त्या घराचा मालक देशोधडीला लागायचा! हाय ते बेस म्हणायचं."

नानांच्या सोशिकपणानं अप्पा हादरले. कातर सुरात ते म्हणाले,

"तुमचा आवाज बसला की वो पाटील?"

"काय?" मघापासून धीरगंभीर असणारे नाना हादरले.

"होय. मलासुद्धा तुमचं पुरं बोलणं ऐकू येत नाही. तुमचा आवाज फारच बसला."

"माझा आवाज बसला?" किंचाळायचं मनात असूनही नानांना किंचाळता

येत नव्हतं.

“होय.”

“असं कसं मास्तर?” नानांच्या डोळ्यांना पाण्याची धार लागली, “मास्तर, मी काय करू? आता लोकांना मी सभा कशा सांगणार?”

“काळजी नका करू. होईल बरा आवाज.”

“न्हाय मास्तर, तुमी खोटं बोलता? माजा आवाज पुरा बसलाय. माजा जीव गेला तरी चालंल; पण माजा आवाज मला पायजी! माज्यासारख्या गरिबाचं आवाज हेच भांडवल हाय. ते गेलं तर काय करू? माज्या गोरगरिबांस्नी मला लै सांगायचं हुतं. उनापावसात, घामात राहणाऱ्या कष्टकऱ्यांचं राज्य बघायचं हुतं, आनायचं हुतं; पण माजा आवाज ऽऽ मास्तर, माजा आवाजऽ आवाजऽऽ”

नाना लहान पोरासारखे रडू लागले. अप्पा मास्तरांना मिठी मारू लागले. गळ्यात गळा घालून विचारू लागले. हुंदक्यावर हुंदके वाढू लागले.

* * *

अचानक गिल्बर्ट डी.एस.पी.ची धाड गावावर आली होती. आता नानांचे पहिले दिवस राहिले नव्हते. ब्रिटिशांची करडी नजर त्यांच्यावर होती. पाच-पाच मैलांना सब-स्टेशन बसवून सातारा जिल्ह्याची नाकेबंदी करण्यात आली होती. नानांच्या डोक्यावर पाच हजार रुपयांची टांगती तलवार होती. बक्षिसाच्या आमिषानं घात झाला तर काही सांगता येत नव्हतं. एक पोर पळत आलं होतं. गावावर धाड पडल्याचं सांगून गेलं होतं. या विलक्षण प्रसंगी काय करावं? नानांनी भिंतीचा आधार घेत माडीच्या बाजूने खाली उडी घेतली. एका गल्लीतून दुसऱ्या गल्लीत ते पसार झाले.

नाना क्षणभर वळचणीला उभे राहिले. अंदाज घेतला. काळजात धस्स झालं. कितीतरी ब्रिटिश सैनिक बुटांचा खाड खाड आवाज करीत इकडून तिकडे आणि तिकडून इकडे धावत होते. घराघरांत शिरून पोलीस लोकांना बाहेर ओढीत होते. ओळीनं प्रत्येक घर उपसायला सुरुवात झाली. गाव तर स्वत:चा नव्हता. दडग्या जागाही नानांना ठाऊक नव्हत्या. सहकारी बाहेर गेलेले. नाना भांबावून गेले.

नानांचं मन हैराण झालं. आपण आता पकडलो जाणार अशी भावना झाली. आठ ऑगस्टपासून त्यांनी पोलिसांना कितीतरी वेळा गुंगारा दिला होता. आता मात्र फास आवळला जात होता. कोणाच्या घरामध्ये घुसता येत नव्हतं. रस्त्यानं पळता येत नव्हतं. लगेच फायरिंग होण्याची दाट शक्यता होती.

समोरच्या गल्लीच्या तोंडाशी असलेले पोलीस बाजूला झाले. नानांनी बाजूच्या बोळामधून पळ काढला. ते एका दुमजली घराजवळ जाऊन पोहोचले. आतून दार बंद

होतं. कडी वाजवावी तर दंगा होण्याची शक्यता होती. एकदम त्यांना वरची तुळी दिसली. त्यांनी झटकन तुळी पकडली. मागंपुढं न पाहता ते पटकन माडीवर चढले.

माडीवर शेणकुटंच शेणकुटं होती. त्या घाणीत त्यांनी स्वतःला लपवलं. एका डोळ्यानं हळूच बाहेर पाहायला सुरुवात केली. अलीकडे तब्येत ठीक नव्हती. आपण इथंवर आलोच कसे? नानांना सुखद आश्चर्य वाटले. ते समोर एकटक पाहत होते. गाजरासारखा लालबुंद चेहरा करून गिल्बर्ट इकडेतिकडे धावत होता. लोकांना गुरासारखा बडवत होता. एकेकाची हाड्डी नरम होत होती. गिल्बर्ट नुकताच इंग्लंडहून आला होता. नानांना पकडण्यासाठीच त्याची नेमणूक झाल्याचं बोललं जात होतं. तो बेभान झालेल्या रानरेड्याप्रमाणं गाव झोडत होता. नानांना विलक्षण चीड आली होती. पोलीस दिसला की त्यांच्या कपाळाची शीर उठायची. ते म्हणायचे, 'ढुंगण म्हणू नये पवित्र आनि पोलीस समजू नये मित्र!'

बाजूच्या गल्लीतून झडती यादी गल्लीकडे सरकू लागली. नानांची जागा ही धोक्याची होती. तळघर शोधणारे पोलीस माडीवर येणारच. पण जायचं तरी कुठं? त्यांनी माळीच्या साण्यातून खाली पाहिलं. अंधारभुडूक दिसत होता. एका कोपऱ्यातच फक्त रॉकेलची चिमणी ढणाणत होती. तिच्या उजेडाला बाजेवर एक बाळंतीण बसली होती. आपल्या चिमण्याला पाजीत होती. ही बाई आपणाला कुठे लपवील का पोलिसाच्या स्वाधीन करील? छे, असे होणार नाही. साताऱ्याच्या माताभगिनींनी हवी ती मदत केली आहे. तरण्याताठ्या पोरी कोणाला न घाबरता दिवसा डोंगरात फराऱ्यांना जेवण पोहोचवितात. परवाचा पाऱ्याचा प्रसंग तर आगळाच होता. अडकित्त्यात सुपारी पकडावी तसा सापळा गिल्बर्टसाहेबानं टाकला होता. भाऊ बळीच्या घरची झडती घ्यायला पोलीस गेले. भाऊ बळीची बायको कुणबी विळा घेऊन बाहेर आली. ''आत जाल तर खांडुळ्या करीन.'' तिच्या दमाने गिल्बर्टसुद्धा चक्रावला होता. नानांच्या कानी जात्यावरच्या ओव्या घुमत होत्या –

''नाना माझा सखा ग
ओवी त्याची मी गाईन
तुरुंगामंदी जाऊनी बाई
सौराज्य मी मिळवीन!''

गल्लीतून बोंब ऐकू आली. पोलिशी हाग्यामारानं कोणीतरी विव्हळत होता. नाना निर्धारानं उठले. शिडीवरून खाली उतरले. बाळंतीण पोर सावरीत उठली, ओरडू लागली.

''चोरऽ चोरऽऽ''

''आक्का, मी नाना पाटील हाय.'' त्या बाईचं तोंड दाबीत नाना म्हणाले, ''मी नाना हाय. चोर नव्हं. पोलीस मागं लागल्यात माज्या. आक्का, लपव मला कुठं तरी.''

बाईच्या डोक्यात प्रकाश पडला. नाना पाटील हेच होय? नाना गावात आल्याचं चार दिवसांपूर्वीच तिनं ऐकलं होतं. माहेरी चावडीवर तिनं नानांचं एक भाषण ऐकलं होतं. ती भांबावून म्हणाली,

"दादा, कुठं लपवू तुमास्नी सांगा?"

'दादा' हा शब्द येताच नानांच्या पोटातला भीतीचा गोळा पळाला. ते म्हणाले,

"अक्का, कुठं लपवायचं ते तूच बघ."

"कुठं लपवू? कणगीत, कोनाड्यात का माळीवर?"

"दुसरं कुठंतरी बघ."

काय करावं बाईला सुचेना. ती एकदम आठवून बोलली,

"दादा, तुमी असं करा. माज्या बाजेवर झोपा."

"कायऽऽ?" नाना चक्रावले.

"एक लुगडं देतू ते नेसा. माज्या पोराला पोटावर धरा आनि खुशाल झोपा." ती बाई सफाईनं बोलली.

नानांना घाम फुटायची वेळ आली.

"आटपा लवकर, न्हाई तर पोलीस येत्याल."

विचार करायला वेळच नव्हता. नानांनी झटपट लुगडं अंगाभोवती कसं तरी गुंडाळलं. बाजल्यावर आडवे झाले. त्या बाईनं बोटभर काजळ त्यांच्या दोन्ही डोळ्यांत खुपसलं. कपाळावर आडवी पट्टी बांधली. नानांना सारा प्रकार भयंकर भासत होता. बाजूने ओव्याचा उग्र दर्प येत होता. बाजेखाली शेगडी फुलत होती. नानांची अवस्था विचित्र होत होती.

ती बाई मोरीत गेली. काजळाचे डोळे पुसून आली. एवढ्यात दारावर टक् टक् होऊ लागली. बाईनं उराजवळचं पोर झटकन नानांच्या हाती दिलं. त्यांच्या अंगावर वाकळ पांघरली. तेवढ्यात दारावर लाथा पडू लागल्या. बाईने दार उघडले. पोलिसांचा जथ्था घरात घुसला. सर्वांच्या पुढं रागाने बेभान झालेला गिल्बर्ट होता. तो दरडावून विचारीत होता,

"व्हेअर इज मिस्टर नॅना पाटील?"

"नाना पाटील कुठाय?" एक देशी फौजदार विचारू लागला.

"कोन नाना? कुठला नाना?" ती बाई प्रतिसवाल करू लागली.

"फरारी नाना इथं आलाय. आम्हाला घर शोधायचं हाय." फौजदार बोलला.

"शोदा काय शोदायचं ते; पण माजी जाऊ पंधरा दिसाची वली बाळंतीण हाय. बाजल्यावर पडलीया. तिला काय तरास झाला तर एकेकाची जीभ हासडीनऽऽ" बाई कडाडली.

पोलीस घर शोधू लागले. दिवळ्यारावळ्या, कोपरेकोनाडे, माळी सारं शोधून

झालं. गिल्बर्टचे निळे डोळे मात्र बाजेवर खिळून राहिले. तो इंग्रज काहीतरी तावातावानं बडबडू लागला. देशी फौजदाराचा तर आवाज वाढला. विदेशी कुत्र्यापेक्षा गावरान कुत्रं जोरानं भुंकू लागलं. ती बाई चाबकाच्या वादीवाणी कडाडली,

"मेल्यानू, नाना बाजल्यावर कशाला रं यील? बघायचंच असंल तर या माज्यासंगं; पण जावंला तरास झाला तर याद राखा!"

बाईबरोबर सर्वजण पुढं झाले. उत्सुकतेनं पाहू लागले. नानांच्या तोंडावरची वाकळ हळूच बाजूला झाली. दिव्याच्या अंधुक प्रकाशात बाळंतीण दिसू लागली. ओव्याचा दर्प साऱ्यांच्या नाकात घुसू लागला. नानांनी पोराला हळूच चिमटा काढला. पोरानं नरडं पसरलं. गिल्बर्टसाहेबाच्या सर्व प्रकार लक्षात आला. तो अजिजीनं म्हणाला,

"वोऽ इट इज ए मॅटर्निटी रूम! आय ॲम सो सॉरीऽ!"

हात चोळीत पोलीस घराबाहेर झाले. लवकरच गावातून पोलीसगाड्या बाहेर गेल्याचा आवाज झाला. शेगडीनं गरमागरम झालेले नाना बाजल्यावरून खाली आले. घामानं उफाळलेलं अंग पुसलं. त्या बाईचे पाय धरले. ओथंबलेल्या शब्दांत नाना बोलले,

"अक्का, रग्गड उपकार झालं तुजं! तुज्यासारख्या आयाभनी हायंत म्हणून नाना जित्ता हाय."

* * *

रात्रीच्या काळ्याकुट्ट अंधारात गाव झोपी गेलेला. मध्यान्ह उलटलेली. एवढ्यात घोड्यांच्या टापांचा जोरदार आवाज ऐकू येऊ लागला. वीस-पंचवीस घोडी सुसाट वेगानं गावात शिरली. चावडीम्होरं थांबली. गगनभेदी गर्जना सुरू झाल्या,

"नाना पाटील की जयऽऽ"

"महात्मा गांधी की जयऽऽ"

"भारतमाता की जयऽऽ"

झोपलेली माणसं पटाटा उठली. गावात गलबला सुरू झाला,

"चला रं चला, नाना पाटलाची सभा ऐकायला चलाऽऽ"

लोक वेड्यासारखे धावत चावडीकडे सुटले. चावडीच्या आवारात येताच सर्वांना आश्चर्याचा धक्का बसला. नानांचा जयजयकार करणाऱ्या लोकांच्या हातामध्ये नागव्या तलवारी आणि बंदुका होत्या. कडाड आवाज झाला. बंदुकीचे बारावर बार झाले. वेग घेऊन घोडी उधळली गेली. पर्वा न करता लोकांच्या गर्दीतून घुसून बाहेर निघाली. गावच्या गल्लीबोळांत घुसली. शस्त्रधारी माणसं घराघरांत घुसू लागली. बायकांच्या अंगावरचे दागिने हिसकावले गेले. तिजोऱ्यांची कुलपं खिळखिळी झाली. गाडगीमडकीही जाग्यावर राहिली नाहीत. असेल तो ऐवज लुटला जाऊ लागला.

गावकरी सावरले. नेट धरून एकत्र गोळा झाले. पाटील आडवा झाला. विचारू लागला,

"या प्रकाराला काय म्हणायचं?"

"दरोडा!" एक राकट माणूस बोलला.

"कशासाठी?" पाटलाने भीत भीत विचारलं.

"काँग्रेसच्या पैक्यासाठी."

"काँग्रेससाठी दरुडा?" पाटील आश्चर्यानं विचारू लागला, "नाना पाटील कुठाय ते सांगा पहिल्यांदा."

"ह्यो काय?" त्या राकट माणसाने दुसऱ्या एका माणसाकडे बोट दाखविले.

सारेजण खुळ्यासारखे पाहू लागले. त्या दणकट माणसाने डोक्याला पटका गुंडाळलेला. तोंडावर त्याचा आडवा शेव बांधलेला; त्यामुळे त्याचा पुरा चेहरा दिसत नव्हता. माणूस तब्येतीनं तर नाना पाटलांसारखा दिसत होता. लोक टकमका बघत होते. कोणाला खरं वाटत नव्हतं. नाना पाटील आणि दरोडा? अशक्य. त्यांना पैसा हवा असता तर त्यांनी मागितला असता. लूट घेऊन जाणाऱ्या टोळीला वेळ नव्हता. एकजण ओरडला,

"आरं, होता बाजूला का घालू गोळी?"

लोक वाटेवरून हटेनात. कमरा मोडल्यागत सारी वाटेवर खिळून राहिली. बंदुकीचा बार कडाडला. दोन माणसं जमिनीवर कोसळली. सारेजण काळीज तुटल्यासारखे किंचाळले. रस्त्यातील गर्दी हटली. लोक गल्लीबोळात पळू लागले. जमाव पांगला. घोडी भरधाव वेगानं सुटली. दिसेनाशी झाली. लांबून फक्त आवाज ऐकू येत होता,

"महात्मा गांधी की जयऽऽ"

"नाना पाटील की जयऽऽ"

सारेजण पुन्हा एकत्र आले. गतप्राण झालेले दोन मुडदे उचलले गेले. गावाने बोंब ठोकली. एकसारखा दंगायोट सुरू झाला.

"आग लागली काँग्रेसला, भडव्यांनी दरुडा घालायला सुरुवात केली."

"मला हे खरं वाटत न्हाई, नाना पाटलासारखा माणूस दरुडा घालीलच कशाला?"

"कोन, कोन बोलला त्यो? ओढा रं खाली त्याला. त्यो घोड्यावर बसल्याला नाना नव्हता तर कोण तुजा 'बा' हुता?"

"पोपटावानी बोलणारा नाना गिधाडागत हाय, हे आज कळालं."

कुंभारगावच्या मळ्यात मीटिंग चालली होती. सारे गंभीर होऊन बसलेले. दोन-तीन दिवस झोप न लागल्याने नानांचा चेहरा ओढलेला. समोर जी.डी. आणि अप्पा मास्तर कपाळाला हात लावून बसलेले. थोड्या वेळानं जी.डी.च आपण होऊन म्हणाले,

“महाराज, या गोष्टीचा गंभीर विचार झालाच पाहिजे. आपल्या नावावर रोज एखादा तरी दरोडा पडतोय. खून घडताहेत. हे असं चालू दिलं तर साऱ्या चळवळीचा विचका होईल.”

“अशानं कुठल्याच गावात तोंड दाखवायला जागा ऱ्हाणार न्हाई.” तांबटकाका म्हणाले.

“पण हे घडतंय तरी कसं?” नानांना पेच पडला.

“माझ्या कानांवर बातमी हाय, येरवड्यातून क्रिमिनल फरारी सोडलं आहेत. आपल्या नावावर दरोडे आणि लुटालूट करायचा हुकूम आहे. आपली बदनामी करायची, जनमानसातलं आपलं स्थान उखडून काढायचा सरकारचा मनसुबा आहे.” तांबटकाकांनी माहिती दिली.

“बाहेरच्या क्रिमिनल फराऱ्यांनाबी साएबानं फूस दिलीय.” शंकर टेके सांगू लागले.

सर्वजण उत्तर सोडविण्याचा प्रयत्न करू लागले. हुमान सुटल्यागत जी.डी. म्हणाले,

“सातारा जिल्ह्यात पूर्वीपासनं दरोडेखोरांच्या टोळ्या. सगळ्यांना नेस्तनाबूत करणं अवघड गोष्ट आहे. तेव्हा मला वाटतं, साऱ्या क्रिमिनल गुन्हेगारांचं मन वळवावं. त्यांचा राष्ट्रकार्यासाठी वापर करून घ्यावा. सरकारच्या शहाला काटशहानंच उत्तर द्यावं!”

“बापूसाब पुस्तकातलं बोलू नगा. अवो, दरोडेखोर ते दरोडेखोर.” वडार बोलला.

“का तसं होऊने रं बाबा? वाल्या कोळ्याचा वाल्मिकी झालाच की?” दुसऱ्या एकाने परस्पर उत्तर दिले.

नानांनी विचार केला, जी.डीं.ची कल्पना तशी अभिनवच होती. सातारा जिल्ह्यात ठिकठिकाणी दरोडेखोरांच्या अनेक टोळ्या होत्या. त्या वठणीवर आणण्यासाठी बरंच बळ वापरावं लागणार होतं. ब्रिटिश सरकारशी सामना देत असतानाच या दरोडेखोरांशी दोन हात करणं जबाबदारीचं काम होतं. सारे दिवसच धामधुमीचे होते. जी.डी.च्या विचारावर प्रयत्न करायला हरकत नव्हती.

“मला हे मान्य हाय. पुढं बोला.” नानांनी संमती दर्शविली.

“या लोकांशी सुरुवातीला बोलणी केली पाहिजेत.” अप्पा मास्तर म्हणाले.

“मी मावळतीच्या सखाराम बारबटे, ज्ञानू कुंभार यांच्याशी बोलणी करतो. जी.डी., तुम्ही उगवतीचे अण्णा रामोशी, येशा रामोशी आणि दत्तू हितवाडे काय म्हणतात बघा.”

सर्वांचा विचार पक्का झाला. नव्या दिशेने चक्रं फिरू लागली.

एके दिवशी दुपारी कुप्रसिद्ध दरोडेखोर सखाराम बारबटे दिवसाढवळ्या कुंडलच्या चावडीजवळ आला. कमरेला काडतुसांचा पट्टा आणि काखेला बंदूक अशा

आविर्भावात तो सर्वांचे लक्ष वेधू लागला. त्याचे शस्त्रधारी साथीदारही त्याच्यासोबत होते. त्या रागट आणि उग्र लोकांकडे सारा कुंडल गाव बावरून पाहू लागला.

दुपारी बैठक चालू झाली. सखाराम नानांना म्हणाला,

''आमाला इचार मान्य. आमी स्वत: रयतेवर कुणाला दरोडे घालू देणार न्हाई.''

''सगळे दरोडे अजिबात बंद झाले पाहिजेत.'' अप्पा मास्तर बोलले.

''साऱ्यांची जबाबदारी मी कसा घिऊ?'' सखाराम म्हणाला, ''मी स्वत: दरुडा घालणार न्हाई. घालण्याचं कारणच काय? माज्या नावावर नुसत्या निरोपानं हजारो रुपयं मिळत्यात.''

यथाशक्ती मदत करण्याचं वचन सखारामनं दिलं. नानांना लवून नमस्कार घातला. फारशी आशा न लावता सखाराम आपल्या साथीदारांबरोबर निघून गेला.

* * *

सरकारी मालमत्तेचं जोरकस नुकसान व्हायला हवं होतं. त्याशिवाय सरकारची नशा उतरणार नव्हती; म्हणूनच नानांनी आणि त्यांच्या सहकाऱ्यांनी बार्शी लाईट रेल्वेची अनेक स्टेशनं एकाच वेळी जाळण्याचा बेत पक्का केला होता. बेताप्रमाणे मिरज ते पंढरपूर दरम्यानची सर्व स्टेशनं एकाच वेळी आगीच्या भक्ष्यस्थानी पडणार होती.

नानांचे साथीदार कामगिरीवर निघून गेलेले. त्यांना या कामगिरीची बरीच आशा वाटत होती. नागनाथ नायकवडी, जी.डी., अप्पा पाटील, बंडू पाटील, अप्पा मास्तर, नाथाजी अशा निधड्या छातीच्या वीरांनी ही जोखीम अंगावर घेतली होती. मदतीसाठी वाघोलीचे रामोशी होते. शिवाय यातील बरीच जबाबदारी सांगलीच्या वसंतराव पाटलांच्या सहकाऱ्यांवरही सोपविली होती.

वाघोलीच्या रामोशांना सर्व स्टेशनांची चांगली माहिती होती. जी.डी. लाड आणि ज्ञानबा पैलवान चौकीवाले यांनी रामोश्यांशी संधान बांधले होते; पण नानांच्या अंतर्मनात शंकेची पाल चुकचुकत होती. काही दिवसांपूर्वी जी.डी. रामोशांना घेऊन सावळजची पोलीस गॅटं लुटायला गेले होते. रामोश्यांना स्वतःच्या ताकदीचा भारी गर्व; त्यामुळेच ते रात्रीऐवजी दिवसा वाजतगाजत निघाले. दिवसा रामोशी आल्याचं पाहून पोलीस आणि गावकरी एक झाले. रामोश्यांना हग्या मार बसला. प्रसंग जिवावरच बेतलेला; पण जी.डीं.नी संरक्षणासाठी बॉंब फोडला, तेव्हा कुठे पाठलाग बंद झाला. रामोश्यांची ताकदीपेक्षा अरेरावीच जास्त होती. बायकामुलांसह सर्वजण दारू पीत, गांजा ओढत. हे वचनाला कसे जागणार, ही एकपरी शंकाच होती.

थोड्या वेळानं सात-आठ सहकारी आत आले. त्यांच्या चेहऱ्यावरून नानांनी ओळखलं, योजल्यासारखं अपयशच पदरी आलं होतं. नानांनी शांतपणे विचारलं,

''काय घडलं?''

“वाघोलीच्या रामोशांनी दगा दिला. ऐनवेळी सारी दारू पिऊन भांडत बसली. काम तसंच बोंबललं.”

“बरं, सांगलीकडची स्टेशनं जळली का?”

“व्हय, दोन-तीन जळली. वसंतराव पाटलांच्या ग्रुपनं आपलं काम पद्धतशीर उरकलं.”

“सारी स्टेशनं एका दमात जळाली असती तर नक्कीच फायदा झाला असता.” नानांनी रुखरुख व्यक्त केली.

बराच उशीर सर्वजण गप्प राहिले. एक फार चांगली योजना क्रिमिनल फराऱ्यांवर विसंबल्यानं वाया गेली.

“मग आता काय करायचं?”

“हे क्रिमिनल वळणावरच जाणार. कुत्र्याचं शेपूट वाकडं ते वाकडंच. यांचा नाद सोडलेलाच बरा.” नाना बोलले.

* * *

एका गावी नाना मीटिंगला निघालेले. सोबत गोविंदराव मिरगे, नाथाजी, सावळाराम, सदाशिव पवार असे बरेचसे सहकारी होते. नानांच्या सहकाऱ्यांमध्ये विदर्भाचे प्रसिद्ध क्रांतिकारक डॉ. उत्तमराव पाटील सामील झाले होते. हिकमती आणि सुशिक्षित उत्तमरावांचं स्वागतच झालेलं. सर्वजण त्यांना ‘मामा’ या टोपणनावाने हाक मारीत.

आजचा बराचसा प्रवास सरळ रस्त्याचा होता. जागोजागी पोलिसांचा धोका होता; त्यामुळे लपवाछपवीसाठी नानांना शेठजींचा पोशाख चढविण्यात आलेला. बरीच वर्षे व्यायामात घालविल्यामुळे गुटगुटीत देह, गालांची आणि नाकाची ठेवण मूळचीच मारवाड्यासारखी. वर डोईला पगडी, अंगात लांबलचक कोट आणि हाती पालथी मूठ. नाना हुबेहूब शेठजीसारखे भासत होते.

पहाटे एका कार्यकर्त्याकडून बेगमीपुरत्या चपात्या आणि पिठलं घेतलं. अंधारातून प्रवास सुरू झाला. दिवस उगवून वर आला. वाटेने ही फौज चाललेली. आजूबाजूच्या शेतीकडं सहकाऱ्यांची नजर बहिरी ससाण्यासारखी फिरत होती. नानांचं लक्ष हाती घेतलेल्या छोट्या पिशवीतील रिव्हॉल्व्हरकडं होतं. पोलिसांशी उघड उघड सामना द्यायची तयारी असलेली बरी.

एक टेक ओलांडून सर्वजण पुढं झाले. दसऱ्याचे दिवस संपले होते. जागोजागी भाताच्या काढण्या, मळण्या चालू होत्या. बलुतेदार नेट लावून प्रत्येक खळ्यावर घिरट्या घालीत होते. एका जवळच्या खळ्यावर एक दांगट पोवाडा गात होता. त्याच्या दिवड्याचा आवाज मोठ्यानं घुमत होता. मामांनी बारीक कान पोवाड्यांकडं

दिले. ते पटकन सर्वांना म्हणाले,

"ऐका रे, नानांचा पोवाडा सुरू आहे."

सारीजणं थांबली. कौतुकानं पोवाडा ऐकू लागली. दांगट शाहीर खड्या आवाजात गात होता –

"एकदा प्रकार काय वो झाला
एका गावात नाना पाटील आला
नाना बसलेला दाढी करायला
त्येचा लागला सुगावा पोलिसाला
फौजदार गेला नानाला धरायला.
आमचा नाना बहादूर लै चतुराईवाला
पोलीस आलं पकडायला, नानानं इचार केला
आपल्या दाढीचा साबण पुसला
लावला न्हाव्याच्या दाढीला
नाना पाटील लागे दाढी करायला
फौजदार आला, नाना कुठं दिसला?
हात हालवीत फौजदार माघारी गेला
धोपटीसकट नाना पळुनी गेला
फौजदारानं धरला न्हाव्याला,
खरा प्रकार काय सांग तुरं मला
न्हावी बोले, काय सांगू दादा तुला
नानानं माजा 'गोटा' केला
वाघ 'बिन पाण्यानं' तुजी बी करून गेलाऽ
जी जी रं जीऽऽऽ"

पोवाडा ऐकून मामा खोऽखो हसू लागले. नानांच्या गालांतही हसू फुटलं. मामा म्हणाले,

"पाहिलं, अण्णा? तुम्ही एवढे लोकप्रिय झाला आहात की, तुमच्याबद्दलच्या कथा-दंतकथांनी सारा सातारा भरून गेलाय."

"शाहिराचा भावार्थ बराबर हाय. अण्णा, तुमी पोलिसांची बिनपाण्यानंच केली की वो!" सावळाराम म्हणाला.

सारे हसत हसत पुढे चालले. वाटेत भुवनेश्वराचं मंदिर लागलं. समोर निवळशंख ओढा वाहत होता. जेवण करायला झकास जागा होती.

सर्वांनी निवळशंख पाण्यात हातपाय धुतले. भुवनेश्वराच्या मंदिरासमोर निळ्या-सावळ्या ओढ्याकाठी शिदोरी सोडली. एक बाई खरसुंडीहून बलवडीस निघालेली.

ती सर्वांना पाहून थांबली. रोखून पाहू लागली. पुढं होऊन तिनं विचारलं,

"पावणं, कोण गावकर तुमी?"

"आमी विदर्भातले. खरसुंडीहून देवदर्शनासाठी आलोय इकडं."

"मग मलाबी भाकरी द्या की थोडी."

नानांनी चपात्या मोजल्या. प्रत्येकाच्या वाटणीला दोन-दोन येत होत्या. त्यांनी दोन चपात्या आणि झुणका बाईच्या हातावर ठेवला. बाई दोन चपात्या घेऊन झपाट्यानं निघून गेली.

बाईने पळत जाऊन बलवडीची चावडी गाठली. ती चावडीवरच्या लोकांना सांगू लागली,

"आवं, उठा उठा, भुवनेश्वराच्या जवळ कोण दरोडेखोर आल्यात. जेवायला बसल्यात. ही बघा त्यांच्याजवळचीच चपाती आणलीय मी!"

त्या बाईच्या गोंधळाने दहा-बारा गावकरी जमा झाले. फरारी दरोडेखोर आल्याचं पाहून बावरले. शिंग आणि ढोलगं वाजू लागलं. ही दोन्ही वाद्यं खुणेची होती. गावावर दरोड्यासारखं अरिष्ट जेव्हा येईल तेव्हाच शिंग आणि ढोलकं वाजे. शिंगा-ढोलक्याचा आवाज घुमू लागला. हातातील कामं जिथल्या तिथं पडली. काठ्या, कुऱ्हाडी, भाले सरसावून पाच-दहा मिनिटांतच सारा गाव चावडीवर गोळा झाला. सर्वजण धावत धावत ओढ्याकडं आले.

जेवणानंतर नाना मंदिरातच एक कुशीवर पडलेले. त्यांचे साथीदार बाहेर विसावा घेत बसलेले. इतक्यात गावकऱ्यांनी मंदिराला पूर्ण वेढा टाकला. वेढा पडत असताच मामा ओढ्यानं खाली निसटले. जवळच्या कुरणात मेंढरांच्या कळपात घुसले.

भुवनेश्वरास पूर्ण वेढा पडला. काठ्या, कुऱ्हाडी, भाले अंगात आल्यागत नाचू लागले. गावकरी फरारी लोकांवर तुटून पडण्याची भाषा करू लागले.

"काय रं, तुमी कुठल्या गावाचं?"

"आम्ही विदर्भाकडचे व्यापारी. देवीच्या दर्शनाला आलोय." गोविंदराव बोलले.

"त्यो दांडगा बाबा कुठाय इचार की." ती बाई म्हणाली.

"कुठाय रं त्यो दांडगा?"

"शेठजी व्हय? आत देवळात झोपलेत." नाथाजी.

"मग बोलीव की बाहीर."

"आत काय घोरतुया का रं?"

"येऽ बाहीर म्हणावं."

नानांनी मनाशी ताडलं, लोक प्रक्षुब्ध होत होते. जास्त वेळ थांबून चालणार नाही. त्यांनी उशाचे पिस्तूल हातातल्या पिशवीत टाकले. टोपी ठाकठीक केली.

थरथर कापणारा शेठजी बाहेर आला. घाबरल्यागत आपल्या मित्रांना म्हणाला,

"अरे शेदडींगचे, तर मी सँगीत हुते, साताऱ्याला जायला नको. नाना पाटलाचे लोक त्रास देतील."

नानांच्या भुलीला बलवडीकर बधेनात. खूप प्रयत्न झाला; पण कोणीच ऐकेना. सारे गावकरी म्हणू लागले, "तुमी फरारीच हायसा. कोण, कुठले ते सांगा आनि आमच्या ताब्यात याऽ" काय करावे, सर्वजण बुचकळ्यात पडले. तेवढ्यात नाथाजींनी पोलीस पाटलाला हाक मारली,

"पाटीलसाब, पुढं या. तुमाला आमी कोन ते सांगतो. या पुढं."

मघापासून हाणामारीची भाषा करणारा पाटील पुढं यायला कचरू लागला. गावाचे लोक ओरडू लागले,

"पाटील, व्हा म्होरं. आमी पाठीमागं हायच. कोन काय करतंय बघू."

पाटलाला थोडा धीर आला. तो नाथाजींच्या जवळ आला. नाथाजींनी सरळ त्यांच्या खांद्यावर हात ठेवला,

"पाटील, तुमाला खरं ते सांगतू. हे शेठजी दुसरं कोणी नसून ते क्रांतिसिंह नाना पाटील हायेत! आमी सारे देशभक्त आहोत."

बालवडीचा पाटील खोऽखो करून हसू लागला. गाव बावरला. पाटील सर्वांना ओरडून म्हणाला,

"आरं, चला मागं. ही आपलीच माणसं हायत. हे शेठजी नव्हं. ते काँग्रीसीचं नाना पाटील हायत! सारी आपलीच माणसं."

साऱ्यांना आश्चर्य वाटलं. बऱ्याच लोकांनी नानांच्या पायावर डोकं ठेवलं. नाचती हत्यारं लाजून खाली मान घालू लागली. पाटील नानांना म्हणाला,

"चला मालक आमच्याबरोबर, तुमाला कोन काय करतंय ते बघायचं हाय."

पाटील नानांना घेऊन पुढं निघाले. सारे शस्त्रधारी शेतकरी आनंदात पाठीमागून चालले. पाटलाने सर्वांना पुरणपोळीचा झकास बेत केला. संध्याकाळी गावकऱ्यांनी खास बैलगाड्या जुंपल्या. बंदोबस्तामध्ये नानांना पुढच्या मुक्कामाला पोहोचतं केलं.

* * *

रॉकेलचे टेंभे धूर ओकीत होते. त्यांच्या प्रकाशात सर्वजण बसून राहिलेले. अप्पा आणि नाना शांतपणे परिस्थिती अजमावीत होते. आमंत्रित केल्यासारखे आजूबाजूच्या भागातील सर्व कार्यकर्ते, तुफान सेनेचे बरेचसे सैनिक आणि जुनी पुढारी मंडळी एकत्र जमलेली होती. थोड्याच दिवसांपूर्वी अच्युतराव पटवर्धन पुणंब्राला एक गुप्त बैठक घेऊन गेलेले. आजच्या गुप्त बैठकीला आगळं महत्त्व होतं. क्रांतिकार्य पुढं चालवायचं की, अर्ध्या वाटेवर नाद सोडायचा, हा खरा प्रश्न होता.

अप्पा नानांकडे पाहत होते. साऱ्यांचं लक्ष नानांवर खिळून राहिलेलं. दिसामासी परिस्थितीच गंभीर होत चाललेली. आठ ऑगस्टच्या ठरावपूर्तीसाठी सुरुवातीला सारेजण जिद्दीनं सामोरे झालेले. उत्साहाची एक विलक्षण लाट पसरलेली; पण ती फक्त लाटच होती. महाराष्ट्रभर चळवळीचा बहर ओसरला होता. सर्वत्र निराशा दिसत होती. अशा प्रकारची चळवळ पुढं चालू नये, अशी गांधीजींची इच्छा असल्याचं बोललं जात होतं. मात्र खरी बातमी अद्यापि मिळाली नव्हती. महाराष्ट्र विझला तरी साताऱ्याचा कुंडल विभाग पहिल्यासारखाच खदखदत होता. साताऱ्याचे इतर क्रांतिकारी ग्रुप थोडे थंड झाले होते. त्यामुळे तुफान सेनेमध्ये नाराजी आलेली. नेमकी चळवळ पुढं कशी न्यायची, तिचं ध्येय काय, याचं उत्तर सर्वांना हवं होतं.

महाराष्ट्र प्रांतिक काँग्रेस सातारी चळवळीने उत्साहित होण्याऐवजी थोडी नाराजच दिसत होती. या चळवळीने अनेक नव्या नेत्यांना जन्म दिला होता. जमिनीतून आपसूक झाड उगवावे तसे झालेले. मुळातच देशभक्तीची स्फुल्लिंगे उरी बाळगणाऱ्या या गावरान रोपट्यांना गांधीजींच्या विचारांनी खतपाणी पुरवलं होतं. अवघ्या दोन-अडीच वर्षांत ही रोपे तरारून वाढली होती. त्यांतील काही वटवृक्ष झाले होते. जरी पुण्यामुंबईच्या आणि राष्ट्रीय स्तरावरच्या वृत्तपत्रांतून त्यांची नोंद झाली नव्हती, तरी सामान्य कष्टकरी जनतेने त्यांना अक्षरश: डोक्यावर घेतले होते. सामान्य शेतकऱ्यांची ही असामान्य गवसणी होती, प्रामाणिक धडपड, तळमळ होती. प्रसिद्धी, मोठेपणा असे छक्केपंजे त्यांना ठाऊकच नव्हते. त्यांच्या अपूर्व यशाला प्रांतिकच्या काही नेत्यांनी प्रत्यक्ष-अप्रत्यक्ष नाके मुरडणे साहजिकच होते.

मघापासून चिडीचूप झालेल्या बैठकीला अप्पा मास्तरांनी तोंड फोडले.

"आता एकट्या-दुकट्याचं काम राहिलं नाही. या साऱ्या गोष्टी थोड्या बंद झालेल्या बऱ्या."

"ते काही जमायचं न्हाईऽऽ" नागनाथ उसळून बोलले, "चळवळ पहिल्यासारखी नेटानं चालली पायजे. आम्ही निम्म्या वाटेतून पळणार न्हाई."

"आम्ही लढत लढत मरू; पण चळवळ मरू देणार नाहीऽऽ" जी.डी. लालबुंद होऊन म्हणाले.

"चळवळ, चळवळ करायला तुमच्याकडं हत्यारं कुठं आहेत?" अप्पामास्तरांनी खडसावलं.

"आम्ही ती गोळा करू. नसली तरी हरप्रयत्नांनी मिळवू." नागनाथ उत्तरले.

"आम्हाला फक्त या महिन्याची मुदत द्या, इकडचा डोंगर तिकडं करून दाखवितो." जी.डी. बोलले.

नागनाथ आणि जी.डीं.ना सर्व तरुणांनी उचलून धरले. तुफान सेनेने पूर्ण पाठिंबा

व्यक्त केला. तरुणांनी चांगली उचल धरली. नाना मध्येच उदास होऊन म्हणाले,

“चळवळ अशी अचानक बंद झाली तर मला फाशीची शिक्षा हुणार. फासावर कुत्र्यागत लटकण्यापेक्षा वाघागत लढता लढता मेलेलं काय वाईट?”

“बराबर हाय, अण्णा.” सारे तरुण एका सुरात ओरडले.

दाटलेल्या शब्दांत नानांनी आपली तळमळ व्यक्त केली. त्यांचा एकेक शब्द काळजाला घरे पाडू लागला. पहाडी आवाज बैठकीत घुमू लागला. सर्व सैनिकांनी पुन्हा एकदा शपथा घेतल्या. आल्या प्रसंगाला सामोरं जाण्याचा निर्धार झाला. समारोप करताना नाना म्हणाले,

“पोरानूं, शस्त्राबरोबर पैसाबी पायजी. पैशाबिगर चळवळ कशी चालायची? योजना कशा पार पडायच्या?”

नागनाथ आणि जी.डी. एकमेकांच्या डोळ्याकडं टकमका पाहू लागले.

नवा निर्धार घेऊन बैठक उठली. तरुणांची ही अभंग इच्छाशक्ती आणि धारदार निर्धार पाहून अप्पा मास्तरांना राहवलं नाही. त्यांच्या डोळ्यांत आनंदाश्रू उभे राहिले. त्यांच्या खांद्यावर हात टाकून नाना बाहेर पडू लागले.

* * *

रात्रीच्या अंधारात एकाएकी रानखोकडांचा आवाज घुमू लागला. एकजण दुसऱ्याला विचारू लागला,

“रानात खोकडं लै झाल्यात काय वो?”

“लेका, तो खोकडांचा आवाज न्हाई.”

“तर?”

“त्यो आवाज बापूसाहेबांचा, जी.डी. लाडांचा हाय. शेणोलीच्या टाक्याकडून आवाज येतूय. तिथंच साऱ्यांनी जमायचं हाय.”

कुंभारगावच्या सागरोबाच्या खिंडीतून वीर वर चढले. शेणोलीच्या टाक्यावर एकेकजण जमा होऊ लागले. डोंगरावरच्या त्या टाक्यामध्ये निवळशंख पाण्याची मुबलक सोय होती. रात्रीचा चावरा वारा सुटला होता. सर्वांच्या अंगावर काटा शहारत होता. एक एक करून सारे जमा झाले. जी.डीं.च्या त्या योजनेत सामील होण्यासाठी नागनाथ, नाथाजी, सावळाराम, अप्पा लाड, रामा तेली, एस.बी. पाटील, रामूतात्या, एस.पी. जाधव, बंडू लाड असे एकापेक्षा एक बहाद्दर जवान हजर झाले. एवढ्यात ज्ञानबा वस्ताद चौकीवाले आले आणि आपल्या टोळीत भीम किंवा हनुमान आल्याचा भास सर्वांना झाला; कारण वाघोलीच्या दरोडेखोरांचा समाचार करायला जी.डी. गेले असताना या वस्तादाने एका लंगोट्यावर चौदा पैलवान रामोशांना लोळवले होते! त्यामुळे एक फार मोठा आधारच आल्याचा भास सर्वांना झाला.

टाक्यावर निवळशंख पाणी असल्याने तिथेच सर्वांनी भाकरी सोडल्या. पोटाची खळगी भरल्यानंतर उद्याच्या त्या अपूर्व बेताची चर्चा सुरू झाली. सर्वजण आल्याचे पाहून जी.डीं.ना फार आनंद वाटला. ते सहकाऱ्यांना सांगू लागले, ''आज अपुन सारी ज्या बेतासाठी जमलो आहोत, ती गोष्ट फत्तेच झाली पाहिजे. महाराजांना पैशाची फार जरुरी हाय. उद्याची पे ट्रेन फोडली, त्यात यश आलं तर त्यो आजवरच्या आपल्या यशाचा कळस ठरणार आहे. चळवळीला पैसा मिळून चळवळ जोर धरून पुढं चालणार आहे. तेव्हा साऱ्यांनी आपली नेमून दिलेली कामं व्यवस्थित पुरी केली पाहिजेत. कुणा हातून हलकटपणा होता उपयोगाचं नाही.''

सर्वांनी जी.डी.चं म्हणणं कान देऊन ऐकायला सुरुवात केली. जी.डीं.च्या सुपीक डोक्यामधून निघालेली पे ट्रेन लुटीची ही अभिनव योजना प्रत्येकजण समजावून घेऊ लागला. ते सांगत होते, दर सात तारखेला रेल्वेनोकरांचा पगार वाटीत पुण्यापासून मिरजेला जाणारी गाडी बरोबर आठ वाजता शेणोली खिंडीमध्ये येणार आहे. सारं काही ठरलेलं आहे. गाडी बिचूद स्टेशनवर येऊन थांबली की, लगेच एका सायकलस्वाराने ती बातमी आणून आम्हाला खिंडीत द्यायची. मुख्य पोलीस गॅट कऱ्हाडला पंधरा-सोळा मैलांवर लांब आहे; त्यामुळे पोलीस स्टेशनवरून जरी फोन केला गेला तरी पोलीस लुटीच्या ठिकाणी यायला अर्धा तास लागेल. त्याच्या आत या सर्व कामाचा चटका झाला पाहिजे. बिचूद स्टेशनावर चार हत्यारबंद पोलीस आणि शेणोली स्टेशनवर चार हत्यारबंद पोलीस असतात. या दोन्हींच्या मध्ये खिंड असल्यामुळे प्रसंगी जरी दोन्ही बाजूंनी हल्ला झाला तरी कोणीही न डरता प्रतिकार करायला हवा.

या बेताची कल्पनाच ऐकून सारे थक्क झाले होते. चर्चा संपली. सर्वजण अवघड कडा उतरू लागले. आजचा बेत फत्ते होणार, याची जी.डी.ना बालंबाल खात्री होती. एक एक पाऊल टाकीत ते धीरगंभीरपणे कडा उतरू लागले. हा बेत नाना पाटलांची चळवळ वेगाने पुढे नेणारा होता. ज्या सह्याद्रीच्या कडेकपारीत दोन-तीन शतकांपूर्वी गनिमी काव्याने छत्रपतींनी स्वराज्यतोरण बांधले, त्याच प्रेरणेतून अशा साहसाची उभारणी होत होती. जी.डीं.च्या डोक्यात पुण्याच्या कॉलेजात वाचलेल्या निरनिराळ्या देशांच्या स्वातंत्र्य चळवळी डोकावत होत्या. त्यांच्या हाताची जाम पकड पिस्तुलावर होती. देशासाठी शाळेचा दरवाजा बंद करणाऱ्या नागनाथांचं बंडखोर मन निखाऱ्यांतून फुलत होतं. वस्ताद चौकीवाला अचाट ताकदीने फुरफुरल्या-सारखा करीत होता. आडमाप सावळाराम वजनदार पावले टाकीत होता.

पहाटे पाचपूर्वीच डोंगराकडा पार करून सर्वजण खिंडीत उतरले. ठरलेल्या बेतानुसार प्रत्येकजण आपापली जागा धरून बसला. पुढच्या बाजूला रेल्वेच्या रुळांवर दगडांचा मोठा ढीग रचण्यात आला. गाडी थांबल्यावर पाठीमागेही असाच ढीग

रचला जाणार होता. सर्व व्यवस्था लावून जी.डी. खुणेच्या जागी उभे राहिले. समाधानाचा सुस्कारा सुटला. हा प्रसंग पाहायला प्रत्यक्ष नाना पाटील हवे होते. त्यांनी सर्वांच्या पाठीवर थाप मारली असती. ठेवणीतलं हसू खळखळून प्रगट केलं असतं.

सूर्य उगवला. त्याची कोवळी किरणे शेणोलीच्या खिंडीत फाकली. गोऱ्या साहेबाची काळी सत्ता उलटविण्याचे कार्य मंगल आहे, अशीच साक्ष जणू ती किरणे देत होती. इतक्यात बिचूद स्टेशनवरून गाडी सुटल्याचा आवाज झाला. सर्व क्रांतिकारक सावध झाले. खूण देणारा सायकलस्वार वायुवेगाने हजर झाला. खाणाखुणा झाल्या. शीळ-प्रतिशीळ घुमली. आपला अजस्र देह सावरीत गाडी शेणोली खिंडीत घुसली.

समोरच्या रुळांवर दगडांचा डोंगर पाहताच गाडी थांबली. एकदा गाडी थांबताच पाठीमागच्या करवंदीत लपलेले क्रांतिवीर सुसाटपणे बाहेर पडले. दगडांचा खच पाठीमागच्या बाजूलाही पडू लागला. जी.डीं.नी ड्रायव्हरच्या गचोटीला धरले. तो खाली येईना, तेव्हा त्याच्यावर पिस्तूल रोखले. तशी त्याने बाहेर उडी घेतली. अचानक हल्ला झाल्याने गाडीतले गार्ड घाबरले. दहा-बारा नोकरांची बोबडी वळली. दोन सणसणीत चपराखा बसताच कारकुनाने किल्ली दिली. खजिना लुटला. नोटा पोत्यात कोंबल्या. पाच मिनिटांत हे काम संपले. तब्बल एकोणीस हजारांचा गल्ला हाती लागला. पैसा घेऊन सर्व क्रांतिकारक डोंगरचढणीला लागले. सारा कारभार अवघ्या अठ्ठावीस मिनिटांत आटोपला.

फोन कऱ्हाडला पोहोचल्या-पोहोचल्या ब्रिटिश सेना वाऱ्याच्या वेगाने धावली. क्रांतिकारकांच्या आडाख्यापेक्षा पंधरा मिनिटं उशीरच झाला. पोलिसांनी भरलेल्या मोटारी खाली उतरल्या. डोंगराच्या दिशेने बंदुका रोखल्या. बारावर बार निघू लागले; पण सारे वांझ ठरले. निशाणीला बळी पडायला समोरच्या निबिड झाडीत चिटपाखरूही दिसत नव्हते. एक शिपाई दुसऱ्याला म्हणाला,

"नाना पाटलाची भरारीच एवढी उंच हाय की, तिथं आपल्या गोळ्यासुद्धा पोचायला घाबरतात!"

* * *

बिचूदजवळ पे ट्रेन लुटली. नाना पाटलांनी ब्रिटिश पोलीस व्यवस्थेची हवाच पंक्चर करून टाकली. साहेबाच्या उरी घाव बसला. साहेबाला तो झोंबला. नाना नव्या उत्साहानं कामाला लागले. तुफान सेना आनंदाने न्हाऊन निघाली. चार दिवसांत ही गोष्ट भारतभर पसरली. नानांच्या सहकाऱ्यांचा दबदबा वाढू लागला. क्रांतिकार्यासाठी पैसा उपयोगी पडू लागला, शस्त्रांच्या मागावर नागनाथ आणि जी.डीं.ना धाडण्यात आलं. दोघांनी सावंतवाडीपर्यंत धडक मारली. नऊ रिव्हॉल्व्हर्सची

पहिली खरेदी झाली. नवी शस्त्रं हाती येऊ लागली. सातारच्या कर्मवीर भाऊराव पाटलांच्या संस्थेत विद्यार्थ्यांना राष्ट्रीय बाण्याचं शिक्षण दिलं जायचं. त्यात आयते तयार झालेले युवकही नानांना येऊन मिळू लागले.

ब्रिटिशांना नानांचा हा उत्साह फार काळ टिकू द्यायचा नव्हता. सातारा खाऊ की गिळू असं गव्हर्नरला वाटू लागलं. दक्षिण साताऱ्यात चौपट पोलीस फोर्स आला. ताकारीच्या डाक बंगल्यात डी.वाय.एस.पी.ने कायमचा मुक्काम ठोकला. देवराष्ट्रे, पलूस, विटा, पारे या भागांत तर बंदोबस्त जामच झाला. क्रांतिकारी कुंडलची नाकेबंदी झाली. या नव्या धोरणाने क्रांतिकारी कारवायांवर निर्बंध आले. रेल्वेचे रूळ उखडण्याची लाट हळूहळू ओसरू लागली. कुंडलमध्ये साठ-सत्तर पोलिसांची कायमची गॅट स्थापन झाली.

क्रांतिकारकांचे दिवस फिरू लागले तसे गावगुंड उठू लागले. वाहत्या गंगेत हात धुवू लागले. सूर्याजी पिसाळांची पिल्ले वाढू लागली. क्रांतिकारकांच्या बित्तंबातम्या राजरोस सरकार-दरबारी पोहोचू लागल्या. पाच-दहा रुपयांच्या बक्षिसी स्वीकारून वाघांना वेसणी लावण्याचे प्रयत्न होऊ लागले. साताराच क्रांतिकारकांना परका होतोय की काय, अशी भीती वाटू लागली.

नानांना अलीकडे कितीतरी दिवसांत झोप लागत नव्हती. परकीय, गावगुंड, गावटगे आणि दरोडेखोर यांनी उचल खाल्ली होती. सामान्य जनतेचा विश्वास ढळू लागला होता. या सर्व परिस्थितीवर रामबाण उपाय सापडत नव्हता. डोक्यात विचारवावटळ चालू असतानाच नानांकडे कोणीतरी धावत आले.

"अण्णा –"

"काय?"

"वाईट बातमी हाय."

"काय झालं?"

"पे ट्रेनच्या तपासासाठी एक वडार बाईला पोलीस ठेसनात बोलविली आणि पोलिसांनीच तिच्यावर बलात्कार केला! ताकारीत घडलं बघा हे."

नाना एकदम चमकून उठले. चिडीने आणि संतापाने त्यांचा चेहरा माखला. डोळे लाल इंगळागत झाले. खवळलेल्या चित्त्याप्रमाणे ते इकडून तिकडे धावू लागले. बातमी सांगणारा माणूस नेट धरून विचारू लागला,

"अण्णा, त्या बाईनं कुणाकडं न्याय मागायचा? आता तिनं कुणापाशी जायचं? देवाजवळच जायचं?"

"ह्यात आपुनच उडी घेतली पायजी." नाना निर्धारानं गरजले.

"अण्णा, तुमी?"

"मग कोण बघणार? ज्यांचा सोराज्यासाठी उपयोग करून घ्यायचा त्यांचीच अब्रू

अशी येशीवर टांगली तर आपून किती दिस गप्प राहायचं? काहीतरी केलं पायजीऽऽ''

वडारणीच्या अत्याचाराची बातमी सर्वांना कळाली. बाहेर बसलेले सहकारी नानांच्या भोवती जमा झाले. अप्पा मास्तर म्हणाले,

''आपणाला काहीतरी व्यवस्था केली पाहिजे. साताऱ्यात साहेबांची पकड ढिली होईल; पण गुंडांचं काय? 'साहेब गेला आणि गुंड आला' असं व्हायला नको.''

''या गुंड, टगे, साहेब सगळ्यांच्यावर एकच भरमाप्पा.''

''अण्णा, तो कोणता?''

''पत्रीऽ'' नाना उद्‌गारले.

''पत्रीऽ? पत्री म्हणजे काय?'' सारेजण एकदम विचारू लागले.

''पत्री म्हणजे पत्रीचऽ!'' नाना खळखळून हसले.

* * *

रात्रीच्या अंधारातून दहा-बारा पोलीस देवराष्ट्र्यात घुसले. बुटांचे आवाज घुमू लागले. आयाबाया घाबरल्या, अंगणात बसलेल्या पोराबाळांना आत घेऊ लागल्या. कुत्र्यांचा आवाज घशात अडकला. चावडीसमोर पोलीस दिसताच नाईक घाबरला. धावत येऊन विळ्यासारख्या कमरेत वाकला.

''राम राम भावसाब.''

''पाटील कुठायत रे?''

''वाड्याव हायंत जी.''

''जा, बोलावून आण लवकर. मोठे रावसाब आल्यात म्हणून सांग.''

नाईक तुरुतुरू धावत गेला. पाटील धावतच चावडीवर आला. कोपरापासून नमस्कार घालीत म्हणाला,

''साहेब, अमनधपक्या आला. आधी निरोप तरी धिऊन पाठवायचं कुणाला तरी. नाईक, जा रं दोन कोंबडी–''

''थांबा पाटीलऽ'' पोलिसांनी सांगितलं, ''आज काम लै गडबडीचं हाय.''

''काय हाय तरी काय?''

''मोठं भावसाब गावाबाहेर थांबलेत.''

''मोठं भावसाब?'' पाटील आनंदून म्हणाला, ''वाड्याव याचं टाकून बाहेर थांबलंत?''

''गडबडीचं काम हाय. तुमचा परवाचा निरोप पोचलाय त्यांना. पानमळ्यात नाना पाटलाची वस्ती हाय, कळवलं होतं ना तुमी?''

''व्हय की, व्हय.'' पाटील आनंदून म्हणाला, ''बरं झालं तुमास्नी कळलं ते; न्हाईतर मी काळजीत होतू.''

"तिकडंच जायाचं हाय."

"नाना पाटलाला धरायला?"

"व्हय."

"धरा हरामाला. साहेब, ही सापाची जात ठेचून मारली पायजी. थांबा, मी माजी वीस-पंचवीस माणसं घेतू संगं." पाटील उत्साहाने नाचू लागला.

"नको, गाडीत जागा न्हाई."

"बरं, चला."

वेगानं पावलं टाकीत पाटील गावाबाहेर आला. अंधारात फौजदारसाहेब वाट पाहत उभे होते. पाटलाने त्यांना लवून मुजरा घातला.

"काय म्हनता, पाटील?" साहेब विचारू लागले.

"साहेब, आता तुमीच बोला. त्या नान्या पाटलाला डाळल्याबिगार आमास्नी इवाप न्हाई लागणार. डाळा की त्याला लवकर."

"आमाला तुमच्यासारखं सहकार्य कोण करणार, पाटील?"

"रग्गड हायतं की, इत्प्याचा पाटील, रामू गोटखिंडीकर, मी..."

बरीच चर्चा झाली. नानांना धोक्यात आणण्याचे बरेच मनसुबे पाटलाने सांगितले. सहकार्य करणाऱ्या लोकांची यादी केली. साहेबांनी ती ठेवूनही घेतली. "चला, नानाकडं निघू या," म्हणून मोठे भाऊसाहेब उठले. साहेबांच्या पुढे पाटील चालू लागला. इतक्यात साहेबांची सणसणीत लाथ पाटलाच्या ढुंगणावर बसली. पाटील ढेकूळरानात कोलमडला.

"भावसाब, भावसाब, ही चेष्टा काय करता वो?"

"हरामखोरा, ह्यो काँग्रेसचा भावसाब हायऽऽ, सायबाच्या बाचा बाऽ!"

"मेलूऽ मेलूऽऽ धावा धावाऽऽ" पाटलाने बोंब ठोकली.

त्याबरोबर बाजूच्या पोलिसांनी त्याच्या तोंडावर पायताणाचा असा रट्टा हाणला की, तोंडातून रक्त येऊ लागलं. आवाज बंद झाला. तिघांनी त्याचे दोन्ही पाय घोड्यावर बांधले. त्याला वटवाघळासारखा उलटा धरला. खाली डोकं, वर पाय.

"आरं, काय करताय काय?" पाटील ओरडू लागला.

"नाना पाटलाची सप्रेम भेट देतुया."

"काय म्हणायचं काय ह्येला?"

"पत्री."

दोघांनी पाटलाचे पाय जाम धरले. एकजण वेताची काठी घेऊन उभा राहिला. पाटलाने भीतीने डोळे मिटले. त्याच्या पायांच्या तळव्यावर काठ्यांचे सणासण रट्टे बसू लागले. पाटलाचा जीव कळवळू लागला. पोटात गोळा उभा राहिला. डोळ्यांवर अंधारी येऊ लागली. तो गुरासारखा ओरडू लागला. काठ्यांच्या रट्ट्यांनी अंग गोळा

झाल्यासारखं होऊ लागलं. अंगातलं पौरुष निवत चाललं. सोळा काठ्या मारून झाल्या. सर्व क्रांतिकारकांनी पाटलाला तिथंच टाकून दिला. सारे निघून गेले. पाटील रक्त ओकू लागला. साधं उठताही येत नव्हतं.

कुत्र्यासारखं अंग गोळा करून पाटील रात्रभर ढेकळात पडून होता.

* * *

धर टग्या की हाण पत्री. नानांनी नुसता रपाटा लावलेला. पत्रीची शक्कल अभिनव होती. पायाच्या तळव्यांवर काठ्या बसल्याने माणसाच्या अंगातील खरी ताकद पळून जात होत. चक्कीच्या काळ्या पाण्याच्या शिक्षेपेक्षाही ही भयंकर शिक्षा होती. गावोगावचे टगे नुसते हबकून गेले होते. तांदळातल्या खड्याप्रमाणे गुन्हेगार निवडले गेले. नानांच्या पत्रीचा एवढा दबदबा माजला की, त्यांच्या हितशत्रूंनी वेगळाच फायदा उपटला. पत्रीची बदनामी चालू केली. गुरांच्या नखांना ज्याप्रमाणे लोखंडी खिळ्यांनी पत्र्याचा तुकडा ठोकून मारतात, तसेच नानांचे लोक माणसांच्या पायाला पत्र्याचे पान ठोकतात, असा अमानुष प्रचार सुरू झाला. खोटी पत्रे मुंबईच्या प्रांतिक काँग्रेसकडे धाडली जाऊ लागली; पण बेधडक नानांचे अस्मानी कार्य चालू राहिले. न डगमगता ते येणाऱ्या प्रसंगाला सामोरे जाऊ लागले.

भल्या सकाळी अप्पामास्तर एक वर्तमानपत्र घेऊन नानांकडे आले. आनंदाने सांगू लागले,

''कालच्या पेपरात एक आनंदाची बातमी आहे.''

''कोणती?''

''सुभाषबाबूंची.''

'सुभाष' हे नाव कानांवर पडताच नाना ताडकन उभे राहिले. डोळ्यांत नवी चमक आली. भारावलेल्या शब्दांत ते अप्पांना विचारू लागले,

''मास्तर, कुठं आहेत सुभाष?''

''जपानला. त्यांनी नुकतीच भारतीय स्वातंत्र्यासाठी 'आझाद हिंद सेना' स्थापन केली आहे. नव्या 'आझाद हिंद सरकार'चा पुकाराही झाला आहेऽ!'' अप्पा उत्साहाने सांगू लागले.

नानांची छाती अभिमानाने फुगली. दहा-बारा वर्षांपूर्वी त्यांनी पुण्यात सुभाषबाबूंचं इंग्रजी भाषण ऐकलं होतं. इंग्रजीतील ते भाषण त्यांना समजलं नाही; पण बाबूजींची प्रखर देशभक्ती आणि जाज्वल्य राष्ट्राभिमान त्यांनी त्यांच्या चेहऱ्यावर वाचला होता. बराच उशीर नाना विचारमग्न दिसले. थोड्या वेळाने ते अप्पांना शांतपणे म्हणाले, ''अप्पा, आपलीबी 'तुफान सेना' हायच की. आपणही सातारचं सरकार स्थापन करावं का?''

“करावं म्हणून का इचारता अण्णा, ते स्थापन केलंच पाहिजे.”

“म्हणजे?”

“अवो, आई जेवू घालीना आनि बाप भीक मागू देईना अशी जनतेची अवस्था झालीय;” अप्पा सांगू लागले, “आपल्या चळवळीला सातारी लोकांनी डोक्यावर घेतलं. तळहाताच्या फोडागत जपलं; म्हणूनच लोकांच्या मागण्या सरकार लक्षात घेईना. सावकारशाही, गुंडशाही या सगळ्यांना जबरी शिक्षा देऊन काम भागायचं नाही. आपला न्याय पाहिजे. सत्ता आपल्या माणसांकडे पाहिजे. पुरं स्वातंत्र्य हवं. इंग्रज सरकारच्या नाकावर टिच्चून दुसरं सरकार आणा. लोकांचीच मागणी हाय ही.”

“म्हणजे सरकारला प्रतिसरकार म्हणा की.”

“होय.”

“मग थांबायचं का? चांगली तज्ज्ञ माणसं बोलवू या. योजना आखू या. राबवू या. आपल्या जनतेसाठी आपलं सरकार आणू या. कसं?” नाना हरखून म्हणाले.

* * *

“रामाचं राज्य आलं ग बाई!” आज सकाळी पाण्याच्या वाटेला आयामाया बोलत होत्या. गावात आज सगळीकडं आनंद भरलेला. संध्याकाळी प्रतिसरकारचं ‘जनता कोर्ट’ गावच्या चावडीवर भरणार होतं. गावातले खटले गावच्याच पायरीवर निकालात निघणार होते. गावातली मातब्बर मंडळी घाबरून गेलेली. प्रतिसरकार खराच न्याय देतं, असं कळलेलं. साक्षीपुरावे ताबडतोब घेतले जातात. आतून पैसे सारायला कुठे वावच नव्हता. न्यायाची अंमलबजावणी मोडावी तर ‘तुफान दल’ नाही तर ‘आघात दल’ येणार. प्रमाणापेक्षा जादा हालचाल केली तर पायावर पत्रीचा बडगा. या नाना पाटलानं वाटोळं केलं म्हणायचं. डोक्याला हात लावून शेठ-सावकार बसलेले.

बोलून सोय आणि सांगून उपयोग नव्हता. प्रतिसरकारची कडक शिस्त मानायला हवी होती. साताऱ्याच्या सुमारे अडीचशे गावांत या सरकारच्या गावपंचायतीच्या कमिट्या स्थापन झाल्या होत्या. ठिकठिकाणी जनता कोर्ट स्थापन झाली होती. न्यायाच्या अंमलबजावणीसाठी आणि सरकारच्या संरक्षणासाठी ‘तुफान सेना’ सज्ज होती. सावकारशाहीवर प्रतिसरकारचं ‘आघात दल’ वरवंटा फिरवीत होतं. तुफान दलाच्या दोनशेवर शाखा निर्माण झाल्या होत्या. सेनाधिपत्य जी.डी. लाड कुशलतेने पार पाडीत होते. साताऱ्याच्या काही भागांत ब्रिटिश सरकारचं पुरं कंबरडं मोडलं होतं.

आज गावात काय होणार याची चर्चा चालू होती. गावाबाहेर पंचवीस हत्यारबंद पोलिसांची गॅट होती. पोलिसांचा आणि तुफान दलाच्या तुकडीचा सामना झाला तर कदाचित युद्धाचं स्वरूप येणार होतं. गावचा इनामदार आणि चार शेठजी गॅटवर

दिवसभर चकरा मारीत होते. याउलट गावातील प्रतिसरकारची गावपंचायत कमिटी आपल्या कामात गढून गेलेली. गेल्या दोन महिन्यांच्या कामाचा पूर्ण आढावा काढलेला. टग्यांची यादी तयार केलेली. आज जनता कोर्टासमोर गावच्या कामकाजाचं कागदपत्र सादर करायचं होतं.

रात्री अकरा वाजले. दोन बैलगाड्यांच्या घुंगरांचा आवाज येऊ लागला. वेशीत उभ्या असलेल्या गावपंचायतीनं ताडलं, कोर्ट आलं. कोर्टापाठोपाठ सुमारे दोन हजार लोकांची तुफान सेना वाजतगाजत आली. सर्वांत पुढे उंच तिरंगी निशाण हवेत फडकत होतं. खादी हाफचड्डी आणि शर्टातले सैनिक 'एक-दो'च्या तालावर पुढे येत होते. त्यांच्या पाठीमागे पन्नास-साठ शस्त्रधारी सैनिकांची फौज होती. सर्वांत पाठीशी तुकडीचा कॅप्टन रायफल धरून चालला होता. त्याच्या दोन्ही बाजूंनी दोन अंगरक्षक चालत होते. बिगूल आणि ढोलाच्या तालावर तुफान सेना वेशीतून आत येऊ लागली. लोकांची प्रचंड ताकद पाहून पोलीस गॅट गावाबाहेर अंधारातच गारठून बसली. गावच्या गल्लीगल्लीतून तुफान तुकडी वाजत येऊ लागली. आपलं सैन्य आलं म्हणून सारा गाव दारादारांमध्ये उभा राहून ते अनोखं दृश्य पाहू लागला. चावडीजवळ तुफान दलाच्या कॅप्टनला सुवासिनी ओवाळू लागल्या. काहीजणींनी दलाच्या अंगावरून मीठ-मोहऱ्या ओवाळून टाकल्या.

रात्री अकरा वाजता 'जनता कोर्टा'चं काम सुरू झालं. चावडीवर उभा गाव जमा झाला. लोक औत्सुक्याने कामकाज पाहू लागले. न्याय मंडळाने घोंगड्यावर बैठक मारलेली. पूर्वी मुंबईच्या कोर्टात काम केलेला एक वकीलच आजचा मुख्य न्यायाधीश होता. कायद्याची चांगली माहिती असणारे दोन तरुण त्याचे सहकारी म्हणून बसलेले. मंडळाची निवड प्रतिसरकारच्या कडक नियमानुसारच झालेली. तुफान सेनेची तुकडी दुसऱ्या बाजूला बसलेली. न्यायमंडळाशी तिची पूर्णतः विभागणी झालेली. न्यायाधीशांनी गावकऱ्यांचे तक्रार-अर्ज मागविले. गावपंचायतीने अर्ज त्यांच्यापुढे ठेवले. न्यायाधीशांनी आवाज वाढविला,

"हा सखा चौगुले कोण?"

"मी जी." एक शेतकरी अदबीनं म्हणाला.

"तुझी शेतीबद्दलची नेमकी काय तक्रार आहे बाबा?"

"मालक, माज्या रानात दामू वाणी दांडगाईनं शिरलाय. दोन खंडीचं रान त्यो दोन वरसं करतोय."

"कोण दामू वाणी?"

लोक एकमेकांकडे पाहू लागले. कोणी हलेना. न्यायाधीश जबरी आवाजात म्हणाले,

"हा दामू वाणी कोण?"

“मी जी.” एकजण उभा राहिला.

“काय रे, ही तक्रार खरी का?”

“न्हाई मालक, त्यो खोटं बोलतूय.”

“अरं आयतखाबू, खाऊन वर न्हाई म्हणतोस?”

“कवा रं? खोटा आळ घालतोस?”

तंटा आपसांत वाढू लागला. तसे न्यायाधीश ओरडले,

“शांत राहा, तुमच्या गल्लीचा गावपंचायतीचा सदस्य कोण?”

“मी.” सदस्य उभा राहिला.

“काय रे, खरं काय?”

“आता मालक, खरंच सांगायचं म्हणजी वाण्यानं केलेली आगळीक खरीच हाय.” सदस्य बोलला.

गल्लीतल्या आणखी दोघांनी या गोष्टीला दुजोरा दिला. न्यायाधीशांनी दोघांची बाजू समजून घेतली. त्यांनी तत्काळ निकालपत्र जाहीर केलं :

“वाण्यानं चौगुलेला दोन खंडी धान्य पाच दिवसांच्या आत द्यावं. उद्याच्या उद्या चौगुल्याची जमीन त्यांना कसायला मोकळी करावी. याची अंमलबजावणी झाली नाही तर गावपंचायत जबाबदार धरली जाईल.”

गावानं सुस्कारा सोडला. गरीब चौगुलेला न्याय मिळाला. पांडू आणि सखू कदमांचा गेल्या दहा वर्षांचा दावा न्यायाधीशांनी अवघ्या पंचवीस मिनिटांत आटोपला. निकाल दोघांनी खुशीनं मान्य केला. कुणाचे व्याजाचे पैसे, कुणाचा रेटलेला बांध, काही आगळी आगळीक अशी अनेक प्रकरणे निघाली. एका शेठजीला बसल्या जागी पन्नास रुपये दंड झाला. त्याने कोर्ट उठायच्या आधीच दंड आणून भरला. पहाटे साडेतीनला कोर्ट उठलं. लोक आनंदानं परतले.

न्यायाधीश गावच्या देवळात जेवायला निघाले. एवढ्यात एका बाईने त्यांचे पाय धरले. त्या विधवेला त्यांनी वर उठायला सांगितलं. तिच्यासोबत दहा-बारा वर्षांचा दीर होता.

“बाई, तुमची काय तक्रार आहे?”

“माज्यावर अन्याय झालाय.”

“थांबा.”

प्रतिसरकारच्या नियमानुसार स्त्री-अत्याचाराची चौकशी एकांतात सुरू झाली. तीन न्यायाधीशांसमोर बसलेली बाई ओक्साबोक्शी रडू लागली. तिला धीर देत न्यायाधीश म्हणाले,

“बाई, प्रतिसरकारचं – तुमचं – राज्य आहे. मनात असेल ते बोलून मोकळ्या व्हा.”

“आपलंच सरकार आलंय कळलं म्हणून तुम्हाम्होरं आलीय देवा. गेल्या

महिन्यापासनं कोर्टाची वाट बघतिया. ही चोळी बघा की.'' फाटकी चोळी पदराआडून काढून ती बाई रडू लागली.

''काय झालं काय?'' न्यायाधीश गंभीर झाले.

''दोन वरसामागं नवरा मेला. चार पोरं हाईत मला. नदीकाठाला चांगला मळा हाय. गावच्या इनामदारानं माणसं घुसीवली. मी आडवी झाले तर माजी चोळी फाडली. बाजूची माणसं आडवी झाली म्हणून वाचलू. पर मळा लाटलाच त्या भाड्यानं.'' डोळे पुशीत त्या बाईनं कहाणी ऐकविली.

इनामदाराला बोलवायचा हुकूम झाला. चार सैनिक इनामदाराघरी गेले. 'येत नाही' असं गुर्मीचं उत्तर आलं. ''असेल तसा मुसक्या बांधून आणा.'' तुकडीच्या कॅप्टननं हुकूम दिला. पंचवीस हत्यारबंद सैनिक धावले. झोपलेल्या इनामदाराला सलवारीवर उठवून आणला. न्यायाधीशांसमोर उभा केला.

''आपण ह्या बाईवर केलेली आगळीक खरी का?''

''तुमी मला कोण विचारणार? मी ब्रिटिश सरकारच्या हुकमाचा ताबेदार हाय. तुमचा आनि माजा संबंध काय?''

''तुम्ही कुणाचेही ताबेदार असा. तुमी या बाईची अब्रू लुटण्याचा प्रयत्न केला. तिची जमीन लाटली ही गोष्ट खरी का?''

''व्हय, सारं कबूल हाय; पर मला हे इचारायचा तुमचा संबंध काय?'' इनामदार गुरकावू लागला.

''संबंध काही असो. स्त्रीवर अत्याचार करणाऱ्याला वा अत्याचाराचा प्रयत्न करणाऱ्या इसमाला प्रतिसरकार 'पत्री'चं शासन करतंऽ'' न्यायाधीश बोलले.

न्यायाधीशांनी इनामदाराला लगेच कॅप्टनच्या हवाली केलं. तुकडीच्या दहा सैनिकांनी शिस्तबद्धरित्या इनामदाराला चावडीसमोर उलटा उभा केला. त्याचे पाय बांधले. पायाच्या तळव्यावर वेताच्या काठ्या बसू लागल्या. इनामदारानं ओरडून आकाशपाताळ एक केलं. दहा-पंधरा लाठीचे घाव पडताच तो लोळागोळा झाला. अंधारात कण्हत पडला. शेकडो दुवे देत ती बाई धाकल्या दिरासोबत घरी गेली.

पहाट झाली. गावातली कामं आटोपून कोर्ट आणि तुफान सेनेची तुकडी वेशीबाहेर पडली. बाजूलाच असणारी ब्रिटिश पोलिसांची गॅट पहाटवाऱ्यात डुलक्या घेत पडली होती!

* * *

परक्या मुलखातून बैलगाड्या चाललेल्या. जी.डी. लाड आणि नागनाथ नायकवडी आपल्या शूर साथीदारांसह मार्ग आक्रमण करू लागलेले. बारा जणांच्या तुकडीत सहा रिव्हॉल्व्हर्स घेतलेली. पहाटवारा झोंबू लागलेला. इकडची गावे

फारशी परिचित नव्हती. डॉ. उत्तमराव पाटलांना फक्त या भागाची माहिती; कारण ते मूळचे इकडचेच. नाही तर साताराच्या तुकडीने धुळे, नंदूरबार ही नावे फक्त ऐकलेली. प्रत्यक्ष दर्शन आताच घडलेलं. "प्रतिसरकार झकास चाललंय; पर पैसा कुठाय? पैशाबिगार कसं करायचं? काही तरी करा. एखादा कल्याणचा खजिना लुटा, तरच प्रतिसरकारची इमारत नेटानं उभी राहीलऽ!" नाना पाटलांचे ओजपूर्ण शब्द सर्वांच्या हृदयावर घाव घालीत होते. जी.डीं.ची गेल्या कित्येक दिवसांत पूर्ण झोपच उडालेली. नागनाथांचं बेडर मन पेटू लागलेलं. धुरंधर अप्पा मास्तर विचारमग्न झालेले. 'तुफान सेने'पुढे एक नवे आव्हान उभे ठाकलेले.

पांझरा नदी पार करून गाड्या आल्या. समोरच्या पोलीस ठाण्यावरची दिवाबत्ती दिसू लागली. पोलिसांचा सुगावा लागताच सर्व क्रांतिकारक एकमेकांना डिवचू लागले. सावध झाले. एक हवालदार गाड्यांच्या आडवा झाला. 'ठहरोऽ' म्हणून ओरडला. तशी उत्तमराव पाटलांनी बैलगाडीतून खाली उडी घेतली. अहिराणी भाषेत ते हवालदाराला समजावू लागले. लग्नाचं वऱ्हाड आहे म्हणून परोपरीने सांगू लागले. ऐकेचना म्हणून खिशातली दहा रुपयांची नोट हातावर टिकविली. हवालदार डोळे मिचकावून बाजूला झाला.

कोंडलेले श्वास सुटले. गाड्या ठाण्यावरून पुढं चालू लागल्या. गेल्या महिन्यापासून या मोहिमेनं जी.डीं.चं डोकं खाल्लेलं. इतिहासात अशी संधी क्वचितच येते. थोडाथोडका नाही, चक्क पाच लाखांचा खजिना! तोही नाना पाटलांच्या प्रतिसरकारासाठी लुटायचा!! जर मोहीम यशस्वी झाली तर ब्रिटिश शासनाचं डोकंच निकामी होणार होतं. ज्यांनी लढा दिला, त्यांच्या नावाच्या यशोपताका स्वातंत्र्य चळवळीच्या इतिहासात डौलाने फडकणार होत्या. जर मोहीम फसली, सैनिक सापडले तर मात्र येरवड्याच्या फाशी गेटाशिवाय दुसरा रस्ताच दिसणार नव्हता.

जेव्हा या खजिन्याचा सुगावा लागला तेव्हाच जी.डी. आनंदाने बेभान झाले. साताऱ्यात फार वेळ न थांबता त्यांनी धुळे गाठलं. सोबत याच भागाचे डॉ. उत्तमराव पाटील होते. धुळ्याचा पोलीस भाऊराव पाटील याने खजिन्याची सर्व बित्तंबातमी जी.डीं.ना पुरवली. व्यंकट धोबी, रामचंद्र पाटील, बाबूराव गुरव, शंकर माळी, विष्णू पाटील असे स्वातंत्र्यप्रेमी सहकार्याला धावले. नकाशे, वेळापत्रकं तयार झाली. योजना निश्चित बांधली. त्यानंतर जी.डीं.नी साताऱ्याला निरोप धाडला. नानांच्या मार्गदर्शनाने निवडक तुकडी धुळ्याकडे आली. शूर नागनाथ नायकवडी, अप्पा पाटील, किसन पाटील, रावसाहेब कळके, अण्णा चंद्रा लाड, धाडशी सावळाराम, गोविंद जोशी, धोंडीराम आणि शंकरराव माळी अशी वेचक माणसे जी.डीं.ना मिळाली. त्यांचे जिवाभावाचे मित्र नागनाथ आल्याने तर ते हरखून गेले. दोघांनी क्रांतिकार्यात सर्वत्र एकदम उड्या घेतलेल्या. रामू गोटखिंडीकराला पत्री लावलेली,

पे ट्रेन लुटीचं नेतृत्व केलेलं, गोव्यापर्यंत हत्यारांसाठी धडक मारलेली. एक ना अनेक; त्यामुळे ही मोहीमही यशस्वी होणार, याबद्दल जी.डीं.ना तिळमात्र शंका नव्हती.

साडेपाच लाखांचा खजिना आज धुळ्याहून नंदूरबारला मोटारीने जाणार होता. चिमठाणे गावाजवळच्या डोंगरातच हल्ला करायचा निर्णय जी.डीं.नी आणि उत्तमरावांनी घेतला होता. गेले कित्येक दिवस दोघांनी डोंगरातून पायपीट केलेली. हल्ल्यासाठी मोक्याची जागा शोधणं हा खरा कौशल्याचा भाग होता. चिमठाणे गावालगतच्या डोंगरातील जागा फार मोक्याची होती. वळणावर खजिन्याची गाडी आली की, झेप घेणं सोपं – सोईस्कर – होतं. पोलिसांशी दोन हात झाले तर बाजूच्या घनदाट झाडीत लपता येत होतं. मुख्य माऱ्याची बाजू सांभाळायची जबाबदारी स्वत: जी.डी. आणि नागनाथांनी आपल्या शिरावर घेतली. दोन साथीदारांना धुळ्याला धाडण्यात आलेलं. काहीही करून त्यांनी खजिन्याच्या गाडीत प्रवेश करायचा होता. गाडी इच्छित स्थळी आल्यावर आतून इशारा करायचा होता. जमल्यास गाडीत असणाऱ्या शिपायांच्या रायफली हिसकावून घ्यायच्या होत्या. खजिन्याच्या पाठोपाठ डॉ. उत्तमराव पाटील आणि धोंडीराम माळी यांनी हमाल बनून भाड्याचा ट्रक घेऊन यायचं होतं.

सकाळी दिवस उगवायच्या आधी सर्व क्रांतिकारक चिमठाण्याजवळच्या ठरल्या ठिकाणी हजर झाले. रायफली आणि पिस्तूल सावरून नागनाथ पवित्र्यात उभे राहिले. सूर्याची किरणे जंगलावर फाकली. एवढ्यात बाजूच्या डोंगरउताराने एका गाडीचा आवाज येऊ लागला. जी.डी. आणि नागनाथ यांनी एकमेकांना खाणाखुणा केल्या. गाडी जवळ येताच दोघे रस्त्यावर धावले. जी.डी.नी आपला जोडा काढला. नागनाथांच्या टाळक्यात हाणला. नागनाथांनी आपलं पायताण काढलं आणि त्याचा सणसणीत रपाटा जी.डीं.ना मारला. दोघांनी एकमेकांचे शर्ट ओढले. त्यांच्या चिंध्या होऊ लागल्या. दोघेही तारस्वरात ओरडू लागले,

"हरामखोर म-मला मारतूस?"

"नालायक, तुझी हड्डी नरम करतो."

"बुटानं मारीन."

"जोड्यानं ठोकीन."

एक मालमोटार भरधाव वेगानं धावत आली. काचकन ब्रेक लागला. आतील माणसं ओरडू लागली. ड्रायव्हर रागानं खाली उतरला.

"अरे पिंडक्यानू, रस्ता म्हणजी धर्मशाळा हाय व्हय? व्हा बाजूला आनि बसा बोंबलत."

"घाला लाथा भाड्यास्नी. रस्त्यात दारू पिऊन बोंबा मारत्यातीऽऽ" मोटारीतल्या बायका ओरडल्या.

नागनाथ आणि जी.डी. मोटारीकडं बारीक डोळा करून पाहू लागले; पण बार

वाया गेला. ड्रायव्हरने दोघांनाही धक्के मारून बाजूला काढले. मालमोटार निघून गेली. दोघंजण दुसऱ्या मोटारीची वाट पाहू लागले. इतक्यात पुन्हा आवाज आला. परत झोंबाझोंबी सुरू झाली. दारुड्यांसाठी गाडी उभी राहिली. निघून गेली. प्रत्येक गाडी यायची. नागनाथ आणि जी. डीं.नी ती अडवायची. दारुड्यांचं सोंग करण्यासाठी एकमेकांवर तुटून पडायचं. हाणामारी, तुंबलातुंबली करायची; पण गाडी तिसरीच निघायची. एक नाही, दोन नाही; अशा दहा गाड्या निघून गेल्या.

ते मे महिन्याचे दिवस होते. त्यामुळे दुपारी अकरालाच सूर्य तळपू लागला. आग ओकू लागला. दोघांना घामाच्या धारा लागलेल्या. सकाळपासून खोटी मारामारी दाखविण्यासाठी दोघांनीही खरे हात एकमेकांवर टाकलेले; त्यामुळे चेहऱ्यावर रक्त साकळू लागलं. जखमा झालेल्या. त्यातच सूर्याची आग असह्य झाली. झाडीत दडलेल्या क्रांतिकारकांची उत्सुकता शिगेला पोहोचलेली. ते लपून बाहेर येऊन चौकशी करू लागलेले. अकरा वाजून गेले. आज खजिन्याची गाडी खरीच येणार आहे का, साशंकता निर्माण झाली.

एवढ्यात लांबून धावत्या गाडीचा आवाज कानी पडला. नागनाथ आणि जी.डीं. सावध झाले. एक-दुसऱ्यावर तुटून पडू लागले. गाडी भरधाव वेगानं येऊ लागली. झाडीतील क्रांतिकारक सावध झाले. आली आली म्हणत गाडी अगदीच जवळ आली. जी.डी., नागनाथ रस्त्यावरून हटेनात. गाडी अंगावरून जाणार एवढ्यात ड्रायव्हरने काचकन ब्रेक मारला. नागनाथ-जी.डीं. उखाडी मारून रस्त्याच्या बाजूला पडले. गाडीतले दोन सहकारी दिसले. तसे झाडीत लपलेले क्रांतिकारक झेप घेऊन रस्त्यावर आले. ड्रायव्हरने गाडीचा वेग वाढवताच जी.डीं.नी सहकाऱ्याच्या हातची रायफल हिसकावून घेतली. कडाड आवाज झाला. डोंगर थरारला. नागनाथांची बंदूक टायरींचा वेध घेऊ लागली. मेल्यासारखा आवाज देत गाडी थांबली. जी.डीं. च्या गोळीने ड्रायव्हरला बेशुद्ध केले. एवढ्यात पाठीमागून एक ट्रक धावत आला. त्यातून उत्तमराव आणि धोंडीरामनी उड्या घेतल्या. गाडीत बसून आलेल्या क्रांतिकारकांनी गाडीतील पोलिसांच्या रायफली दाबून धरल्या.

नागनाथ आणि जी.डीं.नी रायफली रोखल्या. "बऱ्या बोलानं खाली याऽऽ" आवाज कडाडला. गाडीतील शिपाई हात वर करीत खाली आले. सर्वांची बोबडी वळली. थरथर कापत ते खाली आले. रस्त्यावर भांबावून उभे राहिले. नागनाथांची रायफल त्यांच्यावर सक्त पहारा देऊ लागली. काही क्रांतिवीर आत घुसले. खजिन्याची पेटी फोडल्याचा आवाज येऊ लागला. त्या प्रचंड साहसाने डोंगर चिडीचूप झाला. पाखरं झाडावर बसून ते साहसी दृश्य चोरून पाहू लागली.

बाजूला एक गुराख्याचं पोर उभं होतं. त्याच्याकडे कोणाचंही लक्ष नव्हतं. ते एकाएकी पळू लागलं. तेव्हा जी.डीं.च्या लक्षात आलं. त्यांनी नेम धरला. गुराखी

पोर, मारू का नको. धाडस झालं नाही. तेवढ्यात बाजूच्या झाडीत पोर दिसेनासं झालं. गाडीतला खजिना लुटला. नोटांची बंडलं बाहेर पडू लागली. चिल्लरखुर्दा बाजूला विस्कटला. गोणपाटाचं पोतं नोटांनी भरलं, तरी नोटा मावेनात. जोंधळ्याचं पोतं दाबून भरावं तसा क्रांतिकारक त्यावर चढून पायांनी नोटा दाबू लागला. तरी पोत्यात मावेनात. नागनाथ ओरडले, "उत्तमराव, फेडा तुमचं धोतर." उत्तमरावांनी नेसूचं धोतर दिलं. दुपदरी धोतरात नोटा बांधल्या. चिल्लरखुर्दा बिनआयबाचा असल्यागत तिथंच पडून राहिला.

अवघ्या दहा मिनिटांत ते अपूर्व नाट्य संपलं. एक पोत्याचं आणि दुसरं धोतराचं गाठोडं घेऊन क्रांतिकारी आडरानात पळू लागले. सोबत असलेल्या तीनशे दोनच्या रायफलींचं ओझं वाटू लागलं.

ते गुराखी पोर रानवाऱ्यासारखं धावलं. त्यानं सहा मैलांवरची पोलीस गॅट जवळ केली.

क्रांतिकारक नोटांची आणि रायफलींची ओझी घेऊन ओढ्यावगळीतून, दऱ्याडोंगरांतून धावत होते. पोटात भुकेने थैमान घातलेले. वरून सूर्याने रट्टा लावलेला. पायांतली पायताणं दाहीदिशा पळाली. ठेचा लागून अंगठे फुटले. काट्यांनी पायांची चाळण केली. तोंडाचा फेसही आटला. आपण किती मैल पळालो असू याची गणती करणं कोणालाही शक्य नव्हतं. अंगातला दम संपला. पायात पाय अडकू लागले. समोरच्या शेतात विहीर दिसली. अंगाची आग-आग झालेली. साडेपाच लाखांची गाठोडी विहिरीकाठी बाजूला पडली. पाणी दिसताच सर्व क्रांतिकारकांनी उड्या घेतल्या. ते निळ्या पाण्यात पोहू लागले. उलट्या पकडी घेऊ लागले.

किती वेळ गेला. कोणाच्याही गावी नव्हतं. सारे पाण्यात रमलेले. एवढ्यात आवाज आला, "बाहेर या न्हाईतर गोळी घालीनऽऽ" सर्वांवर जी.डीं.नी रायफल रोखली होती. जी.डी. कडाडले, "शत्रूच्या दाढेत सापडण्यासाठी आपण शेकडो मैलांवर आलोय का?" सर्वजण बाहेर आले. पटाटा कपडे अंगावर चढवले. गाठोडी आणि रायफली घेऊन पुढचा प्रवास चालू झाला.

संध्याकाळचे सहा वाजले. सूर्य पश्चिमेला परतू लागलेला. एवढ्यात अप्पा पाटील ओरडले, "पोलीसऽऽ पोलीसऽऽ" सर्वांनी पाठीमागे वळून पाहिलं. वीस-पंचवीस पोलिसांची तुकडी घोड्यांवरून पाठलाग करीत येत होती. सर्वांच्या उरातील आग पुन्हा प्रज्वलित झाली. पाठलाग व्हायच्या आधी सर्वांनी जवळच्या डोंगराचा आश्रय घेतला. पाठलाग अगदी पाठीशी भिडला. गोळ्यांचा वर्षाव सुरू झाला. क्रांतिवीरांनीही आपल्या रायफली सज्ज केल्या. गोळीला गोळीने उत्तर मिळू लागले. दोन्ही बाजूंनी आग ओकली जाऊ लागली. पाठलाग अगदी एका फर्लांगावर आला. एक गोळी सूं सूं करून आली. जी.डीं.च्या पायाच्या पिंढरीत घुसली. त्याही

स्थितीत जी.डी. थांबले नाहीत. शत्रूवर तुटून पडले. सूर्य डोंगराआड गेला. अंधाराचा अंमल सुरू झाला. अंदाज घेऊन दोन्ही बाजूंनी गोळ्यांचा मारा होऊ लागला. अंधार वाढेल तसा वेग कमी झाला. क्रांतिकारकांकडे शेवटच्या दोन गोळ्या राहिल्या. सुदैवाने आक्रमण थांबले. अंधाऱ्या आडरानाला भिऊन पोलीस तुकडी परतली.

जवळच्या गावात क्रांतिकारकांनी एका शिक्षकाची ओळख काढली. एक टांगा भाड्याने मिळविला. टांग्याने दौड करून पंधरा मैलांवरचा देऊर गाव गाठला. उत्तमरावांच्या मित्राघरी सर्व क्रांतिकारक पोहोचले. रात्रीच मित्राच्या घरापाठीमागची जागा पाहिली. लाकडाच्या भुश्श्याचा ढीगच्या ढीग होता. ढिगाच्या पोटात पाच लाखांचा ऐवज एकदाचा गाडून झाला. पिंजर टाकून सर्व क्रांतिकारक न जेवता आडवे झाले. गेल्या कित्येक दिवसांत अशी शांत झोप मिळाली नव्हती.

* * *

सावळाराम येडके खानापूरला रस्ता तुडवीत निघालेला. पाठीवरच्या पिशवीत रंगीत पटका आणि कोट होता. नानांचा सांगावा आल्या आल्या त्यानं आटपाडीची वाट धरलेली. झाडांच्या सावलीने तो डुलतझुलत निघालेला. अप्पा मास्तरांच्या घरी राबणारा तो एक साधा गडी. वर्षभर काम करायचं आणि दाम मोजून घ्यायचं; पण जी.डीं.च्या नादी लागला आणि मोठा क्रांतिकारक झाला. शेणोलीच्या पे ट्रेन लुटीपासून ते नंदूरबार खजिना फोडीपर्यंत वावरला. त्यामुळे प्रतिसरकारात सावळाला आगळं महत्त्व आलं.

थोरामोठ्यांच्या सहवासानं सावळाही चांगला मुरला होता. उगाच येड्याखुळ्यागत तोंड करून चालला होता. खानापूरजवळची पोलीस गॅट लागली. विरोधी बाजूकडे तोंड करून सावळा चालू लागला. एक पोलीस ओरडला,

''अरे, इकडे येऽ''

''जी मालक.'' सावळा थरथरला.

''पिशवी इकडं आणऽ''

पोलिसानं पिशवी हिसकावलीही. तो रंगीत कोट आणि पटका पाहून पोलिसाचा संशय वाढला. त्याने सावळाला फौजदारासमोर हजर केला. सावळाचा मूळचाच उग्र चेहरा अधिक बेढब झाला. फौजदाराचा संशय बळावला.

''काय रे, ही कापडं कोणाची?''

''मालकाची.''

''कोण मालक? कुठला मालक?''

''मालक मिरजंला असत्यात. कापडाचा बेपार हाय. घरला कोट आणि पटका इसरून गेलेलं. त्यो पोचता करतोय.'' भाबडा होऊन सावळा बोलला.

"खरं सांग, तू माणूस कोणाचा हायस?" मोठ्या आवाजात फौजदारानं दरडावलं.

"मी... मी मालकाचा गडी हाय जी."

"नाना पाटलाचा आनि तुझा संबंध हाय ना?"

"कोन नाना पाटील? काय म्हन्ताय काय?" सावळा प्रतिसवाल करू लागला.

"नाना म्हणजी इकडं ये, सांगतो तुला."

संशयानं फौजदार पिसाळला. सावळाला आडवातिडवा बुकणायला सुरुवात झाली; पण काही झालं तरी तो कबूल होईना. त्याला कोंडून घातलं गेलं.

संध्याकाळी फौजदारानं भरमाप्पा काढला. सावळाचं डोळं गरगरलं. भरमाप्पा नावाचं हातभर लांबीचं गुराचं कठीण कातडं ढुंगणावर बसू लागलं. एका ठोक्यात आयमाय आठवू लागली. बुडावरचं कातडं सोलपू लागलं. जीवघेण्या कळा होऊ लागल्या. त्या हाग्या मारानं सावळा बेशुद्ध पडला; पण तोंडातून आवाज फुटला नाही.

दुसऱ्या दिवशी सावळाला मोकळा करण्यात आला. पार्श्वभाग वाकडा करीत तो रस्त्यानं चालू लागला. चाल जमेना म्हणून वाटेतच बसू लागला, उठू लागला. पुन्हा चालू लागला. अशा चालीनं रात्री आटपाडी गवसली. इनामदारांच्या वाड्याजवळ त्याही स्थितीत तो थांबला. कोणी मागावर नाही, याचा अंदाज घेऊनच वाड्यात घुसला.

'कुंडल' हे गाव सांगून आत प्रवेश मिळाला; पण दाराआड लवकर कोणी घेईना. "नाना विट्याला गेले." कुणीतरी येऊन सांगितलं. सावळाचा धीर सुटला. दुपारपासून जिवाच्या करारानं दाबून ठेवलेल्या जखमा भाल्यागत टोचू लागल्या. ज्या आशेवर पायांनी जोर धरला ती आशाच फोल ठरली. डोळे पाझरले. इतक्यात नानांनी माळीवरून सावळाला पाहिला. आत धाडण्याचा हुकूम झाला.

डोळ्यांसमोर नाना दिसताच सावळानं हंबरडा फोडला. काळ्या पाण्यावरून आलेल्या लेकानं आईला मिठी मारावी तशी मिठी त्यानं नानांना मारली. "अण्णा, कमरेखालची चाळण झाली की वोऽ" तो कळवळून बोलला. सावळाची ती अवस्था बघून नाना चरकले. त्यांनी हंडाभर गरम पाणी मागितलं. सावळाला मोरीच्या अंधारात घेतला. हातांच्या बाह्या आखडल्या. सावळाचा पार्श्वभाग स्वत: नाना धुऊ लागले. गरम पाण्याचा चटका मारताच सावळा कळवळू लागला. नानांनी सारी जागा धुऊन काढली. त्यावर ते हळदीचा लेप देऊ लागले.

इनामदार अवाक होऊन उभे होते. प्रतिसरकारच्या निर्मात्याची अचाट करणी न्याहाळीत होते.

*   *   *

नानांचा मुक्काम अलीकडे लेकीच्या गावाला, वडव्यालाच होता. इंग्रज विरोधी भारतीय असा पूर्वीचा तीव्र संघर्ष राहिला नव्हता. इतिहासाची चक्रं विद्युतगतीनं

फिरत होती. सुभाषबाबूंनी इंफाळपर्यंत धडक मारून ब्रिटिश सत्तेच्या उरी टोला हाणला होता. पाठोपाठ नाविकदलाचं आणि विमानदलाचं बंड झालेलं. साहेबाला चंबूगबाळं आवरण्याशिवाय इलाज राहिला नव्हता.

देशात आठ ऑगस्टनंतर ठिकठिकाणी पेटलेल्या चळवळी विझल्या होत्या; पण पुरी चार वर्षं लोटूनसुद्धा सातारा अद्यापही धगधगत होता. प्रतिसरकारचं नाव चर्चिलच्या जिभेलाही जाऊन भिडलं होतं. सर्वांना स्वातंत्र्याचे वेध लागलेले. स्वातंत्र्य येणार हे नक्की झालेलं. आताशी चळवळीच्या कवित्वाला सुरुवात झालेली. साताऱ्च्या मातीतून उभी राहिलेली नेतृत्वाची फौज प्रांतिक काँग्रेसला गेल्या चार वर्षांत अनेक वेळा खुपलेली. आता तर या गोष्टीला रंग भरू लागला होता. नव्या काळात नवा पवित्रा कसा उचलावा, याचाच विचार नानांच्या डोक्यात अखंड चाललेला.

वडव्याच्या चावडीसमोर खेळणारी पोरं एकाएकी थबकली. एक कोणी तरी नवा पाहुणा आलेला. अंगकांतीनं गोरापान, अंगावर नेहरू-शर्ट आणि धोतर तर बळीच्या पंखापेक्षा पांढराखड, चाचा नेहरूंसारखीच कुर्रेबाज गांधी टोपी आणि काखेला कागदपत्रांनी लांबलचक भरलेली पिशवी. हातात विटीदांडू धरून पोरं पाहुण्याला डोळं भरून पाहू लागली. पाहुण्यानंच आपणहोऊन विचारलं,

"अरे, ते नाना पाटील कुठे राहतात?"

पोरं एकमेकांकडं तिरकी बघू लागली. हा कोण, कुठला? एक पोरगं धिटाईनं पुढं झालं. सावधगिरीनं विचारू लागलं,

"कोण गावकर वो?"

"मी मुंबईहून आलोय."

"तुमच्या नावाची चिठ्ठी पाटलास्नी दाखवून येतू. जर त्यांनी 'हो' म्हटलं तरच तुमास्नी भेटायला मिळंल; न्हाईतर न्हाई."

त्या पोराचं वक्तव्य पाहुण्याला झोंबलेलं दिसलं. त्यानं आपल्या नावाचं कार्ड पोराच्या हाती दिलं. पोरगं धावत गेलं आणि पळत आलं. नानांनी बोलावल्याचं सांगू लागलं. पोराबरोबर पाहुणे निघाले. गावामध्ये चालताना पाहुणे इकडेतिकडे संशयाने पाहू लागले. एका जुन्या वाड्यात पोरगं शिरलं. पाहुण्यांनी आत पाहिलं, बैलांच्या चार जोड्या अंगणात बांधल्या होत्या. वैरणकाडी बाजूला पडलेली. बैलामागच्या शेणातून पाहुणे चालू लागले. छे! या गावाला गांधीजींची ग्रामसफाई माहीत नाही. मुताचा वास नाकात शिरताच त्यांनी नाकाला रुमाल लावला. बैलांपलीकडे पिंजरावर घोंगडे टाकून नाना बसलेले. पाहुणे येताच ते उठून उभे राहिले.

"याऽ याऽऽ कधी आलात?"

"मी काल दुपारीच गाडीत बसलो."

"बसा."

पाहुणे घोंगड्यावर अवघडून बसले. सुंदर स्मितहास्य करून ते म्हणाले,

"माझी ओळख पटलीच असेल तुम्हाला. मी थोर गांधीवादी देशभक्त XXX मुंबई प्रांतिकचा सदस्य. पेपरमध्ये वाचलं असेल माझं नाव कधीकधी."

"हो, हो, कसं काय येणं केलं?"

"अहो, वेळच तशी पडली. मुंबईला तुम्हा सातारकर मंडळींबद्दल बरंच वाईटसाईट कळलं. म्हटलं उगाच बापूजींची बदनामी नको. नाही का?"

"काय वाईट केलं बाबा आमी?" शांत आवाजात नानांनी विचारलं.

"सांगतो. सांगतो. तुमचा हा जो मार्ग आहे, तो तत्त्वतः गांधीविरोधी आहे. तो आपण सोडून द्या आणि मगच गांधींचं आणि त्यांच्या काँग्रेसचं नाव तोंडात घ्या."

"मला समजलं न्हाई."

"नाही, तुम्ही गांधींचं नाव तोंडात घेता. या मार्गी लागण्यापूर्वी आपण लिटरेचर – म्हणजे कोणकोणती पुस्तकं वाचली?"

"साऱ्या गोष्टी बुकं शिकून कळत न्हाईत वो मुंबईकर. अनुभवाचं शिक्षणबी असतंच. कॉलेजं सारी तुमच्या मुंबई-पुण्याला. बाकीच्यानं काय खारीकखोबरं खायाचं काय?"

"बरं, तुम्ही प्रत्यक्ष तुरुंगात कधी गेला का?"

"फारसा न्हाई, चांगला आठ येळा गेलो. धा वरसाची शिक्षा भोगली असंल की." नाना सहजगत्या बोलले.

तो गांधीवादी पाहुणाही बोलायला कमी नव्हता. त्याने सरळ प्रश्न केला,

"तुम्ही दहशतीचा मार्ग एकदम का पत्करला?"

"एकदम न्हाई," नाना सांगू लागले, "जवा इस्लामपूरला आनि वडूजला कुत्र्यागत जित्ती माणसं मारली, तवा गोळीला उत्तर देण्याबिगर इलाज नव्हता."

"पण हे गांधीजींच्या तत्त्वात कुठं बसतं?"

"करा अथवा मरा हेचा अर्थ काय सांगा मला? मरा म्हणजी काय फुकटात मरा का? बहिष्कार तरी पुरा अहिंसावादी हाय म्हणायचंय तुम्हाला?" नानांनी प्रश्न टाकला.

नानांनी आपल्या उशालगतची ट्रंक उघडली. त्यातील जुन्या कागदपत्रांचं गटळं काढलं. एक कागद पाहुण्यास दाखवीत नाना म्हणाले, "हे पत्रकाचं कात्रण हाय माज्याकडं. एकवीस सालच्या चळवळीची गोष्ट हाय. रवींद्रनाथ टागोरांनी गांधीबाबांना पत्र टाकलं. ते विचारत्यात, 'महात्माजी, ही बहिष्काराची हिंसा तुमच्या अहिंसेच्या मार्गात कशी काय बसते? यामुळे ब्रिटिश राज्यकर्त्यांची मनं दुखावली जाणार नाहीत का?' त्यावर गांधीबाबांनी उत्तर दिलंय बघा, 'कवीजी, बहुतेक हिंदुस्थानी लोकांच्या मनात ब्रिटिश राज्यकर्त्यांविषयी द्वेषच आहे. तो मी काही नवीन निर्माण करीत नाही. तो कमी व्हावा, त्यांनी ब्रिटिश लोकांचा प्रत्यक्ष खून करू नये, म्हणून मनुष्य हिंसेपासून जनतेला परावृत्त करून वस्तुहिंसेकडे मी त्यांची

मने वळवीत आहे.' असा अब्यास हुताच की आमचा थोडासा. म्हणूनच पोस्टं लुटली, तारा तोडल्या, मालगाड्या उडविल्या.''

या रांगड्या पैलवान गड्याची कात्रणे ठेवायची पद्धत पाहून गांधीवादी थोडा वरमला. तरी त्यानं मूळ मुद्द्याला हात घातला,

''वस्तुहिंसा एकेपरी ठीक आहे हो; पण तुम्ही लोकांना पत्र्या लावल्या त्याचं काय?''

''व्हय. आमी पत्र्या लावल्याच; पण त्या कुणाला? ज्यांनी सामान्य गरिबाला जगू दिलं न्हाई, रानात पिकू दिलं न्हाई, त्येंना पत्र्या मारल्या. अहिंसेप्रमाणे सापाला मारणं पाप हाय असं समजू; पण साप पाय फोडू लागला, माघार घीना तर त्येला वर अंडीहावळं पाजायची काय वो?'' नाना.

''तुम्ही बोलता ते पटतं आम्हाला; पण तुमच्यातला जो क्रूरपणा आहे, त्याचं मला हृदय-परिवर्तन करायचं आहे. गुंड असतील तर त्यांना शिक्षा झाली पाहिजे, म्हणून तुम्ही पत्रा घेऊन खिळ्यानं ठोकून लोकांच्या पायांना लावता? या पद्धतीनं जनावरंसुद्धा मरतील कीऽ''

''आमी अशा पत्र्या लावल्या, हे तुम्हाला कुणी सांगितलं?''

''हे पाहा,'' पाहुण्याने एका दैनिकाचे काही अंक सामोरे केले.

वृत्तपत्रातील फोटोही पाहुणा दाखवू लागला. बैलांप्रमाणे लोकांचे पाय कसे पत्र्याने ठोकले जात आहेत, सामान्य लोकांना गोळ्या कशा घातल्या जात आहेत, याची खोटीनाटी चित्रं छापली होती. ती पाहून नानांचा राग अनावर झाला. ते भडकून म्हणाले,

''सातारी लोकांना काँग्रेसचं म्हणून घ्याला लाज वाटत असंल तर तेवढी तसदी घिऊ नका! ज्या गोरगरीब शेतकऱ्यांनी सायबाला धा दिशा ताणला, मुंबईतला काँग्रेस झेंडा रानामाळात भिडवला, वीस वीस हजारांचं मोर्चे काडून सायबाची दाणादाण केली, त्या लोकांची चाललेली ही खोटी बदनामी तुमी सहन करता? माणसांना जनावरागत पत्र्या मारायला आमी काय जनावरापोटी जन्माला आलो काय? टग्यांच्या तळव्यावर लाठ्या मारल्या म्हणजी बैलाची पत्री? वा रे गणित हे! गावटग्यास्नी वठणीवर आणलं, ह्यो जर आमचा गुन्हा असंल तर त्यो शंभरदा मान्य करायला तयार हाय मी! गोरगरिबांच्या कल्याणासाठी न्यायानं आमी उचललेलं पाऊल तुम्ही कोन्त्याबी चौकटीत बसवा. आमी चांगल्यासाठी कायतरी चांगलं करतूय हेच आमास्नी म्हाईत!''

नाना एकसारखे उद्वेगाने बोलत होते. त्यांच्या अभिनिवेशाने गांधीवादी पाहुणा बावरला. त्यानं आटोपतं घेतलं. उद्या जाऊन गांधीवादावर दोन लेख लिहायचे होते. नानांनी जेवूखाऊ घातलं. पाहुण्याला स्टेशनपर्यंत बैलगाडीनं पोहोचवायची व्यवस्था केली.

*   *   *

गांधीजी पाचगणीस येऊन गेलेले. स्वराज्य जवळ आल्याचं बापूजींना तर भावलंच होतं. प्रत्यक्ष संघर्षाची गरज राहिली नव्हती; म्हणून साताराच्या सर्व क्रांतिकारकांनी हजर व्हावे, आपल्या बंदुका कलेक्टरच्या स्वाधीन कराव्यात, असं आवाहन गांधीजींनी केलं. आवाहनास चांगला प्रतिसाद मिळालेला. साताऱ्यातील दुसरे क्रांतिकारी ग्रुप हजर होऊ लागले. बाबूराव चरणकर, गणपतराव पाटील-बिळासकर, किसन वीर अशी रोज नव्यानं हजर झालेल्या क्रांतिकारकांची नावे कळत होती. आपणही हजर व्हायचं की काय, याचा विचार करण्यासाठी प्रतिसरकारची राजधानी कुंडल येथे सर्व क्रांतिकारक जमा झाले होते. मुंबई प्रांतिकच्या साताऱ्याबाबतच्या कुत्सित भूमिकेने नाना चिडून गेले होते. सहकाऱ्यांना विचारीत होते,

"बोला, कुणाला हजर हुयाचं हाय का?"

"सर्वांच्यावरची वॉरंटं रद्द झाल्याशिवाय आम्ही हजर होणार नाहीऽ" उसळी मारून नागनाथ गरजले.

"वॉरंट डोक्यावर घिऊन हजर होणं म्हणजे सोताच्या देशासाठी लढलं तर त्यो गुन्हा का? ते काही न्हाई. वॉरंटं रद्द झाली तरच आम्ही हजर होऊ. न्हाईतर पूर्वीगत देशासाठी लढत रानामाळातनं फिरू!" सर्वांनी सांगितलं.

सर्वांनी हजर न होण्याचा निर्धार व्यक्त केला. नानांनी संमती दिली. पुढच्या घडामोडीची ते वाट पाहू लागले. एवढ्यात मुंबई इलाख्यात असेंब्लीच्या निवडणुका जाहीर झाल्या. मनातले भेदभाव बाजूला टाकून प्रतिसरकारचे सैनिक काँग्रेससाठी पुन्हा मैदानात उतरले. वॉरंट अंगावर घेऊनही राजरोस वावरू लागले. नानांनी पुन्हा एकदा शड्डू ठोकले. प्रभावी वक्तृत्वाने प्रचाराचा हैदोसधुल्ला केला. निवडणुकीदिवशी तर खरी बहार आली. सैनिकांनी बैलगाड्या जुंपल्या. मतदारांना वाजवत-गाजवत केंद्रावर नेलं. सुवासिनींनी मतदारांना ओवाळलं. प्रतिसरकारच्या इलाख्यात काँग्रेसला गठ्ठा मतदान मिळालं.

निवडणूक संपली. कवित्व सुरू झालं. विशेषत: शंकरराव देव आणि मोरारजी देसाईंनी सातारकरांना लाखोली वाहिली. सातारकरांनी आपल्या बंदुका आणि शस्त्रास्त्रं डी.एस.पी.कडे हजर करावी, असा आदेश मोरारजींनी दिला तेव्हा तर सर्व सैनिक पेटून उठले. "चोर-दरोडखोर आपली हत्यारं डी.एस.पीं.कडे देत्यात. आम्ही स्वातंत्र्याचे शिपाई आहोतऽ" सर्व सैनिक बोलू लागले.

नानांना ब्रिटिशांच्या मशीनगन्सची कधी भीती वाटली नाही; पण स्वकीयांकडून पाठीत खुपसला जाणारा खंजीर पाहून ते व्यथित झाले. प्रांतिक काँग्रेस सातारकरांची देशभक्ती समजून घ्यायला तयारच नव्हती. "हे गुंड आहेत, देशभक्त आहेत तर सरकारात हजर का होत नाहीत?" असा सवाल होऊ लागला. "अजून देश स्वतंत्र व्हायचा हाय. हे सरकार काय तुमच्या 'बा'चं हाय का?" असा खडा सवाल नाना टाकू लागले.

प्रतिसरकारचं कार्य प्रसिद्धीपासून खूप दूर होतं. किंबहुना धामधुमीच्या त्या कालखंडात प्रसिद्धीसारख्या गोष्टी तकलादू होत्या. एक रांगडा पैलवान एवढ्या प्रचंड जनतेचा नेता होतो, स्वत: ग्रामराज्य स्थापन करतो, लाखो लोक पाठीशी उभे ठाकतात, हा प्रकार काय? प्रतिसरकारची पश्चिम महाराष्ट्रातील लोकप्रियता पाहूनच प्रांतिकच्या पोटात मुरडा उठत होता, त्याला दवा मात्र सापडत नव्हता. दिल्लीशी संबद्ध असलेले तथाकथित काँग्रेसधुरीण वाईटसाईट बातम्या दिल्लीला पोहोचवीत होते. गांधी-नेहरूंशी असलेली ऊठबस चांगली उपयोगी येत होती. नानांची आणि त्यांच्या सहकाऱ्यांची गांधी-नेहरूंशी प्रत्यक्ष ओळख नव्हती. मात्र गांधींचा कार्यक्रम त्यांच्या रोमारोमांत भिनला होता. गांधीजींच्या मुखातून बाहेर आलेला आदेश ऐकायचा, खांद्यावर तिरंगी झेंडा घेऊन बाहेर पडायचं, हाच नानांचा गेल्या पंचवीस वर्षांचा उद्योग होता. जंगल सत्याग्रह, असहकार, वैयक्तिक सत्याग्रह, चले जाव हे सर्व आदेश अमलात आणण्यासाठी नानांनी जिवाचं रान केलं होतं. 'दिसली चळवळ की पेटले नाना' हे गेल्या कित्येक वर्षांचं सूत्र होतं; पण ते काँग्रेसचे नाहीत; देशभक्त नसून गुंड आहेत; हा निर्लज्ज प्रचार ऐकून साताराचे कष्टकरी पेटत होते. नानांच्या पाठीशी अधिक सामर्थ्य घेऊन उभे राहत होते.

भाऊसाहेब सोमण, अप्पासाहेब लाड आदी नेत्यांनी गांधीजींची भेट घेतली. 'करा अथवा मरा' या आपल्या आदेशानुसारच अशिक्षित, धाडशी शेतकऱ्यांनी देशासाठी प्राणांची बाजी लावली. यांना तुम्ही देशभक्त म्हणणार नाही का?'' यावर गांधीजींनी फक्त स्मित केलं. पंडितजींच्या कानांवर या गोष्टी घातल्या. लवकरच पंडितजींनी मुंबईच्या प्रचंड सभेत जाहीर केलं, ''ब्रिटिश साम्राज्याविरोधी सरळ दोन हात करणारे साताराचे वीर आमचेच आहेत! काळ्या मातीतून गांधीमंत्राने तरारून वाढलेल्या या शूरांना स्वातंत्र्यप्रेमी कोण म्हणणार नाही? जय साताराऽ!''

नेहरूंचे शब्द वाऱ्यासारखे पसरले. सातारी क्रांतिकारकांवरील सर्व वॉरंटे रद्द झाली. दारोदारी गुढ्या उभारल्या. गल्लीबोळांत फटाक्यांची रास पडू लागली. नाना आपल्या धाडशी सहकाऱ्यांसह प्रगट झाले. गावोगावी मिरवणुकांना ऊत आला. जल्लोष आणि जयजयकाराने सारा सातारा भारून निघाला. नाना महाराष्ट्राच्या दौऱ्याला बाहेर पडले.

* * *

सुंद्रामावशीनं झकास जेवण केलेलं. कोवळ्या वांग्यांचं भरीत आणि उकडलेली मक्याची कणसं पाहून नाना आनंदाने टमटमीत झाले. ''बाळा, ये आणि घे दोन घास,'' मावशी आग्रह करू लागली; पण नानांचं पोट आधीच खच्चून भरलेलं. ते कधीतरी मुंबईला यायचे. मुक्काम परेलच्या कामगार चाळीतच असायचा. त्यांना

पाहूनसुद्धा मावशीचं भान हरपायचं. नाना आल्याचं कळल्यामुळं नेहमीप्रमाणं सुंद्रामावशीच्या खोलीबाहेर माणसांचं पेव फुटलेलं. नाना बाहेर येऊन घोंगड्यावर बसले. ओळखीची, बिनओळखीची माणसं त्यांच्या सभोवती गराडा घालून बसली. ते गप्पांत पुरे रंगले. एवढ्यात एक म्हातारी बाई एका वेड्या तरुणाला घेऊन आत आली. नानांना पाहताच त्यानं झेप घेतली. त्यांचे दोन्ही पाय धरून तो ओक्साबोक्शी रडू लागला. सारे अवाक होऊन पाहू लागले. नानांनी विचारलं,

"हा असं का करतोय?"

"ठार येडं झालंय पोरगं," म्हातारी उत्तरली.

"कशानं?"

"इस्लामपुरात पोलिसांनी काठ्या मारल्या नव्हत्या का मागं? तवापासनं येडंच झालंय."

एका कार्यकर्त्याच्या लक्षात झाली गोष्ट आली. तो नानांना म्हणाला,

"अण्णा, आठ सप्टेंबर बेचाळीसचा त्यो इस्लामपूरचा लाठीमार. त्या मारात डॉक्टरी कोर्सला असलेलं पोरगं लै जखमी झाल्याचं कळलं नव्हतं का तुम्हाला? त्योच हा संग्राम. डोक्यात लाठ्यांवर लाठ्या पडल्या. त्यातच मेंदू हरवला."

"याचे आईवडील काय करतात?" नाना.

"सारी गुदरली. एकटी नात्यागोत्याची मीच हाय. पोटच्या लेकरागत सांभाळतीया त्याला; पर खुळा त्यो खुळाच." म्हातारी.

"अण्णा, पोरगा येडा होण्याआधी लै चांगला हुता. मुंबईत डॉक्टरी कॉलेजातनं मोर्चे काढायचा. स्वातंत्र्यासाठी प्रभातफेऱ्या काढायचा." कार्यकर्ता.

नानांनी संग्रामकडं पाहिलं. त्यांचं मन हळहळलं. एवढा देखणा मुलगा, कोणाचीही दृष्ट लागावी; पण दैवानं असा काय घाला घातला? नानांना आठवलं, खास इस्लामपूर मोर्चासाठी तो मुंबईहून इस्लामपूरला आलेला. काय निर्धार असेल त्याचा तेव्हा?

"माज्या पाठीमागं लै दिस झालं लागलाय. म्हणतोय – मला नाना पाटील बघायचा हाय! आज तुमी आल्याचं कळलं. म्हटलं, यावं भेटून. पोरगं अधीमधी शहाण्यासारखंबी असतं. शाळंत प्रभातफेरी निघाली की, सगळ्यांच्या पुढं असतं. गांधीबाबाचा दिवस असतू त्यो – त्या दिशी मेवा वाटायला साऱ्यास्नी मदत करतं. श्रावणाच्या पावसागत शहाणं झालेलं पोरगं शहाणं शहाणं म्हणीस्तोवर लगीच खुळ्यासारखंबी करायला लागतंऽ!"

नानांनी संग्रामला बोलतं करण्याचा खूप प्रयत्न केला; पण तो नानांना लाजू लागला. पायाचा अंगठा धरू लागला. थोड्या वेळानं म्हातारी चालली. संग्रामही निघाला. जाताना वेड्या संग्रामनं नानांच्या पायांवर शहाण्यासारखं डोकं ठेवलं.

त्याच्या डोळ्यांत उभी राहिलेली आसवं स्पष्ट दिसत होती.

*　　　　*　　　　*

प्रमुख कार्यकर्ते येऊन बसले होते. सर्वांशी मनमोकळं बोलत बसणं वेळेमुळं शक्य नव्हतं. नमस्कार करून नानांनी सर्वांचा निरोप घेतला. आज त्यांना एका 'बड्या' नेत्याला जाऊन भेटायचं होतं. तो 'बडा' नेता अलीकडे चांगला प्रसिद्धीस आला होता. परवाच त्याचं मुंबईत आगमन झालेलं. दोन दिवस सारी वृत्तपत्रं त्याच्याच छायाचित्रांनी भरलेली. नेहरूंचे खास मित्र म्हणूनही त्यांना राजकारणात चांगलं महत्त्व होतं. एक बाणेदार माणूस म्हणून त्याचा परिचय व्हावा, ही नानांची इच्छा. साताऱ्याकडच्याच एका तरुण नेत्यानं ही भेट घालून द्यायचं ठरविलेलं.

रात्री आपल्या पाच-सहा कार्यकर्त्यांसह नाना गिरणगावातून बाहेर पडले. त्या सातारी तरुण नेत्यानं टॅक्सी केलेली. टॅक्सी मलबार हिलच्या बाजूला धावू लागली. त्या उंच उंच इमारती, शाही थाटमाट, झगमगाट पाहून नानांचं डोळं फिरलं. मुंबई म्हणजे परेल, लालबाग, फार तर विमानतळ एवढंच त्यांना माहीत होतं. असल्या रुबाबदार इमारती पूर्वी पाहिल्या नव्हत्या. "अगा, हे सारं मुंबैत हाय, हे आमास्नी म्हाईतच नव्हतं." सर्वजण खोऽ खो करून हसले. एका आलिशान बंगल्यात त्या बड्या नेत्याची व्यवस्था केलेली.

नाना टॅक्सीतून उतरले. तो वैभवी बंगला क्षणभर थांबून न्याहाळला. बागेबाहेर पोलीस बंदोबस्त कडक होता. पाच-दहा गाड्या आणि सुटाकोटातील रुबाबदार माणसं उभी राहिलेली. नानांनी पायांत पायताण सरकवलं. ते फाटकातून आत जाऊ लागले. नानांच्या तरी ओळखी कुठं होत्या? पण साताऱ्याकडचा तो तरुण नेता अलीकडं चांगला वाढून होता. सर्वांच्या चांगल्या ओळखी दिसत होत्या त्याच्या. बागेतून मऊ मऊ हिरवळीवरून चालताना नानांना गुदगुल्या वाटू लागल्या.

बंगल्याच्या तळमजल्यावर एक कोरीव झोपाळा होता. झोपाळ्यावर सलवार घातलेली एक तरुण मुलगी बसली होती. तिच्या मांडीवर एक अल्सेशियन, गुबगुबीत कुत्रं मजेत बसलेलं. तरुण नेता नानांना म्हणाला, "ही साहेबांची मुलगी, बरं का?" नानांनी अपूर्वाईनं तिच्याकडं पाहिलं. त्या तरुणीजवळ जाताच सर्वजण ठाकठीक उभे राहिले.

"कहो जीऽ आप कौन हैं?" लाडिक सुरात तरुणी विचारू लागली.

"साहब से कहो, वे सातार के नाना पाटील साब आप से मिलने आये हैं!"

"कौन, वो नाना पाटील?" तोंडावर दोन बोटं ठेवून आश्चर्यानं ती तरुणी बोलली, "वो नाना गुंडे, डेकॉईट आये है? बाबूजी से क्या काम है उनका?"

फार वेळ न थांबता ती मुलगी आत पळाली. तरुण सातारी नेता म्हणाला,

“पाटीलसाहेब, मुलीचं काही मनावर घेऊ नका.”

“चलाऽऽ मला इथं एक मिनिटभरबी थांबायची इच्छा नाही. बाप घरात जे सांगीत असंल तेच पोरगी बोलत असेल. साहेब केवढंबी मोठं असू देत. आमाला कशाची हाव न्हाई. त्याचं तोंडबी बघायची इच्छा नाही माजीऽऽ. आमी स्वाभिमानी माणसं आहोत.”

क्षणभरही न थांबता दाण् दाण् पावलं वाजवीत नाना कार्यकर्त्यांसह बाहेर पडले. रस्त्यावरून धावणाऱ्या टॅक्सीला हात वर केला. टॅक्सी थांबली.

“साब, किधर जानेका है?”

“आमच्या मुलखाला.”

“आपला मुलूख? कौनसा?”

“परळ, लालबाग-गिरणगावाकडंच की, दुसरं आमी कुठं जाऊ?”

* * *

एक घोंगडं, एक ट्रंक, ट्रंकेत खादी कपड्यांचा आणखी एक जोड आणि वर्तमानपत्रांची कात्रणं एवढं साहित्य पाठीशी मारून नाना शेतकरी कामगार पक्षाच्या प्रचारासाठी बाहेर पडत होते. स्वातंत्र्याआधी महाराष्ट्र प्रांतिक काँग्रेसमध्ये सरळ-सरळ दोन गट पडले होते. केशवराव जेधे, शंकरराव मोरे, काकासाहेब वाघ, तुळशीदास जाधव, नाना पाटील आणि माधवराव बागल या मंडळींनी शे.का. पक्ष स्थापन केला होता. कष्टकऱ्यांचं राज्य हे क्रांतिसिंहांचं स्वप्न. हा पक्ष वाढवून एक दिवस श्रमिक राज्य येईल, अशी भाबडी आशा धरून नाना रात्रंदिवस राबराबत होते.

काँग्रेस सोडताना त्यांच्या जिवावर आलेलं; पण गांधीजींची काँग्रेस कालौघात नष्ट झाल्याचं त्यांना जाणवलं होतं. आता नवा मंत्र घेऊन चळवळे नाना नवी चळवळ नेटाने पुढं नेत होते, लोकांच्या सभा घेत होते. तांबड्या निशाणाखाली एकत्र येण्याचे आवाहन करीत होते;

“आपल्या शेतकामात चांगलं पीक येण्यासाठी आमी काय करतू? एक पीक नांगराच्या तासात गाडतू. तसं जुनं काँग्रेसीचं पीक गाडा म्हंजी शेतकरी कामगार पक्षाचं झन्नाट पीक यील.”

लोक सभेत अडवून नानांना मध्येच प्रश्न करीत होते,

“तुम्ही काँग्रेस ही आपली आई म्हणीत हुता? मग आईला सोडून आता कुठं बाहेर पळता?”

“स्वराज्य मिळाल्याच्या आधी काँग्रेस आमची आय होतीच. मी कुठं न्हाई म्हणतो?” नाना सर्वांना समजावीत होते, “पर ती आय होती गांधीबाबांची, ती आय होती टिळकांची! स्वराज्य मिळालं आनि आयच्या दुधात फरक पडला, पुन्ना तर ते दूध कडू कडू वाटू लागलं. उशिरानं डोक्यात प्रकाश पडला. आमची आय

आमाला वनवासी टाकून निघून गेली, सत्तेचाळसात. आता आयच्या जाग्यावर पुतनामावशी बसलीयाऽ!''

उनापावसातून नाना वणवण करून हिंडत होते. सर्वांना तांबड्या झेंड्याखाली आणण्याचा कसोशीनं प्रयत्न करीत होते.

* * *

गेल्या चार दिवसांत नाना उदास उदास दिसत होते. शे.का. पक्षाच्या अंतर्गत कलहाला कंटाळून त्यांनी पक्षाचा राजीनामा दिला. तेथून उडी घेऊन नवजीवन संघटनेमध्ये काही दिवस काम केलं; पण त्याही ठिकाणी त्यांना अपेक्षित असलेली श्रमिक चळवळ दिसेना, म्हणून त्यांनी एक दिवस सरळ कम्युनिस्ट पक्षामध्ये प्रवेश केला. गोरगरिबांच्या राज्याची अधिक जिवंत स्वप्नं ते रंगवू लागले. भारतीय किसान परिषदेचं अध्यक्षस्थानही त्यांच्याकडे चालून आलं. त्यांनी न थांबता भारतभर दौरा केला. भाषेची अडचण येते म्हणून थांबले नाहीत. दुभाषे घेऊन वेळा निभावून नेल्या. आता तर त्यांना साम्यवादी रशियाला जायची संधी आलेली; पण ग्यानबाची खरी मेख इथंच होती. रशियाला जाणं चार दिवसांवर येऊन ठेपलं होतं; पण अंगावर पुरेसे कपडे नव्हते.

नानांचं मन हिरमुसलं झालं. ज्या एकोणीसशे बेचाळीसच्या आंदोलनाने उदंड कीर्ती मिळवून दिली, तेव्हा काय झालं होतं? केवळ पैशांअभावी त्यांना मुंबई काँग्रेसला हजर राहता आलं नाही. आता तर रशियाला जाण्याची संधी आली होती. पुढारलेली शेती, औद्योगिक प्रगती अशा कितीतरी गोष्टी त्यांनी याआधी ऐकलेल्या. शेतकऱ्यांच्या जिवाभावाचे नेते म्हणूनच त्यांची शेतकरी शिष्टमंडळात निवड झालेली.

घर सोडल्यापासून असं हे दुष्टचक्र चाललेलं. त्यांची अगदी जवळून काळजी घेईल असं कोणी नव्हतं. जे थोडे नातेवाईक होते, त्यांना सोसाट्याच्या वाऱ्यासारखे सर्वत्र धावणारे नाना सापडणे शक्य नव्हते. जेवणाचं ठिकाण एक नाही. ज्या गावी ज्या कार्यक्रमासाठी जातील तिथंच जेवायचे. पैशांची साठवणूक नावाचा प्रकार तर अजिबात नाही. अनेक वेळा लाखांच्या थैल्या जनतेनं बहाल केल्या. नानांनी त्यातील पैलाही कधी स्पर्श केला नाही. ज्या पक्षात होते त्या पक्षाच्या कार्यकर्त्यांकडे पै नि पै सुपूर्द. जेवणाखाण्याचे चोचले तर माहीतच नाहीत. अजूनही मक्याची कणसं आणि नदीचं पाणी मिळालं तरी महिना महिनाभर दुसरं काही नको. यामुळेच नानांची अशी कधीकधी पंचाईत व्हायची. कुठे प्रवासाला चालले तर गाठीला पैसा नसायचा. कपड्यांची काळजी त्यांची त्यांनी घ्यायची. जनसागरात राहूनही वैयक्तिक आयुष्यात एकाकी राहणाऱ्या नानांची काळजी कोण घेणार?

नाना स्वतःच्या मनाशी भांड भांडले. पुन्हा नेहमीच्या सवयीने स्वत:च स्वत:ची

समजूत घातली! असेनात का जाडेभरडे जुने कपडे. राणीच्या पुत्राला ज्योतिबा फुले भेटायला गेले तेव्हा त्यांनी काय घातलं होतं? रशियाचे लोक म्हणतील, हा खरा शेतकरी नेता आहे. वर वर जरी नानांनी स्वतःची समजूत घातली तरी ते अंतर्मनाला फसवत नव्हते. अमाप लोकप्रियता आणि लोकमान्यता मिळूनसुद्धा दारिद्र्यकर्दमात रुतलेले पाय बाहेर निघत नव्हते. खूप विचार झाला. हिरमुसलेल्या स्थितीमध्ये मुंबई गाठली. रशियाला जाणं दोन दिवसांवर आलेलं.

मुंबईत डॉ. मोऱ्यांचा निरोप घ्यायला नाना आले. मोरे विचारू लागले,

"अण्णा, रशियाला जाता, अंगावर कपडे तरी नवे शिवा."

"पुरा नागवा तरी जात न्हाई?" नाना विषण्ण होऊन बोलले.

फिरायला म्हणून डॉ. मोऱ्यांनी नानांना बाहेर काढलं. सरळ कपड्यांच्या दुकानात गेले. कोटाचं कापड मागवलं.

"अवो डॉक्टर, कशाला हे?"

"असू द्या वो अण्णा."

मोऱ्यांनी नानांची काही मात्रा चालू दिली नाही. दोघेजण कापड घेऊन बाबूभाई जगजीवनदासांच्या दुकानी गेले. बाबूभाईंनी दूध मागवलं. कोटाचं माप घेतलं.

"किती शिलाई झाली?"

"डॉक्टर, असं कसं बोलता?" बाबूभाई चमकून म्हणाले, "अशा मोठ्या माणसाकडून पैसे घेऊन आम्ही कुठं जाऊ? राहू देत पैसे!"

डॉ. मोरे आणि नाना परेलच्या रस्त्याला लागले. भुईमुगाच्या शेंगा नुकत्याच बाजारात आलेल्या. गाड्यावर भाजलेल्या शेंगांनी नानांचं लक्ष वेधलं. शेंगा खरेदी केल्या. शिलाईच्या पावत्या आणि शेंगा नेहरू शर्टाच्या खिशात टाकीत नाना म्हणाले,

"डॉक्टर, कमळाबाईस्नी सांगा, परक्या देशात गेल्यावर पंचाईत नको. अर्धी पायली शेंगा आणि गुळाचा खडा बांधा आठवणीनं सामानातऽ"

* * *

नाना रशियावरून परत आल्याचं कळलं. वाळव्याचे शेतकरी नागनाथांच्या हायस्कूलमध्ये गोळा झाले. नाना आल्याचं कळलं की साऱ्या शेतकऱ्यांची त्यांच्यावर अशी झडप पडायची. सागागत सरळसोट मनाचा माणूस. त्याच्याशी बोलायला भीती कसली? घरातल्या थोरल्या भावाबरोबर बोलल्यागत सारी नानांशी बोलायची. आता तर नाना रशियावरून आलेले. बऱ्याच नव्या गोष्टी कळणार म्हणून न चुकता सारे शेतकरी जमा झाले.

आजीबाईने नातवंडांना घेऊन बसावे तसे नाना आपल्याभोवती शेतकरी घेऊन बसले. आजीच्या अपूर्वाईनं रशियाच्या गोष्टी सांगू लागले. विशेषतः रशियन

शेतीवर नाना खूष दिसले. मॉस्को शहराबाबतही बरेचसे बोलले. बोलता बोलता म्हणाले,

"रशियातला ट्रॅक्टर अक्षी हत्तीएवढा वो, कामालाबी हत्तीवाणी!"

"अण्णा, मग येताना आणायचा न्हाई एकादा?" एक शेतकरी म्हणाला.

"आरं, आपणाला साधी बैलजोडी परवडती का? मग त्या हत्तीचा खाणा कुणी पुरवायचा? आनि समजा आणला ट्रॅक्टर, तर आमची रानं कशी नांगरायची? आपल्या शेतीचं तुकडं केवढं मोठं? कुंपणावर वाळत घातलेल्या लंगुट्याएवढं! दोन्ही बांध एकमेकांचा मुका घेत्यात. अशात जर ट्रॅक्टर लावला तर कसं हुईल?"

नानांच्या बोलावर सारी हसली. नाना थोडे गंभीर होऊन म्हणाले,

"जर ट्रॅक्टर आणायचाच झाला तर काय करावं लागंल? साऱ्या कसाऊ जमिनी एकजागी केल्या पायजेत. त्यातलं भांडवलदारीचं तन लागल्या हातानं उपडलं पायजे. रानातच क्रांतीचा जाळ पेटवून राब भाजून घेतला पायजे. मग समाजवादाचं पीक आपुआप यील."

नानांनी रशियाच्या नाना गोष्टी ऐकविल्या. मध्येच ते एकाएकी खोऽ खोऽ करून हसू लागले. नाना एवढं का हसताहेत, कुणालाच कोडे सुटेना. जरा शांत होऊन नानाच सांगू लागले,

"रशियातली प्रत्येक गोष्ट म्हणजे आक्रीतच. प्रत्येक घरात संडास असतं तिथं. स्वातंत्र्य मिळून दहा वर्षं झाली, आपण अजून माळावरच तांब्या घेऊन पळतू ही गोष्ट सोडा. तर तिथल्या संडासाला 'कमोड' म्हणत्यात. राजवाड्यात असावी तशी गुळगुळीत फरशी आत. तेच्यावर पुन्हा गालिचा. नुसतं मऊ मऊ सूत. कमोडावर बारीक गोल फळी. फळीवर नक्षी. चंदनाच्या पाटावर असती त्यापेक्षा भारी. सारं बघितच उभा ऱ्हायलो. मूळ काम बाजूलाच. माजं खाली बसायचं धाडस झालं न्हाई. तसंच धोतर बांधलं आनि पळालू बाहीरऽ!"

सर्वांच्या हसून मुरकुंड्या वळल्या. दोन तास गप्पा झाल्या. राम राम करून शेतकरी घरी निघाले. इतक्यात नानांना कसलीशी आठवण झाली. "अरं थांबा थांबाऽ रशियावरनं एक झकास गोष्ट आणलीया." नानांच्या हाकेसरशी शेतकरी माघारी वळले. काय वस्तू आणलीय याचं औत्सुक्य वाढलं. नानांनी खिशातील एक पुडी काढली. देवाचा भंडारा लावावा तसा पुडीतला अंगारा प्रत्येकाच्या भाळी लावू लागले.

"अण्णा, हे काय? काय?"

"ही रशियातली माती हाय."

"ती आनि कशाला?"

"कशाला?" नाना हसून बोलले, "ती माती यशस्वी हाय. या मातीनं रशियाचा शेतकरी सुखी केला. भारतातला कवा सुखी होणार? म्हणून माती आणली. तुमच्या कपाळी लावली. मनाशी म्हटलं – माते, तिकडचा शेतकरी सुखी केलास.

आता हेच यश माज्या देशातल्या शेतकऱ्यांना दे! त्यांचं कल्याण होऊ दे!''

* * *

साधी चूक झाली तरी नाना फणा काढून उभे राहायचे. आता तर सर्व महाराष्ट्रावर अन्याय झाला होता. गुजराती बांधवांनी मुंबईची मागणी केली होती. भाषावार प्रांतरचनेमध्ये महाराष्ट्राच्या माथी सरळ अन्याय मारला होता. मुंबईच्या शिवाजी पार्कचा तर इतिहासच बदलून गेला होता. संयुक्त महाराष्ट्राच्या मागणीचं ते प्रभावी व्यासपीठ ठरलं होतं. त्यावरून आचार्य अत्रे आणि नाना पाटील हे उदंड वक्तृत्वाचे दोन मोहरे विशेष चमकत होते. दोघांही हरिहरांनी महाराष्ट्राच्या आवाजाला जाग आणली होती.

सत्तेच्या तुकड्यासाठी काही महाराष्ट्रीय लोकही मराठी मातीशी बेइमान झाले होते; पण महाराष्ट्र आपला मुलूख सोडायला अजिबात तयार नव्हता. १९४२ प्रमाणे महाराष्ट्रात या आंदोलनाने आगडोंब उसळला होता. महाराष्ट्रद्रोह करणाऱ्या व्यक्तींविरोधी नाना नुसती आगपाखड करीत होते. ''पाडी शेतकऱ्यांच्याच गाईची हायत; पण जुंपलीत मात्र सावकारांच्या गाडींना!'' अशा रोखठोक भाषेमध्ये ते समाचार घेत होते.

नाना बोलत होते, तेव्हा शिवाजी पार्कवर आषाढमेघ ढासळल्याचा भास होत होता. टाळ्यांच्या पावसात सभा न्हाऊन निघत होत्या. त्यांची वक्तृत्व-तलवार तेजाने तळपत होती. साधी उदाहरणे देऊन ते महान जनजागरण करीत होते. मुंबई भौगोलिकदृष्ट्या महाराष्ट्राची असली तरी त्यात वैभव गुजराती लोकांनी ओतलं, म्हणून ती आमची आहे असा दावा होत होता. नाना त्यांना अस्सल उदाहरणांनी सणकून उत्तर देत होते,

''दोस्तानू, गुजराती बांधव म्हणत्यात मुंबई आमची हाय. का तर हिथं कारखानं, गिरण्या, उद्योग आमी उभं केलं. मुंबईला गुजरात्यांनी मोठी केली हे मलाबी कबूल हाय. पण म्हणून मुंबई त्यांची हाय का? आता हे बघा, आपलं प्वार असतं. लहान प्वार. शेंबडं, मेखडं असतं. ते चांगलं व्हावं म्हणून आयबा डोंगऱ्याचं ग्राईप वॉटर पाजतु. का तर प्वार चांगलं होऊ दे, प्वार गुटगुटीत होतं, वाढतं – आरं, बाळ गुटगुटीत झालं म्हणून ते हाय कुणाचं? डोंगऱ्याच्या 'बा'चं का तेच्या पदरच्या आयबाचं? मग सांगा बरं, मुंबई कुणाची? गुजरात्यांची का महाराष्ट्राची?''

नानांचं उदाहरण संपलं मात्र, शिवाजी पार्क वेडा होऊन नाचला. घोषणांवर घोषणा गगनाला भिडू लागल्या. ''भालकी, बिदरगी, कारवार, बेळगावसह संयुक्त महाराष्ट्र झालाच पायजेऽऽ!''

संयुक्त महाराष्ट्र समितीचं निशाण घेऊन नाना आता फिरत होते. कोल्हापूर,

सांगलीपासून ते नागपूरपर्यंत उभा महाराष्ट्र तुडवीत होते. "जो अळणी असंल त्यो या लढ्यात भाग घेणार न्हाईऽ" असं सहभागी न होणाऱ्यांना डिवचीत होते.

* * *

पहाट झालेली. सारा जेल स्तब्ध होता. पहारा करणारे पोलीस डुलक्या घेत होते. एवढ्यात ठोऽ ठोऽ असा आवाज झाला. सारा तुरुंग गर्जू लागला. अशा पहाटे हा कशाचा आवाज? ड्यूटीवरचा हवालदार बावरून गेला. आपल्या सोबत्याला विचारू लागला,

"आवाज कशाचा? भिंत फोडून कोण बाहीर जातंय का?"

"अरे, वो नाना होगा?"

"कौन नाना रे?"

"वो सातार का नाना. अबी अबी जाग उठा होगा. ब्रिटिश साहब के साथ मुकाबला किया है, आता आपणाला सोडील काय?"

हवालदाराने नानांच्या खोलीमध्ये डोकावून पाहिलं. खरोखरच नाना उघड्याबंब अंगाने जोर मारीत होते. बैठका काढीत होते. पायांजवळ घाम साचत होता. गुटगुटीत अंगानं त्यांनी बराच वेळ व्यायाम घेतला. दमूनभागून खाली बसले.

सोळा जानेवारीला त्यांना अटक झाली होती. स्वातंत्र्योत्तर काळातही तुरुंगाच्या खेपा चालू होत्या. ज्याला अन्यायाविरोधी लढायचं त्यानं येरवड्याची एकादशी केलीच पाहिजे, असे ते मित्रांना अभिमानाने सांगत. एक ट्रंक घेऊन आणि खांद्यावर घोंगडं टाकून ते व्यासपीठावर तरी निघत किंवा तुरुंगाकडे तरी चालू लागत. संयुक्त महाराष्ट्राच्या इतर नेत्यांबरोबर त्यांनाही अटक झालेली; म्हणूनच ते ऑर्थर रोड जेलची हवा खात होते.

व्यायाम आटोपल्यावर नानांनी पिशवीत हात घातला. तोंडात खोबऱ्याचे आणि गुळाचे तुकडे टाकून ते बाहेर आले. खोलीचा दरवाजा उघडला गेला होता. राजकैदी तुरुंगातील आवारातून फिरावयास रिकामे झाले होते. नानांच्या पाठीवर कोणीतरी थाप मारली.

"अं – कोण ते? अत्रेसाहेब?"

"नानासाहेब, एवढ्या उतारवयातही आपण अठरा वर्षांच्या पोरासारखा व्यायाम कसा करता बुवा?"

"ज्याला कुस्ती करायची त्यानं व्यायाम केलाच पायजी." हसत नाना उत्तरले.

"आता आणखी कसली कुस्ती?" अत्रे.

"आधी इंग्रजी बकासुराला लोळविला. म्हटलं तालीम सोडावी; पण परदेशी बकासुर संपल्यावर देशी बकासुर उगावलं. मग कुस्ती थांबवून कशी चालंल? अत्रेसाब, पुरं आयुष्यच आखाडा हून बसलंयऽ!"

सर्व राजकैद्यांनी ‘हॅबियस कॉर्पस’चा अर्ज केलेला. त्यासाठी सर्वांना मुंबई हायकोर्टामध्ये न्यायचं होतं. तुरुंगाच्या आवारात सर्वांना नेण्यासाठी गाड्या आल्या. पहिल्या वर्गाच्या कैद्यांसाठी बंद गाड्या होत्या. दुसऱ्या वर्गाचे कैदी उघड्या गाडीतून नेले जाणार होते. तेव्हा नाना जाम वैतागले. उघड्या गाडीतून जाणे त्यांना मानवेना. हवालदार पुढे आला आणि म्हणाला,

“चलो नानासाब, चलोऽ”

“तुजा बा जाईल उघड्यातून.” नाना फणकारले.

नानांचा तो रुद्रावतार बघून हवालदार आणि इतर अधिकारी वरमले. तक्रार जेलरपर्यंत गेली. सर्वांना बंद गाडीतून न्यायचा हुकूम घेऊन हवालदार आला. नाना आनंदाने बेहोष होऊन घोषणा देऊ लागले;

“मुंबईसह संयुक्त महाराष्ट्र झालाच पाहिजे!”

पोलीसगाडीमध्ये बसल्यावरही नानांचा आवाज थांबला नाही. आपल्या सातव्या पटीने आवाज चढवून नाना घोषणा देऊ लागले.

चौकशी समितीपुढे एकेका राजकैद्याचं म्हणणं मांडलं जाऊ लागलं. प्रश्नांची सरबत्ती सुरू झाली. न्यायाधीशसाहेब धीरगंभीर आवाजात नानांना विचारू लागले,

“आपण आपल्या भाषणांतून हिंसामूलक प्रचार करता, याची आपणाला कल्पना आहे का?”

“त्यो कसा काय?”

“तुम्ही एका भाषणात म्हणाला, ‘जर सरकार गोळ्या पेरील तर गोळ्याच उगवतील!’ या तुमच्या वाक्यातून हिंसेस चिथावणी स्पष्ट होत नाही का?”

“तसं कसं वो? मी आपला शेतकरी माणूस. रानामाळातली उदाहरणं न्हाई सांगणार तर काय सांगणार? शेतकऱ्याची भाषाच नव्हं ही? गव्ह पेरला, गव्ह उगवंल. ज्वारी पेरली तर ज्वारी वाढंल. तसंच हे बी – गोळ्या पेरल्या तर गोळ्या उगावतील! हेचा अर्थ मी कुणाला गोळ्या घाला म्हटलं न्हाई.”

नानाने अधिकाऱ्याला निरुत्तर केलं.

सर्व राजकीय कैद्यांना नऊ महिन्यांची शिक्षा झाली. पोलीस व्हॅन नाशिकच्या दिशेनं झेपावू लागली. नानांमधला रानहाक्या जागा झाला. ते पोलीस व्हॅनमधूनच घोषणा देऊ लागले,

“मुंबईसह संयुक्त महाराष्ट्र झालाच पायजेऽऽ”

पोलिसांनी नानांच्या या घोषणांचा आणि त्यांच्या एकूण आविर्भावाचा धसकाच घेतला. नाशिक तुरुंगात गेल्यावर जेलरसह सर्वांचं धावणं पडलं. कसला नाना आहे ते बघायचं. तुरुंगात पाय ठेवल्या ठेवल्या ते गरजले, “संयुक्त महाराष्ट्र झालाच पाहिजेऽ” घोषणांमुळे कितीतरी वेळ नाशिक तुरुंग दणाणत होता.

रात्री आठ वाजले. नानांनी जेवण उरकले. तोच हवालदार आला. खोलीला कुलूप घालू लागला.

"का रं बाबा गडबड?" नाना.

"तुमचं दार आठ वाजताच बंद करायचा हुकूम हाय."

"का? असं का?"

"सायबास्नी तुमचा धसका वाटतो."

नाना खोऽखो करून हसले.

* * *

एखाद्या गावच्या जत्रेला अथवा उरसाला जावं असाच नानांना तुरुंग वाटत होता. पूर्वीसारखी चक्की पिसण्याची कठीण शिक्षा आता राहिलीच नव्हती. आता तर ते राजकीय कैदी होते. सारं कसं नित्रास होतं.

नाना रोज सकाळी उठायचे. त्यांचा व्यायाम सुरू व्हायचा. शड्डूच्या आवाजाने इतर कैदी जागे व्हायचे. त्यांना बिनघड्याळाचा गजर मिळायचा.

हौदावर अंघोळ करताना अंग चांगलं खळखळून धुण्याकडे त्यांचा कटाक्ष असायचा. अंघोळ करताना मध्येच लहर आली तर ते पुन्हा दोन-चार शड्डू ठोकायचे. पोलिसांच्या पोटात मुरडा उठायचा; पण बोलायचं धाडस व्हायचं नाही. जेवणाला विशेष चवच नसायची. नाना आमटीत भाकरी कुस्करून भाकरी भातागत कालवायचे. मग निवांत घास दाबणं सुरू व्हायचं.

दुपारी चाहत्यांना पत्रं लिहायची. दोन-तीन वर्तमानपत्रांची ओळ नि ओळ हुकमागत वाचायची. या वेळी सर्व राजबंदी एकत्र यायचे. चर्चा घडायच्या. हास्यविनोदात नाना आघाडीवर असायचेच. बोलू लागले की तासन्‌तास थांबायचे नाहीत. कम्युनिस्ट पक्षाच्या राजबंद्यांबरोबर ते लेनिन, कार्ल मार्क्स यांवर चर्चा करीत. नवी माहिती मिळवीत.

सकाळी नाना हौदावर अंघोळ करीत होते. बाजूला दंगा चाललेला. कृष्णा मेणसे एका हवालदाराशी भांडत होते. नानांना गंमत वाटली. भांडण काही गमतीचे नव्हते; पण कृष्णा मेणसे हवालदाराशी हिंदीमध्ये भांडत होते. भांडण संपल्यावर मेणसे हौदाजवळ आले. त्यांना नाना हसून म्हणाले,

"मेणसे, तुमी काय फाकडू हिंदी बोलता वो?"

"बोलली पाहिजे, अण्णा. ती आपली राष्ट्रभाषा–"

"मग मला शिकवा की राष्ट्रभाषा."

नानांच्या उद्‌गाराने मेणसे थबकले. हा साठीला आलेला माणूस, याला या वयात काय करायची हिंदी? पण मेणश्यांना नानांचा निर्धारी स्वभाव चांगला माहीत

होता. जे करतो म्हणेल ते करणारच. मेणसे विचारू लागले,

“अण्णा, या आधी का शिकला नाहीत हिंदी?”

“हिंदी शिकावं असं पूर्वीपास्नं वाटतंय; पण सारं आयुष्य तुरुंगात आनि भूमिगत गेलं, साधी मराठी भाषा बोलायची सोय नव्हती, आनि हिंदी भाषा शिकता कुठून?”

“म्हणजे तुमची इच्छा होती तर?”

“इच्छा? अवो, तुमच्यासारखा गुरू जर मला भेटला असता तर हिंदी काय, विंग्रजीबी शिकलो असतो. जाहीर ठिकाणी सायबाची हजामत केली असती.”

नानांची विलक्षण जिद्द पाहून मेणसेंनी होकार दिला.

दुपारी नानांना झोप लागली नाही. आपण हिंदी शिकणार या कल्पनेनं त्यांना गुदगुल्या होऊ लागल्या. पत्रव्यवहार आणि वृत्तपत्रवाचन आटोपतं घेतलं. लगेच जाऊन त्यांनी मेणसेंना गाठलं.

पहिलाच दिवस असल्यानं पाटीची तजवीज नव्हती. नाना वही घेऊन बसले. मेणसे सोप्या हिंदी शब्दांचा मराठी अर्थ सांगू लागले. एकच देवनागरी लिपी असल्याने नाना वहीवर टिपण घेऊ लागले.

“हं घ्या. वह म्हणजे तो, आप म्हणजे आपण, लडका म्हणजे मुलगा, लडकी म्हणजे मुलगी.”

मेणसेही रमून गेले. एवढ्यात हुंदक्यांचा आवाज आला. ते चमकले. नानांचे डोळे पाण्याने भरून आले होते. मेणसे पाहताहेत हे लक्षात येताच नानांनी लगबगीनं आसवं पुसली. मेणसेंनी हळू आवाजात विचारलं,

“काय हो, काही कमी-जास्त?”

“काय न्हाय, एक जुनी आठवण झाली.”

“आठवण? कसली हो?”

“फार जुनी गोष्ट हाय ती. तुमी मला जसं हिंदी शिकवता तसाच मी एके काळी माज्या कारभारणीला मराठी शिकवीत हुतो.” नाना सांगू लागले.

“तुमी आपल्या पत्नीला शिकविलं? किती साली?” मेणसेंना धक्का बसला.

“एकोणीसशे पंचवीस.”

“बाप रेऽ” मेणसे आश्चर्याने विचारू लागले, “एकोणीसशे पंचवीस? आनि मराठा जातीमध्ये स्वतःच्या बायकोला शिक्षण? अहो, अद्यापसुद्धा मुलींना कोणी शाळेत धाडत नाही आणि तुम्ही–”

“त्या टायमाला मी सत्यशोधकाचा प्रचारक हुतो. खरा सत्यशोधक त्योच जो सुधारणेला घरापासून सुरुवात करतो; म्हणून बायकू शाणी केली.”

“गुड!”

“आकू शाणी झाली. ग्रंथ वाचायला लागली. मी तुरुंगात गेलू आनि माजा

ध्यास लागून तिनं जगाला रामराम ठोकला. तिथून पुढं धडा अपुरा राहिला.'' नानांना दाटून आलं.

आपण नवं काय ऐकतोय याची कल्पना मेणसेंना येईना. एवढे ते अवाक झाले. एक नवं गूढ उकलल्याचं समाधान त्यांना मिळालं. कातर सुरांमध्ये नाना स्वतःशीच बोलल्यासारखे करून सांगू लागले,

''घरादाराच्या विरोधाला आकू घाबरली न्हाई. त्या काळात बाईजातीनं पाटी हातात घेणं म्हणजे धर्म बुडवायचा. आकू तयार होत नव्हती; पण पुन्ना निश्चयानं तयार झाली. 'रामविजय'ही वाचून काढला. तिला मला सावित्रीबाई करायची हुती; पर डाव अर्धा राहिलाऽ धडा अर्धा राहिलाऽऽ''

नाना एकसारखे भारावून बोलत होते. त्यांचं वाक्य नि वाक्य मेणसे शांतपणे ऐकत होते. नाना शांत झाले, तेव्हा मेणसेंनी विचारलं,

''अण्णा, तुम्ही दुसरं लग्न का केलं नाही?''

''लगीन?'' नाना विषण्ण हसून म्हणाले, ''लग्नाच्या गोष्टी आता सुचल्यात तुमाला; पण आमी जेवा उडी घेतली, तवा कुठं माहीत होतं भारत कधी स्वतंत्र होणार काय? तुरुंगात खितपत पडून न्हाई तर गोळी लागून मरणंच आमच्या नशिबात होतं. देवदयेनं वाचलो. आमच्या चळवळी हेच आमचं लगीन.''

बराच वेळ नाना गतस्मृतींमध्ये गुंगले होते.

''अण्णा, आता पुढचे धडे उद्या घेऊ.'' मेणसे म्हणाले.

''छ्या छ्या, मेणसे,'' नाना बोलले, ''आवं, नांगरणीसाठी जुपी करून जायाचं आनि चार तासबी न घालता मागं फिरायचं? आज चौथाई तरी हुंदे की?''

* * *

सातारा जिल्ह्यातील एका प्रसिद्ध गावामध्ये सभा चालली होती. सत्तावन्नच्या लोकसभेच्या निवडणुकीची रणधुमाळी चाललेली. संयुक्त महाराष्ट्राला पाठिंबा की विरोध या प्रश्नावरच ही निवडणूक गाजत होती. संयुक्त महाराष्ट्र समितीचे उमेदवार म्हणून नाना कराडची जागा लढवीत होते. आळतेकरांसारखा जबर माणूस काँग्रेसने नानांविरोधी उभा केला होता. नानांचं निवडणुकीचं मुख्य भांडवल त्यांची लोकप्रियता आणि खणखणीत आवाज हेच होतं. डोंबाऱ्याच्या पोराने तारेवरून लीलया उड्या माराव्यात, तसे नाना वक्तृत्वफड चौफेर दणाणून सोडीत होते. आजच्या सभेला प्रचंड गर्दी होती. लोक दाटीवाटीनं बसून भाषणं ऐकत होते. निवडणुकीत आपल्याला 'पोत्यानं' मतं मिळतील, असं गणित नानांनी मांडलेलं. एवढी प्रचंड गर्दी पाहून त्यांना सरसरून आलं. हाताच्या बाह्या पाठीमागं सारून ते गर्जू लागले.

''दोस्तांनू, काँग्रेसवाल्यांचं राज्य म्हणजे आश्वासन. या राज्यात दुसरं काई

पिकत नसलं तरी आश्वासनं रग्गड पिकत्यात. तुमास्नी माहीत असलेली गोष्ट सांगतू. आपूण रानात शेळी घेऊन जातू. जिकडं हिरवं दिसंल तिकडं शेळी धावती. शेतकरीदादा तिची दोरी सोडतू. शेळी बांधाबांधानं पळती. मग शेतकरी काय करतू? शेळीला मागं बोलीवतू, ''हर्ऽ हर्ऽऽ हर्र्र्र्ऽऽ'' म्हणून ओरडतू. शेळी ऐकंना म्हणून हाताची मूठ झाकतो. पुन्हा बोलीवतू. हर्ऽऽ ये बाई, ये. झाकलेली मूठ बघून शेळीला काय वाटतं, माज्या धन्याच्या हातामधी काय तरी हाय. ती लगा लगा ब्यां ब्यां करीत जवळ येती. एकदा शेळी जवळ आली की शेतकरी हाताची मूठ झट्‌दिश्या उघडतू आनि पट्‌दिश्या शेळीचं मानगूट धरतू. तर दोस्तांनू, या शेळीगतच आम्हा जनतेची अवस्था हाय. हे मंत्री लोक आश्वासनाची मूठ दाखवित्यात आनि ओरडत्यात, हर्ऽ रऽऽ रऽऽ र्ऽ येऽ ये, ह्यो बघ समाजवाद येऽ पर येऽऽ. ह्यो बघ समाजवाद घेऽ पर येऽऽ''

नाना बोलत होते आणि सभा टाळ्यांच्या कडकडाटात फुलून जात होती. लोक हसून हसून बेजार होत होते. नानांबरोबर सारे ताल धरून ओरडत होते. हर्ऽऽ ये. नानाही चांगले गुंगून गेले होते. ते फक्त शब्द उच्चारीत होते –

''येऽ येऽऽ गरिबी नष्ट करतूऽ''

''हर्हर्ऽऽ'' लोक ओरडत होते.

''ये साक्षरताऽऽ''

''हर्हर्ऽऽ''

''येऽऽ साखर कारखाना देतू.''

''हर्हर्ऽऽ ब्यांऽऽ ब्यांऽऽ'' लोक वेडे झाले.

हर्हर्ने एवढी धमाल केली; सारी सभा बेभान होऊन ओरडू लागली. नानांनाही सभा आवरती घ्यावी लागली. ''हर्ऽ हर्ऽऽ'' करीत सर्व लोक माघारी गेले.

दुसऱ्या दिवशी त्याच व्यासपीठावर नानांच्या विरोधकांची सभा होती. प्रेक्षकांच्या डोक्यात कालची धुंदी अजूनही तशीच होती. एक मंत्रिमहोदय व्याख्यानाला उभे राहिले. एक हात उंचावून म्हणाले,

''या देशात काय आणू या? समाजवादऽऽ''

''हर्हर्ऽऽ हर्ऽऽ'' सारी सभा ओरडली.

''तुमच्या गावाला एक गिरणी बांधून देऊ.''

''हर्ऽऽ हर्ऽऽ हर्ऽऽ हर्ऽ'' सभेनं ताल धरला.

''पाहिजे असल्यास तुमच्या गावच्या नदीवर महिन्याच्या आत धरण बांधून देऊऽऽ'' वक्त्याने आवाज वाढविला.

''हर्ऽऽ हर्ऽऽ हर्ऽऽ हर्ऽऽ''

सभेला लागलेली ही विचित्र आग पाहून तो वक्ता गडबडला. काय घडतंय

हेच त्याच्या लक्षात येईना. निम्म्यात भाषण संपवून वक्ता खाली बसला. न राहवून एक संयोजक कार्यकर्ता मोठ्याने ओरडला,

"हर्रऽऽ हर्रऽऽ ब्यांऽऽ ब्यां."

* * *

साठ हजारांवर जादा मतं घेऊन नाना दिल्ली दरबारी आले होते. संसद भवनाच्या प्रचंड इमारतीकडे ते आ वासून पाहत होते. देशाच्या कानाकोपऱ्यातील पाचशेवर खासदार जमा झाले होते. बहुतेकजण कडक युरोपियन पेहरावामध्ये वावरत होते. बरेच खादीमध्येही होते; पण पूर्वीच्या जाड्याभरड्या खादीचा रंग आता पालटला होता. टिनोपॉलच्या कडक आणि भडक पेहरावात काही खासदार दिसत होते. सर्वांच्या गर्दीमधून चालताना नानांचं कोल्हापुरी पायताण संसद भवनाच्या फरशीवर खडखडत होतं. एवढी वर्षे आपण लोकसभा लोकसभा म्हणून ऐकतो; जिथे देशाच्या भविष्याची धोरणे आखली जातात, ती लोकसभा हीच तर!

मघापासून इतस्तत: फिरणारे खासदार बावरले. सर्वजण सभागृहात आपापली जागा पकडू लागले. पंतप्रधान पंडित नेहरू आणि राष्ट्रपती राजेंद्र प्रसाद सभागृहामध्ये आले. राष्ट्रपतींनी आपल्या अभिभाषणाला सुरुवात केली. ते फाड फाड करून फाकडू इंग्रजीत बोलू लागले. शेजारी बसलेल्या भाऊसाहेब महागावकरांना नाना विचारू लागले,

"भावसाब, हे कॅडबॅड कळतं का तुमास्नी?"

"समजत नसलं तरी ऐकलं पायजी." भाऊ म्हणाले.

राष्ट्रपतींच्या भाषणानंतर पंडित नेहरू बोलायला उभे राहिले. कोटावरच्या टवटवीत गुलाबाप्रमाणे ते उत्साही दिसत होते. मंद स्मितहास्य करून बराच वेळ ते इंग्रजीमध्ये बोलले. त्यातील शब्दही नानांना कळत नव्हता; पण चाचाजींच्या चेहऱ्याकडं एकटक पाहत ते पोजमध्ये बसून राहिले होते. लोकसभेचं आणखी दोन तास काम चाललं. अधिवेशनाचा पहिला दिवस होता. वेळेपूर्वी लोकसभा स्थगित झाली.

पंडितजी आपल्या आसनावरून उठून विरोधी पक्षाच्या खासदारांकडे आले. नवागतांची ओळख करून घेऊन लागले. एका साहेबाने नानांकडे बोट दाखवून नेहरूंना सांगितले,

"द मॅन फ्रॉम सातारा, मिस्टर नाना पाटील."

"ग्लॅड टू मीट यू ब्रेव्ह मॅन." चाचाजींनी नानांचा हात हाती घेतला. नेहरूंनी हात हाती दिल्यावर नानांना कसंनुसं झालं. तेही थोडे भारावले. नानांकडे नजर करून आणखी एक साहेब बोलला, "द ग्रेट रिव्होल्युशनरी स्पिरिट ऑफ महाराष्ट्रा!" नाना मनाशी म्हणाले, हेच होय आमचे पंडित नेहरू, जे संयुक्त महाराष्ट्राला विरोध करताहेत. आता सांगूनच टाकतो सारं काही. नानांनी ओठ उघडले. इतक्यात

चाचाजींनी हात पाठीमागे घेतला, ते पुढे चालू लागले.

नानांचा चाललेला गौरव पाहून महाराष्ट्राचे खासदार सुखावले. त्यांची ओळख करून घेण्यासाठी परप्रांतीय खासदारसुद्धा पुढे झाले. एकदम तीस-चाळीस खासदारांचा गराडा. सर्वांना प्रतिसरकारचा निर्माता पाहायचा होता. एक जाडजूड अंगाचा खासदार पुढे झाला. त्याने नानांना कडकडून मिठी मारली तेव्हा नाना विचारू लागले, "कोण गावकर तुमी?" तो माणूस काहीतरी कॅडबॅडच बोलू लागला. दोघं काय बोलताहेत दोघांनाही कळेना. तिसरा खासदार मध्ये झाला. दुभाषाचं काम करू लागला,

"हे बंगालचे बसू खासदार."

"बंगालचं! वाऽ वाऽऽ" नाना आनंदून बोलले, "बंगाल प्रांत म्हणजी वाघांचा प्रांत. आमचं सुभाषबाबूबी तुमच्याकडचं की. रवींद्रबाबू पण तुमच्याच गावचं. डोंगराएवढी मोठी माणसं, बरं का!"

सर्वांशी नाना धडकून बोलत होते. काही कळो न कळो, दुभाषा मिळो न मिळो. नाना आपलं घोडं पुढं रेटीत होते. बाकीचे खासदार 'ग्रेट वॉरिअर ऑफ फॉर्टी टू', 'रियल स्पिरिट ऑफ महाराष्ट्रा', 'द मॅन ऑफ पॅरलल गव्हर्नमेंट' अशा शब्दांत नानांची ओळख करून देत होते.

*　　　*　　　*

नाना आपल्या बाथरूममध्ये खळाळा अंघोळ करीत होते. दोन खासदार मित्र बैठकीच्या खोलीत त्यांची वाट पाहत होते. कामासाठी बाहेर जायचं होतं. नाना काही बाथरूममधून लवकर बाहेर येईनात. कृष्णाकाठच्या वाळवंटावर उनाला बसून अंघोळ करावी तशी अंघोळ तर चालली नसेल ना? खासदार नानांची खोली न्याहाळू लागले. पलंगावर घोंगडं पसरून टाकलेलं. पलंगाखाली एक ट्रंक, बाजूच्या कोपऱ्यात वर्तमानपत्रांचा ढीग आणि टेबलावर काही कागदपत्रं. झाला नानांचा संसार. भिंतीवरही काही फारसे नखरे नव्हते. एक शिवाजी महाराजांचा आणि दुसरा आपल्या आईचा, असे दोन फोटो नानांनी लावलेले. पलंगावर एक पत्र लिहून ठेवलेले. उत्सुकतेपोटी एका खासदाराने पत्र उचलेले. तो औत्सुक्याने वाचू लागला,

नवी दिल्ली

मा. भाऊसाहेबांना
नाना रामचंद्र पाटील, राहणार दिल्ली
यांचा राम राम.
वि. वि.
पत्रास कारण माझं इथं बेस चाललंय. आपली तब्येत कशी

आहे हे कळविणे. यंदा बैलजोडी घेणार होता त्याचं काय झालं ? शेतीचा सारा भार उरकतील अशीच बैलं घ्यावी. दुसरी गोष्ट म्हणजे माझं घोंगडं जुनं झालं आहे. तरी देवराष्ट्र्याच्या सणगराकडून नवं घोंगडं घ्यावं. दिल्लीला ताबडतोब धाडावं. संयुक्त महाराष्ट्र समितीचा जोर कसा आहे? साऱ्यांनी नेट धरावा. अधिक काय लिहू?

कळावे, ही विनंती.

आपला
नाना पाटील

पत्रातील बैलजोडी, घोंगडं हे पुराण वाचून दोघा खासदारांना हसू आवरलं नाही. एवढ्यात कमरेला लुंगी लावून उघड्याबंब अंगानं नाना बाहेर आले. आपला पसाभर हात रुंदीचा लंगोटा त्यांनी समोरच्या दांडीवर वाळत घातला. शिवाजी महाराजांच्या तसबिरीला नमस्कार केला. ''पाच मिनटांत आटोपतो.'' म्हणून ते लगेच तयारही झाले.

तिघेजण बाहेर निघाले. मध्येच आठवण होऊन एक खासदार म्हणाला,

''अण्णा, किरकोळ काम आहे, बोलू का?''

''बोला की.''

''माझी मिसेस परवा दिल्ली पाहायला येणार आहे. सोबत मुलंही असतील. पैशाची थोडी गरज होती, तेव्हा एक पाचशे–''

''पैशाचं नाव घिऊ नगा.'' नाना बोलून गेले.

''अहो, पण तुम्हाला कसला खर्च? तुम्ही हे 'असे' राहता! घरी कुठे पैसे धाडायचा प्रश्न नाही.''

''तुमास्नी काय ठावं, ही पोचपावती बघा,'' खिशातली पोच दाखवीत नाना म्हणाले, ''संयुक्त महाराष्ट्र समितीला गेल्या आठवड्यात मनिऑर्डर केलीय. माज्याजवळ मी दर महिन्याला खर्चापुरतं सव्वाशे ते दीडशे ठेवतू, बाकीचं पाठीवतू समितीला. काय करायचं हायंत पैसं मला?''

तिघेजण जनपथ रोडवर आले. एका खासदाराने टॅक्सी थांबविली. नाना बोलले,

''अवो, कशाला टॅक्सी पायजी? हापीस जवळ हाय. बसनं गेलू असतू की.''

''चला वो अण्णा.'' दुसरा बोलला.

टॅक्सी सुरू झाली. दोघा खासदारांनी नानांच्या चेष्टेला सुरुवात केली, ''अण्णा, पार्लमेंटपर्यंत जायला रोज फक्त रुपाया पडतो. एवढ्या लांब तुम्ही चालत जाता?''

''छ्या, एवढं काय लांब न्हाई ते. उगं रानाकडंनं फिरून आल्यागत वाटतं. व्यायामबी हुतो वो.''

"अहो, एवढं चिक्कू राहू नये."

"त्येचं असं हाय बघा," नाना म्हणाले, "अरं, ही खासदारकी किती दिवसाची? नुसती पाच वरसाची पाटिलकी हाय ही! पुन्ना गावाला जायचं तिथं काय हेलीकाप्टर चिखलात व्हलपटायचं काय? माणसानं लैबी उताणं वागू नये, बाबानू."

* * *

संसदेचं अधिवेशन संपलं होतं. नाना कर्मवीर दादासाहेब गायकवाडांबरोबर नाशिकच्या दौऱ्यावर होते. गावोगावच्या दलितांच्या मागण्या ऐकल्या जात होत्या. नानांची आणि दादासाहेबांची सभा एकाच व्यासपीठावर होत होती. खाणं, उठणं, राहणं सारं एकत्र होतं. दोघांच्या सहवासाने कम्युनिस्ट आणि रिपब्लिकन पक्ष काही काळ का होईना, जवळ आले होते. दादासाहेबांची आणि नानांची दोस्ती दिल्लीतच जमलेली होती. दोघेही हाडापिंडाने मजबूत; जाडजूड अंग, तेवढीच उंची अशा साम्यामुळे दिल्लीतील लोक त्यांना भाऊ-भाऊ मानायचे. सख्ख्या भावांपेक्षाही दोघांत अंतरीचा जिव्हाळा वाढलेला. एक दिवस ट्रंक आणि वळकटी घेऊन नाना दिल्लीतल्या दादासाहेबांच्या घरी राहायला गेले. बऱ्याच मराठी खासदारांनी नाके मुरडली; पण नानांना त्याची पर्वा नव्हती.

दादासाहेबांनी आणि नानांनी पायांना पाने बांधून नाशिक जिल्ह्याचा दौरा सुरू केलेला. 'आज इथं तर उद्या तिथं' या गतीनं गावं पालथणं चाललेलं. समोर दिसणाऱ्या गावाला पाण्याची एकच विहीर होती. तिथल्या हरिजनांना पाणी कोणी वाढलं तर मिळायचं, नाही तर दोन मैलांवरून कावडीने पाणी ओढायला लागायचं. ही विहीर सर्वांना खुली होण्यासाठी आज लढा द्यायचा होता. गावाला याआधीच नाना परिचयाचे होते. भूमिगत अवस्थेतून प्रगट झाल्यावर या गावी त्यांचा सत्कार झाला होता. नानांचं उत्तम भाषण झालं होतं. लोक त्यांना खांद्यावर घेऊन नाचले होते. नाना गावी येणार अशी चार दिवसांपासून कुणकुण होती; पण सर्वांना आश्चर्याचा धक्का बसलेला. महारांच्या भानगडीत पडायची नाना पाटलाला काय जरूर?

गावचा सरपंच सेवादलात वाढला होता. जास्त नसले तरी थोडे नवे विचार त्याच्याही डोक्यात घोळायचे; पण गावाला विरोध का, असा विचार करून तो मुकाट झालेला. मात्र नाना पाटील येणार म्हटल्यावर तो बावरला होता. कमी-जास्त काही घडण्याची शक्यता नाकारता येत नव्हती.

नाना दादासाहेबांसोबत रात्री गावात आले. त्यांच्या व्याख्यानासाठी सारा गाव झाडून जमला. समोरची गर्दी पाहून नानांनी अंदाज घेतला. आपल्या पाठीशी असलेलं लोकबळ वापरायचं. विरोधकांच्या तंगड्या त्यांच्याच गळ्यात अडकवायच्या. भाषण संपल्यावर विहीर हरिजनांसाठी खुली झाल्याचं गावानं जाहीर केलं पाहिजे.

शिवाजी महाराजांच्या नावाचा जयजयकार झाला. शड्डू मारून नाना व्याख्यानाला उभे राहिले. समोरच्या पटकेवाल्याला पहिला सवाल केला,

"सारी दुनया बदलली तरी आपूण मागं का? पटकंवालं पावणं, उत्तर द्या."

पटकेवाला बावरून गेला. ओशाळून म्हणाला,

"अण्णा, तुमीच सांगा, आमास्नी काय कळतं?"

"आपूण मागं राहणारच. अजून माणसाला माणूस म्हणून आपूण वळख देत न्हाई. आजच्या माज्या सभेचं बघा की, सारं गाव एका बाजूला आनि ही म्हारं, मांगं, चांभार एका बाजूला का गा? हे असं का? अरं, उत्तर द्या की."

सर्वांना सवाल टाकला; पण उत्तर कोणी देईना. एक पैलवान उठून उभा राहिला आणि म्हणाला,

"ती घाण कामं करत्यात; म्हणून आमी त्यांना बाजूला ठेवतू."

"हा आसं बघ," नाना म्हणाले, "बराबर हाय. ती घाण कामं करत्यात काय? आनि वाघाणू, रोज सकाळी उठल्या उठल्या तुमचा डावा हात कसलं काम करतू सांगा?"

या सवालाने गावकरी अडकित्त्यात सापडले. उत्तर कोणी देईना. नानांनी चिडून विचारलं,

"रोज सकाळी डावा हात घाण काम करतू म्हणून तुमी काय करता? तोडून येगळा ठेवता का? न्हाई नव्हं? तो हात पाण्यानं सॅप धुता. त्याच हाताच्या तळव्यावर तंबाखूची मिसरी ठेवता. उजव्या हाताच्या बोटानं ती मिसरी लावता दाताला. का रं, खरं का खोटं?"

सारेजण खजील झाले. तोंडे खाली झाली. गहिवरून नाना म्हणाले,

"एवढं सगळं खरं, तर त्यांना येगळं का ठेवता? आपलं आनि त्यांचं रगत एकच हाय नव्हं का? मग माणूस असून असं जनावरागत का वागता? आपल्या गांधीबाबांनी हरिजनांसाठी उभा जन्म काढला नव्हं? नाना पाटलाची तुमास्नी आण हाय, चला घ्या शपथ आनि सांगून टाका, विहीर साऱ्या गावाला खुली झाली."

मोठ्या अपेक्षेनं नानांनी पाहिलं, एकही मायेचा पूत उठून उभा राहिला नाही. एका माणसाला उभा करून ते विचारू लागले,

"का रं, विहीर खुली करायची का न्हाई?"

"ती बाटती."

"कशानं बाटती? महारांच्या अंगाला काय शिंगं हायंत का?" सर्वांना दम देत नाना म्हणाले, "ह्यो सोटा बघितला का नाना पाटलाचा? तुमी तुरुंगाची भीती घालाल तर काम येगळं हाय. माज्या गळ्यातली माळ पंढरीची असली तरी मी वारकरी येरवड्याचा हाय! ध्यानात ठेवा, ह्यो नाना विहीर खुली केल्याशिवाय

जाणार न्हाई. उद्या म्हाराला पाणी भरायला परवानगी दिली न्हाई तर रहाट चालू देणार न्हाय. ह्यो नाना पाटलाचा सबुद हाय. वांझ जायाचा न्हाई, हे ध्यानात घ्या.''

सभा संपली. नानांनी घाम पुसला. गावचा सरपंच जवळ आला. लवून म्हणाला,

''अण्णा, आता वाड्यावर जेवायला चला.''

''कुणाच्या वाड्यावर?'' नाना पिसाळले, ''आरं, माणसाला माणसाची वागणूक न देणारी जनावरं तुमी! तुमची सावलीबी अंगावर पडाय नगो. चला व्हा बाजूला भाड्यांनोऽ''

दादासाहेब, नाना कार्यकर्त्यांसह रात्री महारवाड्यात गेले. आत प्रवेश करताच ताशा-ढोलकं वाजू लागलं. दोघांना हरिजनांनी खांद्यावर घेतलं. वाजतगाजत मिरवणूक निघाली. सर्वांसाठी तक्क्यासमोर जेवणाची व्यवस्था होती. सारी एकत्र जमून जेवायला बसली. जेवणानंतर भजनाचा कार्यक्रम रंगला. झोपायला एक वाजला. तोपर्यंत महारवाडा उरूस असल्यागत गरजत होता. गाव महारवाड्यातील योट कान टवकारून ऐकत होता.

सकाळी चारला नानांना जाग आली. व्यायाम आटोपता घेऊन त्यांनी कार्यकर्त्यांसह भल्या सकाळी विहीर गाठली. आजूबाजूला चिटपाखरूही दिसत नव्हतं. विहिरीवरचा रहाट काढला आणि बाजूला घोंगडं टाकून नाना सप्पय बसले. सकाळी गावच्या बायका पाण्याला आल्या, तर खरंच नाना पाटील यमासारखा सोटा घेऊन बसलेला. कळशा, हंडे, बादल्या घेऊन आलेल्या आयाबाया ताटकळत उभ्या राहिल्या. पुढे होण्याची कोणाची ताकद नव्हती. ही बातमी गावात पसरली. सारी पुरुष मंडळी हातातली कामंधामं सोडून विहिरीकडं आली. नानांकडं टकामका पाहू लागली.

सकाळचे नऊ झाले. उभ्या राहून कंटाळलेल्या आयाबाया खाली बसल्या. गावाला या विहिरीशिवाय दुसरीकडे कुठे पाण्याची सोय नव्हती. नाना एक वर्तमानपत्र घेऊन पायावर पाय ठेवून खुशाल वाचीत बसले. वर्तमानपत्रातून मधूनच हळूच गावकऱ्यांकडे पाहू लागले. गालातल्या गालात हसू लागले. बाजूच्या रानात उभ्या राहून हरिजन स्त्रिया काय आक्रीत होतंय पाहत होत्या. नानांनी गावच्या बायांना हरिजन केलं होतं.

अकरा वाजले. ऊन चढू लागलं. फक्त चहा पिऊन आलेल्या स्त्रिया आणि मुले चुळबुळू लागली. पोटात कावळे ओरडू लागले; पण विहिरीचा रहाट काढून बाजूला काठी घेऊन बसलेले नाना दूर होईनात. सर्वजण सरपंचाकडे पाहू लागले. सरपंचाची अब्रू रात्रीच निघालेली. तो मान मोडल्याप्रमाणं बाजूच्या बांधावर बसून राहिलेला.

ऊन जास्तच वाढू लागलं. बारकी पोरं भाकरीसाठी कळवळू लागली. एक पैलवान उठला. हातात बादली घेऊन विहिरीकडं चालू लागला. सर्वजण मान

उंचावून त्याच्याकडं पाहू लागले. सर्वांचे श्वास रोखले. वृत्तपत्रातून नानांचं लक्ष पुढं गेलं. त्याबरोबर खवळलेल्या सिंहाप्रमाणे ते उसळी मारून उभे राहिले. बाजूची काठी हाती घेतली आणि पवित्र्यात उभे राहून ते गरजले,

"थांबऽ तिथंच थांबऽऽ एक पाऊल म्होरं टाकशील तर काठीच्या टिपीऱ्यात अस्मान दाखवीनऽ!"

नानांचा थरथर कापणारा देह, इंगळागत लालभडक डोळे, गोरामोरा चेहरा असं विराट दर्शन घडताच पैलवान घाबरला. बादली तिथेच टाकून पाठीमागे पळाला. गावाला पुन्हा धास्ती बसली. नाना पूर्वीच्याच थाटात वृत्तपत्र वाचीत बसले.

बारा वाजले. पोटं पाठीला लागली. लहानगी पोरं भाकरीसाठी कोकलू लागली. उन्हाचा वरून रट्टा बसू लागला. अंगातून घामाच्या धारा लागलेल्या. पोरांनी 'भाकरीऽ भाकरीऽ' म्हणून गलबला सुरू केला. भाकरी मळण्यासाठीसुद्धा पाणी नव्हतं. नानांचं लक्ष वर्तमानपत्रात नव्हतं. आशा मावळू लागली. लोकांना पाझर फुटेना. दादासाहेब गायकवाडही इकडेतिकडे पाहू लागले. दोन पोरांनी मोठ्यानं नरडं पसरलं, 'भाकरीऽऽ भाकरीऽऽ'

नाना कसल्याशा निश्चयानं उठले. त्यांनी रहाट उचलला आणि समोरच्या मातीत टाकला. ते वैतागून बोलले,

"घ्या लेको, रहाट घ्या. काढा पानी. तुमची मनं दगडाची हायंत. त्याला पाझर फुटंल कसा?"

रागाच्या झटक्यात नाना काठी घेऊन चालू लागले. एवढ्यात मोठ्यानं आवाज आला – "अण्णा, थांबाऽऽ" नानांनी चमकून पाहिलं; गावचा सरपंच होता तो. सरपंच एका हरिजनाकडं धावत गेला. त्याला कवळ्यात हात घालून घागरीसह ओढीत आणला. दोघांनी रहाट चढविला. घागर खाली सुटली. सरपंच आणि महार एकाच वेळी रहाट ओढू लागले. हरिजन बाया पुढं झाल्या. त्यांच्यामध्ये गावातल्या बायका मिसळल्या. सर्वांनी पाण्यासाठी एकत्र पाळी लावली.

ते यश पाहून दादासाहेबांनी नानांना मिठी मारली. त्यांच्या डोळ्यांत विहीर तुडुंब भरली. ते सद्‌गदित होऊन म्हणाले,

"अण्णा, तुमचं हे काम बघायला बाबासाहेब हवे होते!"

*　　　*　　　*

लोकसभेत नानांना चिमणीएवढं तोंड करून बसायला लागत होतं. बाकीचे सर्व खासदार विविध प्रश्नांवर लोकसभेत आवाज उठवायचे; पण त्यांना नाइलाजानं गप्प बसायला लागायचं. सभागृहात हिंदी किंवा इंग्रजी भाषेत बोलावं लागायचं. कृष्णा मेणसेंनी त्यांना काही हिंदीचे पाठ दिले होते. तुरुंगातून बाहेर आल्यावर कामाच्या

रामरगाड्यात त्यांना पुढचा अभ्यास जमला नाही. लोकसभेत भाषण चालू असलं की, त्यांना सरसरून येई. डोळ्यांसमोर स्वत: जिंकलेल्या लाखोच्या सभा उभ्या राहत. मन पेटून उठे. एक दिवस त्यांनी आपली तगमग दादासाहेबांना सांगितली.

"यावर काय करायचं?" दादासाहेब.

"माझ्या देशात माझ्या पार्लमेंटात बोलायला मिळूने हा अन्याय हाय."

"अहो, पण नियमच तसा आहे."

"नियम बदलता येतो की, आपलं पार्लमेंट काय इंग्लंडात भरतं का काय?"

संयुक्त महाराष्ट्राचा रणसंग्राम बाहेर चाललेला. त्याचेही पडसाद नानांना सभागृहात उमटवायचे होते. दादासाहेबांनी त्यांना सभापती अय्यंगार यांच्याकडं नेलं. दुभाष्यातर्फे बोलाचाली सुरू झाली.

"साहेब, मला संयुक्त महाराष्ट्राच्या प्रश्नावर भाषण करायचं हाय."

"करा ना, लोकसभा हे तुमचं हक्कांचं व्यासपीठ आहे." अय्यंगार म्हणाले.

"पण मला हिंदीबी येत न्हाई आनि इंग्रजी पण जमत न्हाई."

"तर मग?"

"मी मराठीतच बोलणार."

"छेऽ छेऽ इथं प्रादेशिक भाषेत बोलता येणार नाही." अय्यंगारांनी स्पष्ट नकार दिला.

"आमी मराठीतच बोलणारऽऽ"

"पण आम्हाला कळणार कसं?"

"कळत नसेल तर दुभाष्या नेमा. तुमाला समजत न्हाई हा आमचा दोष हाय काय?"

"हे उद्धट उत्तर आहे."

"अवो साहेब, कसलं उद्धट घेऊन बसलाय?" नाना सांगू लागले, "मी रशियात गेलू. तिथं माजी भाषणं मराठीत झाली. त्यांनी समजून घेतली. परक्या देशात मी माज्या भाषेत बोललू, आनि माज्या देशात मी बोलू शकत न्हाई? साहेब, हा घोर अन्याय आहे. बघा तुमाला कसं वाटतं."

अय्यंगारांनी मंद स्मित केलं.

प्रादेशिक भाषेत बोलण्याची मुभा मिळावी, या मागणीसाठी नानांच्या पाठीशी आणखी काही खासदार उभे राहिले. अर्ज-विनंत्या झाल्या. अखेर प्रादेशिक भाषांना मंजुरी मिळाली. एके दिवशी नाना पार्लमेंटमध्ये बोलायला उभे राहिले. आखाड्यात उतरलेल्या पैलवानाने मी मैदान मारणारच अशा नजरेनं सर्वांकडं पाहावं, तसंच त्यांनी सर्वांना न्याहाळलं. जाहीर सभेप्रमाणे शिवाजी महाराजांचा जयघोष केला. ज्ञानोबा-तुकोबांची मराठी संसदेत भिडली. संयुक्त महाराष्ट्रावर बोलताना नानांनी डॉ. आंबेडकरांचे या विषयावरील विचार, मोतीलाल नेहरूंची द्विभाषकासंबंधी

कल्पना असे एकापेक्षा एक पुरावे सादर केले. शिवाजी महाराज आणि मराठी मातीची थोर परंपरा सर्वांना ठासून ऐकविली. पाच-दहा मिनिटं नव्हे तर चांगले अर्धा तास नाना दणकून बोलले. भाषण संपवून खाली बसताना पुन्हा आवाज खाकरला. सिंहगर्जना केली, "बेळगाव, कारवार, मुंबई, भालकी, बिदरगीसह संयुक्त महाराष्ट्र झालाच पाहिजेऽ!" गजरातच नाना खाली बसले.

* * *

बासष्टची निवडणूक तोंडावर आली होती. दोन दिवसांनंतर प्रचार थांबणार होता, म्हणून लवकर उठून नाना तयार झाले. त्यांची ही निवडणूक अटीतटीची ठरणार होती. संयुक्त महाराष्ट्राच्या चळवळीने नानांच्या शिरपेचात आणखी एक तुरा खोवला होता. या वेळी त्यांचा विजय होऊन द्यायचा नाही, असा ठिकठिकाणी चंग बांधण्यात आला होता. एका मित्राच्या सहकार्याने त्यांना जीप मिळाली होती. धावते दौरे करून नानांचा सभांचा झपाटा सुरू होता.

सकाळी एका गावात त्यांची जीप थांबली. लवकरात लवकर सभा आटोपावी असा निरोप त्यांनी आपल्या कार्यकर्त्यांना धाडला होता. हा संपूर्ण गाव त्यांच्या पाठीशी नव्हता. दोन्ही पक्षांमध्ये निम्मी-निम्मी विभागणी झाली होती. नानांच्या कार्यकर्त्यांनी बरहुकूम व्यवस्था केलेली. सकाळी नऊलाच सभा सुरू झाली. इतर कार्यकर्ते भाषण देऊ लागले. नाना खुर्चीवर बसून राहिले. कोणी ताजं वर्तमानपत्र त्यांच्या हाती दिलं. खूण करून त्यातील बातमी दाखविली. नाना डोळे फाडफाडून बातमी वाचू लागले; साताराच्याच एका कार्यकर्त्याने नाना पाटील आणि प्रतिसरकारचा संबंध काय, असा जाहीर सवाल टाकला होता. बेचाळीसची जी झूल त्यांच्या अंगावर होती, तिला अजून कोणाची दृष्ट लागली नव्हती, लागणार नव्हती; पण त्यांचे जनसामान्यांवर बिंबलेले व्यक्तिमत्त्व पुसून काढण्याचा हा शुद्ध राजकीय डाव होता.

नानांच्या मनाला ही गोष्ट लागल्याशिवाय राहिली नाही. ते स्वतःचीच उलटतपासणी घेऊ लागले. आवाज बंद झाल्याचा तो गुरवाच्या घरचा प्रसंग सहज आठवला. मक्याची शिळी कणसं खाऊन काढलेले दिवस नजरेसमोर नाचू लागले. सत्तेसाठी इतिहासाचा प्रवाह बदलण्याचा हा खोडसाळ प्रयत्न त्यांना मानवला नाही. त्यांचं मन भरून आलं.

व्याख्यानासाठी ते जेव्हा उभे राहिले, तेव्हा याच विचारानं त्यांची पाठ सोडली नाही. ते दाटलेल्या गळ्यानं बोलू लागले,

"लोक म्हणत्यात नाना पाटलाचा आनि चळवळीचा संबंध काय? होय, मी स्पष्ट सांगतू, नाना पाटलानं काय केलंबी न्हाई, आनि नाना पाटलाबिगार काय झालंबी न्हाई!"

आजचं भाषण फारसं रंगत नव्हतं. नानांचा नेहमीचा कणखर अभिनिवेश तर

जराही दिसत नव्हता. हृदयद्रावक, मृदू शब्दांमध्ये ते बोलत होते. एवढ्यात एक मुलगा चिठ्ठी घेऊन आला. ती प्रश्नांची चिठ्ठी त्यांनी व्यासपीठावर स्वीकारली. तेथूनच ते उत्तर देऊ लागले,

"ही चिठ्ठी आलीय. माज्यावरचा आरोपबी खरा हाय. लोकहो, होय, मी पक्ष बदलले. काँग्रेस, शेतकरी कामगार, नवजीवन, कम्युनिस्ट असा प्रवास झाला. त्याचं काय झालं, मला कोल्हापुरावरनं मुंबईला जायचं होतं. सारी व्यवस्था केली. प्रवासासाठी भाकरतुकडाबी जाम बांधला. गाडी सुटायच्या आधी स्टेशनवर गेलू. मास्तरला म्हणलं, मला मुंबईचं बोरीबंदरचं तिकीट दे. गाडीत गेलू. घोंगडं हाथरलं. गाडीतच आडवा झालू. म्हटलं काळजी कशाला? ही गाडी मुंबईलाच जाणार. मिरज स्टेशन लागलं. बाकीची सारी माणसं उतरली. डबा रिकामा झाला. एवढ्यात खराटा घेऊन झाडूवाला आला. इचाराय लागला –

– पावण्या, कुठं जायाचं?

– मुंबैला.

– मग खाली उत्तर.

– का रं बाबा, तिकीट हाय की माज्याकडं, मुंबईचं.

– व्हय महाराज, पर ही गाडी मुंबैला जात न्हाई. मुंबईची गाडी पलीकडच्या फलाटाला लागलीय.

मग काय, गाशा गुंडाळला आनि पलीकडच्या गाडीत जाऊन बसलू. पुण्यात तीच तऱ्हा. तिथंबी गाडी बदलावी लागली – तर लोकहो, मी गाड्या बदलल्या असल्या तरी माझ्या जन्माचं तिकीट एकाच स्टेशनासाठी हाय. ते स्टेशन म्हंजी गोरगरीब कष्टकऱ्यांचं राज्य. मी गाड्या बदलल्या; पर मार्ग सोडला न्हाई. स्टेशन सापडू दे अगर न्हाई सापडू दे. पर मी मार्ग सोडणार न्हाई. ह्याच वाटेवर मरंन एक दिवसऽ!"

सभा संपली. सभेसाठी विरोधी पक्षाचे लोकही आले होते. विरोधकांपैकी बरेच जण नानांचे बेचाळीसचे सहकारी होते. सर्वांनी त्यांना मनापासून नमस्कार घातला. नाना शांतपणे निघून गेले.

त्याच ठिकाणी दुपारी विरोधकांची सभा सुरू झाली. सकाळी नानांच्या सभेला उपस्थित असलेले श्रोते आताही होते. एक नेता आवाज चढवून बोलू लागला –

"काय केलंया ह्या नाना पाटलानं? १९४२ च्या क्रांतिकारी लढ्यात ते तुरुंगात गेले होते का? मग त्यांना 'क्रांतिसिंह' का म्हणता? साराच वेडपटांचा बाजार."

"थांबाऽ" त्याच पक्षाचे गावातले एक मोठे कार्यकर्ते उठून उभा राहिले. "रावसाहेब, तुरुंगात जाऊन सारीच मोठी हुईत नाहीत. अवो, आमच्याबर बरीच खुळीकावरीबी डांबली होती सायबानं. पर नाना आत गेले असते तर चळवळ झाली

असती का? मार्गदर्शन कुणी केलं असतं? माणसं कुणी राबविली असती? अवो, शिवाजी महाराज प्रत्येक लढाईत होते का? लाख मरो पर लाखाचा पोशिंदा उरला पायजे म्हणूनच नानाला साऱ्या साताऱ्यानं पोट चिरून आत ठेवला होता!''

''अहो, पण तुरुंग– ''

''कशाला तुरुंगाच्या कहाण्या सांगता?'' तो कार्यकर्ता ओरडून म्हणाला, ''नानाला काय तुरुंग माहीत नव्हता का? बेचाळीसाच्या आधी मोजून दहा वेळा तुरुंगात गेले होते नानाऽ! ठावं हाय का हे तुमाला?''

''अहो, पण तुम्ही आमच्या पक्षाचे असून असे काय बोलता, भाऊसाहेब?'' नेता गडबडून विचारू लागला.

''बरोबर हाय. आमची मतं आम्ही तुम्हालाच देऊ; पण नानांच्या विरोधी वंगाळ बोलल्यालं न्हाई खपायचं. अवो, गरुड त्यो गरुड आनि निळा रंग फासला तरी कोल्हा त्यो कोल्हाऽऽ''

भाऊसाहेबांनी जोर धरला. तशी गावकरी मंडळीही नेटानं म्हणाली, ''मतं घ्या आमची, पर नानांना खोटंनाटं बोलल्यालं सहन होणार न्हाईऽऽ!'' त्या नेत्याने चेहरा पाडला. मुकाट्याने चार शब्द सांगून सभा आवरती घेतली.

*　　　　*　　　　*

नानांचा मुक्काम काही दिवस वडव्यात होता. लोकसभेच्या निवडणुकीत अपयश आलं होतं. बाहेर फिरण्याची इच्छा असूनही तूर्त बाहेर पडता येत नव्हतं. एक दिवस पोस्टमनने एक कार्ड आणून दिलं. पत्रावर एकाच ओळीत मजकूर होता. 'आपला निवडणुकीत पराभव झाल्याचं कळलं. सारी रात्र आसवांत कंठली – तुमचा संग्राम.' एकच ओळ नानांनी किती तरी वेळा वाचली. त्यांच्या डोळ्यांसमोर गोरापान वेडा संग्राम उभा राहिला. त्यांच्याही डोळ्यांत पाणी तरारलं.

*　　　　*　　　　*

एस.टी. कऱ्हाडपासून वळणं घेत घेत वडव्याच्या दिशेनं निघाली होती. १९६७ ला नानांना बीडसारख्या परक्या जिल्ह्यानं लोकसभेवर पाठवलं होतं. मराठवाड्याच्या प्रश्नांसाठी ते प्रामुख्याने भांडले होते. आता पाच वर्षांची पाटिलकी संपली होती. एस.टी.च्या बाकावर घोंगडं अंथरून त्यांनी परतीचा प्रवास चालवला होता. वरच्या कप्प्यामध्ये बऱ्याच वर्षांच्या श्रमानं गंजलेली ट्रंक ठेवली होती. झिजलेली काठी त्यांच्या शेजारीच दुचमटून बसली होती. म्हाताऱ्या घोंगड्याच्या दशा वाऱ्यावर नाचत होत्या.

वाऱ्यागत वावरणाऱ्या नानांना मधुमेहानं सापळा टाकला होता. जेवणातल्या साखरेवर बंधन आलेलं. कुठं अंगाला जखम तर होणार नाही ना, याची रात्रंदिवस

काळजी घ्यावी लागत होती. ढासळत्या प्रकृतीबरोबर देशातील राजकारणाबाबत त्यांच्या आशाही कोसळू लागल्या होत्या. केवढ्या मोठ्या अपेक्षेने त्यांनी सत्तेचा सहवास नाकारला होता. देशातल्या डाव्या चळवळी एकत्र बांधाव्यात, श्रमिकांचं राज्य यावं यासाठी त्यांनी अहोरात्र कष्ट उपसले होते. स्वातंत्र्यानंतर त्यांच्या अनेक मित्रांनी समाजकारणाकडं मोहरा फिरविला होता; पण नानांनी राजकारणाचा आखाडा सोडला नव्हता. लाल मातीमध्ये खूप झुंजले होते. मात्र विरोधी पक्षांच्या चिंध्या स्वतंत्र भुरभुरण्यात समाधान मानत होत्या. एकत्र येऊन गरिबांचं अंग झाकणारं वस्त्र आकार घेत नव्हतं. नानांचं स्वप्न स्वप्नच राहिलं होतं. 'स्वातंत्र्याचं गाठोडं गरिबाच्या झोपडीकडं जाण्याआधी भांडवलदारांनी त्यावर डल्ला मारला. मोटार गाडीतनं गाठोडं बंगल्याकडं पळीवलं. गाठोडं सिमेंटच्या रस्त्यावरनं धावू लागलं, गरिबांची वाट अनवाणी राहिली.' स्वतःच्या भाषणातला उतारा स्वत: आठवत नाना किती तरी वेळ बसले होते.

"वडवं आलं वडवंऽऽ" कंडक्टर गरजला, तेव्हा नाना दचकले. तंद्रीतून जागे झाले. ट्रंक, घोंगडं, काठी सारं आवरलं. बाहेर पडू लागले.

"उतरायला किती वेळ लावतोस म्हाताऱ्या?" कंडक्टर खेकसला.

"बाबा, ह्यो प्रवासच असा हाय. गाडीत कवा चढलू हे म्हाईत न्हाई, पर आता मुक्काम जवळ आल्याचं कळलं." हसल्यासारखे करीत नाना बोलले.

याच वडव्यात नाना जेव्हा जेव्हा आले तेव्हा नवा कार्यक्रम घेऊनच त्यांनी प्रवेश केलेला; पण आज विनाकार्यक्रमाचं रिकाम्या मनानं ते परतत होते. रस्त्यावर जड पावलं पडत होती. त्यांना पाहताच घरांच्या आजूबाजूला चिलमी ओढीत, गप्पा मारीत बसलेली माणसं उठून उभी राहिली. मोठ्या अप्रुपानं विचारू लागली,

"अण्णा, कवा आला?"

"हे काय, आताच आलू की."

दोघेतिघे बिगीद्यानं पुढं झाले. त्यांनी त्यांचं साहित्य हाती घेतलं. लेकीच्या घरापर्यंत पोहोचतं केलं. त्यांना दारात पाहताच जावई भगवानरावांना आनंद झाला. त्यांना पुढं होऊन आत घेतलं. हौसाई बापाच्या पाया पडली. सारं घर जमा झालं.

अण्णा आल्याची गोष्ट गावात झाली. शेतकरी भगवानरावांच्या येथे जमा झाले. नाना आपुलकीनं साऱ्यांची चौकशी करू लागले. लेकीचं लग्न, बैलांची खरेदी, सल्फेटचा दर अशा नाना गोष्टी विचारल्या. एक शेतकरी मध्येच फाटे फोडून विचारू लागला,

"अण्णा, यंदा निवडणुकीला उभं ऱ्हाणार का न्हाई?"

या प्रश्नावर ते खळखळून हसले. म्हणाले,

"आरं मर्दानू, पाण्यामधी किती आत जावं? आपलं धोतर भिजणार न्हाई एवढं

खुशाल जावं. अधिक पाण्यात शिरून धोतर कधी वाळवीत बसायचं? भिजायचं आनि वाळायचं दिवस गेलं.''

* * *

नामा म्हणे शेवटी
घर चंद्रभागे काठी!

समोर रामाचा भला मोठा फोटो होता. नुकतेच उठून नाना पाटातल्या गार पाण्याने अंघोळ करून आले होते. रामाच्या पुढ्यात बसून जपाला सुरुवात झाली होती. रामनामात तल्लीन झालेलं मन वर आभाळाला भिडलं होतं. कोंबडा आरवायच्या आधी जप चालू झालेला. आता सूर्याच्या किरणांत पाखरं गलका करीत दाहीदिशा वावरू लागली. रामनामाच्या फांदीवर बसलेलं पाखरू लवकर खाली येईना. ऊन वाढू लागलं, तेव्हाच नाना जप पूर्ण करून उठले.

अलीकडं नानांची प्रकृती एकसारखी बिघडू लागलेली. अस्वस्थता वाढू लागलेली. अन्नपचनाची तक्रार होतीच. या साऱ्यांतून मुक्तता व्हावी म्हणून त्यांचं मन पुन्हा पंढरीकडं धावू लागलं. कानांत टाळमृदुंगाचा आवाज घुमू लागला. डोळ्यांसमोर दिंड्यापताका नाचू लागल्या. एके काळी सत्यशोधकात फिरत असताना कोणत्याही देवळाचा वारा लावून न घेणाऱ्या नानांनी पंढरपूर गाठलं. रामबाग मठामध्ये ते राहू लागले.

सकाळ जपामध्ये घालविणारे नाना दुपारी आमराईतल्या सावलीला विसावा खायचे; पण सावलीत फार वेळ मन रमायचं नाही. ते शेजारच्या गोशाळेकडं धावायचं, गाई पाहून हरखून जायचं. बाजूच्या काळ्या रानात खपणारी धरतीची लेकरं पाहून त्यांचं मन व्यथित व्हायचं.

त्यांचे दिवस मठाचे स्वामी बाबा महाराज यांच्या सहवासात चालले होते. महाराजांचं औषध चालू होतं. मठात मच्छरदाणी, कॉट, सारी सुसज्ज व्यवस्था होती. महाराजांच्या भगिनी राधाक्का त्यांना घेऊन रोज विठोबाच्या दर्शनाला जायच्या. एकेकाळी आजीच्या काखेला बसून नाना पंढरपुरात वावरले होते. त्याच ठिकाणी आता ते हरवत होते. टाळ-चिपळ्यांच्या तालावरचे वारकऱ्यांचे अभंग ऐकत होते,

''तेथे सुखाची वसति,
गाती वैष्णव नाचती
दिंड्यापताका झळकती,
गर्जती हरिनामे.''

* * *

मिरजेत डॉक्टर गायकवाडांच्या हॉस्पिटलमध्ये कॉटवर नाना झोपलेले. उठता येत नव्हतं, बसता येत नव्हतं. गुडघ्यापासून एक पाय कापून टाकला होता. तुटक्या पायाकडं नानांचं लक्ष जाई. डोळे भरून येत. सह्याद्रीच्या कडेकपारीतून धावणारे १९४२ चे पाय डोळ्यांसमोर नाचू लागत. रामबाग मठात पायाला ठेच लागल्याचं निमित्त झालं. जखम वाढली. वाढता वाढता खूप वाढली. मधुमेहामुळे खतपाणी मिळालं. पाय गुडघ्यातून काढावा लागला.

एके ठिकाणी खिळून त्यांची मनोवस्था नाजूक झालेली. वृत्ती लहान बाळागत निरागस बनलेली. कोणीही दार उघडून खोलीत आलं की, त्यांचे डोळे पाण्याने भरत होते. प्रत्येक चळवळीत नानांना अनेक साथीदार मिळाले होते; पण त्यांचा पिंडच मुळी एकाकी शिपायाचा होता. या चळवळीतील साथीदार कधी दुसऱ्या चळवळीत विशेष भेटले नव्हते. मात्र आपल्या अचाट परिश्रमाच्या आणि अफाट वक्तृत्वाच्या जोरावर त्यांनी नेहमी मुसंडी मारली होती. त्यांच्या आजारपणाची गोष्ट महाराष्ट्रभर झालेली. चळवळीतील अनेक जुने साथीदार त्यांना पाहावयास धावत होते. त्यांच्या मनाला तोच एक विरंगुळा होता.

"अण्णा, पाय कापला तेव्हा दुखलं का?" चाहते विचारायचे.

"दुखणार कसं? डॉक्टरनं भूल दिली हुती."

"पण पाय कापला कसा?"

"वखारीत करवतीनं लाकूड कापावं तसा." त्याही स्थितीत दिलखुलास हसून नाना दुःखावर घोंगडं पांघरीत होते.

* * *

"अण्णा, तुम्हाला कोणीतरी भेटायला आलंय!"

"कोण हाय ते?" अंगावरचं पांघरूण बाजूला करून नानांनी विचारलं.

"संग्राम नावाचं कोणीतरी आलंय."

नानांच्या डोळ्यांतली झोप पळून गेली. किती वर्षांत त्यांना संग्राम दिसला नव्हता. निवडणुकीतल्या पराभवावेळी एका ओळीचं त्याचं फक्त पत्र मिळालेलं. कसा असेल तो? नाना बावरून पाहू लागले. पूर्वीची रया संग्रामच्या अंगावर राहिली नव्हती. मात्र त्याचा गोरापान रंग आणि तेजस्वी डोळे यांत फरक पडला नव्हता. फार दिवसांनी जिवाभावाचं कोणी तरी भेटल्यासारखं त्यांना वाटत होतं. संग्राम शहाण्या माणसासारखा नानांच्या शेजारी उभा राहिला.

"ये बाळ, बस. कुठं असतोस?"

"कुठंही."

थोडा वेळ कोणी कोणाशी बोललं नाही. आपल्या फाटक्या कपड्यांशी संग्राम

चाळा करू लागला. नाना त्याच्याकडे एकटक पाहू लागले. हळू आवाजात संग्राम बोलला,

"नानासाब, तुमचा पाय बघायचा आहे."

"अरं, बघ की मग."

या जवळकीने संग्राम आनंदी दिसला. नानांच्या पायावरचं पांघरूण बाजूला झालं. संग्रामच्या पोटात चर्रर झालं. तो निमतुटका पाय पाहून तो लहान मुलासारखा रडू लागला. आसवं पुशीत विचारू लागला,

"नानासाब, माझा पाय कापता का?"

"कशाला?" नाना चमकले.

"तुमच्या पायाला जोडू या की."

"आरं लेका, हे कसं जमंल?"

"का नाही? मेल्याल्या माणसाचं डोळं चालतात आणि जिवंत माणसाचा पाय चालत नाही? बोलवा डॉक्टर, कापा लवकर."

संग्रामने हट्ट धरला. नाना त्याची परोपरीनं समजूत घालू लागले; पण तो ऐकेना. त्याला त्यांनी जवळ बोलावलं. त्याच्या खांद्यावर नानांनी हात टाकला. त्यांना एकदम भडभडून आलं. दोघं एकमेकांच्या गळ्यात गळा घालून रडू लागले. 'आपण दोघंबी येडंच' असं काहीसं नाना बडबडू लागले. संग्रामच्या गालांवरचे आसू पुसू लागले.

* * *

नागनाथ नायकवडी नानांना घेऊन वाळव्याला आले होते. त्यांच्या राहण्या-जेवणाची सारी व्यवस्था चांगली होती. नागनाथांच्या आई लक्ष्मीबाई पोटच्या पोराप्रमाणं नानांनाही जपत होत्या. त्यांचे दिवस शेतमळ्यांच्या आजूबाजूला फिरण्यात जात होते.

पायाने लंगडे झाले तरी नाना मनाने अधू नव्हते. आजूबाजूच्या अन्यायाविरोधी त्यांचं मन पेटत होतं. शेतकऱ्यांचा घोळका बाजूला जमला की नाना म्हणायचे,

"या देशात पुढाऱ्यासकट साऱ्यांना भाव आला; पण शेतकऱ्याच्या मालाला आला न्हाई. चहा प्याल्यावर त्याची दहा पैसे किंमत हॉटेलमालक रुबाबात सांगतो; पण शेतकऱ्याचा गूळ वखारीत विकला जातो, तेव्हा त्याचा मालक झाडाखाली कांदा आनि भाकरी खातू. आपल्या मालाचा दर किती हे वरीसभर खपूनसुद्धा सांगायचा त्येला अधिकार न्हाई. कवा शाणा हुनार आमचा शेतकरीदादा?"

"अण्णा, यावर काय करायचं?" शेतकरी गोंधळून विचारायचे.

"न्याय्य हक्कासाठी लढा. पाहिजे असल्यास चला उद्या जाऊ या. झेंडा घेऊन मी सर्वांच्या पुढं होतू!" उत्साहानं नाना गरजायचे.

“पण, अण्णा तुमचा पाय?”

“होय रं बाबा,” नाना कळवळून म्हणायचे, “या पायानं घोटाळा केला; न्हाई तर–”

स्वातंत्र्यसंग्रामातला एक जुना सेनानी नानांना विचारीत होता,

“अण्णा, आपुण लढलो कशासाठी आणि हे घडलं काय? स्वातंत्र्याचा उजेड आणला; पण सगळीकडे अंधारच दिसतो!”

“मला कबूल हाय.”

“पण अण्णा, याला पर्याय काय?”

एकाएकी नानांचा आवाज घोगरा झाला. त्यांना भरून आलं. तरीही ते दर्दभऱ्या शब्दांत सांगू लागले,

“फार कष्टानं गांधीबाबांनी टिकाव मारलं. विहीर खणायला सुरुवात झाली. नेहरू, सुभाष, सरोजिनी सारीजण पाट्याबुट्ट्या भरायला लागली. आमच्यासारख्या रांगड्यांचाही ताकदीप्रमाणं हात लागला. रक्तभात आटेपर्यंत खणायचं काम चाललं. पंधरा ऑगस्टला विहिरीत मनगटाएवढा उमाळा लागला. पाण्याची वाट बघणाऱ्यांना आनंद झाला. माणसं नाचू लागली. लोकांनी हरखून आत बादली सोडली. “अमृत आलंऽ अमृतऽऽ” म्हणून लोकं धावली. प्रत्येकानं कुडचा भरून पाणी घोटायला सुरुवात केली; पण लगीच पाणी ‘थूऽ थूऽऽ” करून थुंकून टाकलं. ते पाणी आळणीच हुतं. एक शहाणा उठला. म्हणाला,

– बादली बदला.

– का रं बाबा ?

– बादलीमुळं पाणी आळणी लागतंय.

मग आधी पितळंची, पुन्हा चांदीची, अगदी शेवटी सोन्याची बादली लावली. पुन्ना पाणी काढलं. आता तर त्यात किडं पडल्यालं. कोणी तरी दोरीत दोष काढला; म्हणून चांगला रेशमाचा दोर बांधला. पाणी वर काढलं. पण त्याचा उपयोग काय? पाणी म्हणजी नुसतं खातेरी झाल्यालंऽ!”

“मग अण्णा, यावर उपाय काय?”

“हाय एक.”

“कोणता?”

“विहिरीची जागा चुकली. ही विहीरच बुजवा आनि दुसरी खोदा!”

* * *

विट्याच्या पुरोगामी विद्यार्थी संघटनेनं नानांचा भव्य सत्कार आयोजित केलेला. जी.डी. लाड, एन.डी. पाटील, दत्ता देशमुख, कॉ. देसाई अशी विविध डाव्या

गटांची माणसं सत्काराच्या निमित्ताने का होईना, एकत्र आलेली. विट्याच्या आजूबाजूची हजारो माणसं जमा झालेली. नानांच्या मिरवणुकीसाठी अनेक झुलीच्या बैलगाड्या सजलेल्या. फार दिवसांनी ते जनसमुदायात दिसत होते. मात्र मन अस्वस्थ होतं. गर्दी पाहिल्यावर उसळणारे नाना आज थंड दिसत होते. ''बैलाच्या गाडीतून मिरवणूक नगं, मला त्यो ताप सोसायचा न्हाई रं बाबानू.'' त्यांनी स्पष्ट सांगितलं. जीपची व्यवस्था झाली. जीपमधून मिरवणूक चांगली चार तास घुमली.

सजलेल्या मंडपात मुख्य कार्यक्रम सुरू झाला. विविध पक्षांच्या नेत्यांची भाषणं रंगली. दोन तास नानांना अवघडल्यासारखं बसावं लागलं. हजारो माणसांच्या गर्दीतही त्यांना एकाकी वाटत होतं. सभासंमेलनाने उसळणारे नाना कोमेजून गेले होते. अंगात ताप वाढत होता. त्यांचं नाव पुकारण्यात आलं. उठावं की नको असं झालं. ते दुसऱ्याच्या आधारानं माईकसमोर कसेबसे उभे राहिले. समोरचा श्रोतृवर्ग श्वास रोखून नानांकडे पाहत होता. त्यांचं अंतर्मन फुलायला सांगत होतं; पण शरीर साथ देत नव्हतं. आज शड्डू ठोकला नाही की जयजयकार केला नाही. थरथरत्या नानांनी तोंडात शब्द आणण्याचा प्रयत्न केला. पण कुठे रुसले होते शब्द? तेजस्वी अस्त्राप्रमाणे उद्दाम ब्रिटिश सत्तेवर तुटून पडणारे शब्द आज कुठे दडले होते? अन्याय दिसताच आग लागणारे शब्द कुठे लपले होते? जिवाच्या करारानं त्यांनी काही शब्द पकडले. ओठ उघडले, ''डोळं असून पाहायचं न्हाई, कान असून ऐकायचं न्हाई, तोंड असून बोलायचं न्हाईऽ'' शब्द थांबले. डोक्यातील विचारांची साखळी तटकन तुटली. सर्व असह्य झालं. डोळ्यांवर अंधारी आली. कोणी तरी त्यांना हाताला धरून खाली बसवलं. अपूर्ण राहिलेली त्यांच्या आयुष्यातील ही पहिलीच सभा. ताप वाढला. रात्री नानांना मिरजेला हलविण्यात आलं.

* * *

...वाठारच्या घरात नाना बसले होते. पाटीवर कोणता तरी नवा धडा काढीत होते. डोळ्यांना धड दिसत नव्हतं. हात थरथरत होता; पण पेन्सिल थांबत नव्हती. आतून आकू धावत आली. नानांचा हात धरला आणि कळवळून म्हणाली,

''अवो, बास झालं. किती दिस नवं धडं काढणार तुमी? थकलात – बास करा.''

''थांब आकू, मला अजून लै लिवायचं हाय. माज्या गरिबाला अजून रग्गड सांगायचं हाय.''

''पण आता निभायचं न्हाई ते. माज्या माघारी लै सोसलं, भोगलं तुमी! बास करा, चला बरं माज्यासंगं. मी आता एकटी न्हाई सोडायचीऽऽ''

आकू नानांना ओढू लागली.

* * *

वाळव्यात काल पेटलेली चिता आता विझू लागली होती. आजूबाजूची झाडं रातवाऱ्यानं वाजत होती. चिमणी पाखरं झाडांवर गप्पगार झालेली. चितेच्या एका बाजूला वेडा संग्राम गुडघ्यात मान घालून बसून होता.

'क्रांतिसिंह गेले', 'आमचा नाना गेलाऽ' गेले दोन दिवस कोण आकांत चालला होता. त्यांच्या निधनाची बातमी कळताच तव्यातल्या भाकरी तव्यात राहिल्या. शेतातले चालते नांगर जिथल्या तिथे थबकले. मंत्र्यांपासून हमालापर्यंत सारेजण वाळव्याकडे धावले. प्रतिसरकारच्या तुफान सैनिकांनी डबडबलेल्या नेत्रांनी आपल्या नेत्याला अखेरची मानवंदना दिली.

आता काळ्या अंधारात सरणाशेजारी संग्रामशिवाय कोणी नव्हतं. त्याच्या डोळ्यांतला थेंब नि थेंब आटला होता. कितीतरी वेळ तो तसाच बसून होता. रातवाऱ्याची एक झुळूक आली. संग्राम निश्चयानं उठला. दमदार पावलं टाकीत चितेजवळ आला. चितेतला एक लालेलाल इंगळ बाहेर काढला. त्याची फोडून राख केली. गुलालासारखी कपाळाला फासली. तो क्षणभरही थांबला नाही.

उगवत्या दिवसाला सामोरा होण्यासाठी अंधारातून धावू लागला!...

* * *

संदर्भ

१. Indian Struggle – Subhash Chandra Bose

२. The Struggle for Freedom – Ed. R. C. Mujamdar

३. The History of India 2 – by Percival Spear

४. Oxford History of India – Vincent Smith

५. १८५७ चे स्वातंत्र्यसमर – वि. दा. सावरकर

६. क्रांतिवीर नाना पाटील – डॉ. उत्तमराव पाटील, आप्पासाहेब लाड

७. महाराष्ट्राचे महामंथन – लालजी पेंडसे

८. कऱ्हेचे पाणी : भाग ५ वा – आचार्य अत्रे

९. नाना पाटील – श्री. रा. बिवलकर

१०. कॉम्रेड नाना पाटील – कमल भागवत

११. अभंगगाथा – श्री संत तुकाराम

१२. महात्मा फुले समग्र वाङ्मय – संपा. धनंजय कीर

१३. झंझावात – ना. सी. फडके

१४. सिंहगर्जना – आचार्य अत्रे

१५. जागृत सातारा – बाबूराव गोखले

१६. 'नवयुग' – पत्री सरकार विशेषांक, १९४६

१७. 'नवयुग' – नाना पाटील विशेषांक, १९६०

१८. 'मराठा' – नाना पाटील खास अंक ३ ऑगस्ट, १९६०

१९. रयत सेवक पत्रिका – नाना पाटील विशेषांक, १९७६

२०. साप्ताहिक बहुजन समाज – नाना पाटील विशेषांक, १९७६

२१. पुरोगामी विद्यार्थी संघटना *(विटे)* – नाना पाटील विशेषांक, १९७७

२२. नाना पाटलांचा पोवाडा – शाहीर जाधवमामा

२३. बहुजन समाजाचे शिल्पकार – भाई माधवराव बागल

२४. क्रांतिसिंह नाना पाटील गौरवग्रंथ – संपा. जयसिंगराव पवार

२५. क्रांतिअग्रणी जी. डी. लाड आत्मचरित्र *(अप्रकाशित)*

२६. किसन वीर विशेषांक

२७. शे. का. पक्ष दाभाडी प्रबंध

२८. मी सिंह पाहिला होता – ग. दि. माडगूळकर, 'दै. सकाळ', १९७६

२९. नाना पाटील – डॉ. एस. एस. भोसले, 'समाज प्रबोधन पत्रिका', १९८१

३०. नाना पाटील – धों. म. मोहिते, 'किर्लोस्कर' दिवाळी अंक, १९७४

३१. भारत भगिनी – विश्वास पाटील, 'दै. पुढारी', १९७९

३२. क्रांतिसिंह नाना पाटील – दशरथ पारेकर, 'दै. सकाळ' *(कोल्हापूर)*, १९८१

३३. क्रांतिसिंह नाना पाटील – कारेकर.

* * *

काही महत्त्वपूर्ण मुलाखती

१. कै. किसन वीर – सातारा
२. नाथाजी लाड – सांगली
३. माजी आमदार भगवानराव पाटील – वडिये
४. कै. बाबूराव चरणकर – बिळाशी
५. दादा पाटील *(क्रांतिसिंहांचे भाऊ)* – येडे मच्छिंद्र
६. बाबूराव मोहिते – येडे मच्छिंद्र
७. बॅ. पी. जी. पाटील – सातारा
८. डॉ. आर. बी. मोरे – मुंबई
९. प्रा. विलास पाटील – कोल्हापूर
१०. प्राचार्य राम गायकवाड – कोल्हापूर
११. माजी आमदार वाय. सी. पाटील – कणदूर
१२. सदाशिवराव पवार – विटे
१३. आबू लाड – कुंभारगाव
१४. केशव दाईंगडे – कुंडल
१५. शंकर लुपणे – कुंडल
१६. सिदू वडार – कुंडल
१७. विष्णू कुंभार – कुंडल
१८. कृष्णा दवंडे – कुंडल
१९. शंकरराव टेके – कुंडल
२०. विठ्ठल पुजारी – कुंडल
२१. कै. पांडू मास्तर – येडे निपाणी
२२. ज्ञानबा जाधव – कुंडल
२३. कै. बर्डे मास्तर – वाटेगाव
२४. आनंदा कुंभार – कुंडल
२५. प्रा. एन. डी. पाटील – मुंबई
२६. बापू येडके – कुंडल
२७. बाळू गोंधळी – कुंडल
२८. सावळाराम – कुंडल
२९. बापूराव पाटील – बिळाशी
३०. कै. अनसूया जामदार – नेर्ले
३१. बापूभाई मुलाणी – बिळाशी

* * *